அகத்திரை

யுகபாரதி

நேர்நிரை

 **யுகபாரதி**

யுகபாரதி, தஞ்சாவூரைப் பூர்வீகமாகக் கொண்டவர். கணையாழி, படித்துறை ஆகிய இதழ்களின் ஆசிரியக் குழுவில் ஆறு ஆண்டுகளுக்கு மேல் இலக்கியப் பங்களிப்புச் செய்தவர். தொடர்ந்து இரண்டு முறை சிறந்த கவிதை நூலுக்கான தமிழக அரசின் விருதைப் பெற்றவர்.

இதுவரை பத்து கவிதைத் தொகுப்புகளும் பதின் இரண்டு கட்டுரைத் தொகுப்புகளும், தன்வரலாற்று நூல் ஒன்றும் எழுதியுள்ளார். இந்நூல், இவருடைய பதிமூன்றாவது கட்டுரைத் தொகுப்பு. வெகுசனத் தளத்திலும் தீவிர இலக்கியத் தளத்திலும் ஒருசேர இயங்கிவரும் இவருடைய திரை உரையாடல்கள் குறிப்பிட்டுச் சொல்லத்தக்க கவனத்தைப் பெற்று வருகின்றன.

திரைமொழியையும் மக்கள் மொழியையும் நன்கு உணர்ந்த இவர், ஏறக்குறைய ஆயிரத்து ஐநூறு மேலான திரைப்பாடல்களுக்குமேல் எழுதியிருக்கிறார். இவரே இன்றைய தமிழ்ச் சினிமாவின் முன்னணிப் பாடலாசிரியர்.

விலை: ரூ. 250/-
ISBN : 978--81-952838-4-2

அகத்திரை * *கட்டுரைகள்* * *யுகபாரதி* © *முதல் பதிப்பு: நவம்பர் 2024* * *பக்கம்:224 வெளியீடு : நேர்நிரை, 181, இரண்டாம் தளம், சி.வி.ராமன் தெரு, ராமகிருஷ்ணா நகர், ஆழ்வார்திருநகர், சென்னை – 87. அலைபேசி : 98411 57958* * *வடிவம் : தமிழ்அலை, சென்னை– 86.*

Akathirai * Essays * Yugabharathi ©
First Edition: November 2024 * Pages: 224 * Published by **Nehrnirai,** 181, Second Floor, C.V.Raman Street, Ramakrishna Nagar, Alwarthirunagar, Chennai - 87 Cell: 98411 57958 * E-mail: yugabhaarathi@gmail.com, Designs : **Tamil Alai,** Chennai-86

இலக்கியப் பக்கங்களுக்கு

வார்த்தையெனும் வெளவால்

எழுத்துகளால் என்ன செய்துவிட முடியும் என்கிற கேள்வியை நானுமே என்னுடைய பதின்பருவத்தில் எதிர்கொண்டிருக்கிறேன். ஆனாலும், அக்கேள்வி எந்தவிதத்திலும் என்னை முடக்கவில்லை. உந்தியெழும் உணர்வுகளைக் கவிதையாகவோ கட்டுரையாகவோ திரைப்பாடலாகவோ வெளிப்படுத்தும் வேகத்தை மட்டுப்படுத்தவில்லை. நிகழ்காலமென்பது கடந்தகால எழுத்துகளின் தொடர்ச்சியே என்னும் எண்ணத்தைச் சிதைக்கவில்லை. மாறாக, அக்கேள்வியின்மூலம் எழுத்தெனில் ஏதோ செய்யவேண்டுமெனத் தெரிந்துகொண்டேன்.

ஒரு தனி மனிதனுக்குள் எழுத்து நிகழ்த்தும் மாயங்களை, ஒட்டுமொத்த சமூகத்திற்கும் கடத்திவிடும் ஆவலில் மிதக்கலானேன். பாரதியை நடுவாந்திரமாக வைத்துக்கொண்டு அவருக்கு முன்னும் பின்னும் எழுதப்பட்ட இலக்கியங்களை வாசிக்கத் தொடங்கினேன். ஏறக்குறைய முப்பது ஆண்டுகளுக்கும் மேலாக எழுத்துகள் என்னுடைய வாழ்வின் நிழலாகத் தொடர்ந்து வருகின்றன. ஆழ்ந்த உறக்கத்தில்கூட இரண்டொரு கவிதை வரிகள், சொப்பனத்தின் சௌந்தர்யங்களைக் கூட்டியிருக்கின்றன. 'இயலும் போதெல்லாம் வாழ்வை நேசிக்கிறோம்' என்று மஹ்மது

தர்வீஷ் எழுதுவார். பாலஸ்தீன மக்களின் உள்ளுணர்விலும் உண்மையிலும் கலந்துவிட்ட அவர் அக்கவிதையில் 'நாம் எங்கெல்லாம் குடியமர்கிறோமோ / அங்கெல்லாம் வேகமாக வளரும் / தாவரங்களைப் பயிரிடுகிறோம்' என்றிருக்கிறார். அதே கவிதையில் என்னை அதிகமும் ஈர்த்த 'ஒரு வானத்தையும் ஒரு வேலியையும் நெய்ய / பட்டுப் பூச்சியிடம் ஒரு நூலைத் திருடுகிறோம்' என்கிற வரிகள், பதற்றப்படுத்தியவை. காதலில், கண்ணீரில், காமத்தில் என எதிலிருந்தும் நம்முடைய வாழ்வுக்கான அர்த்தத்தைப் பெற்றுவிடமுடியும். ஆனால், வாழ்க்கையின் மீதான நேசமென்பது அப்படியன்று. நாமே நம்மைப் பெருமிதமாகவும் கம்பீரமாகவும் உணராத சமயத்தில் வாழ்வை நேசிப்பதற்கு வழியில்லை.

இன்னொருவரின் பாராட்டிற்கும் முத்தத்திற்கும் ஏங்கும் ஒருவர், இயலாதபோதும் தன்னை வெளிப்படுத்த விரும்புகிறார். அந்த விருப்பங்களே இசையாகவும் இலக்கியமாகவும் அரும்புகின்றன. இந்நூலில் இடம்பெற்றுள்ள கட்டுரைகள், அவ்வப்போது பத்திரிகைகளில் வெளிவந்தவை. இசைகுறித்தும் இலக்கியம்குறித்தும் எனக்குத் தோன்றியவற்றை எழுத்தாக்கித் தந்தவை. எழுதும்போதே என்னை ஆட்கொண்ட அபிப்ராயங்களை ஒளிவு மறைவில்லாமல் இக்கட்டுரைகளில் உச்சரித்திருக்கிறேன். ஒரு திரைப்பாடலைக் கேட்டதும், அப்பாடல் உருக்கொள்ளக் காரணமானவர்களையும் காரணத்துடன் சேர்த்து எழுதப்பட்டுள்ள வரிகளையும் நுட்பமாக உணர்ந்துகொள்ள முயற்சிப்பேன்.

ஒரு வார்த்தையோ வாக்கியமோ தானாக வருவதில்லை. சமூகமும் அரசியலும் தருவிக்கும் அழுத்தத்தில் அல்லது உற்சாகத்தில் இருந்தே ஒவ்வொரு சொல்லும் சொற்றொடரும் உதிக்கின்றன. இந்நூலில் இடம்பெற்றுள்ள கட்டுரைகள் பலவும் என்னுடைய தேடல்களின் திரட்சி மட்டுமே. அபிப்ராயங்களைப் பகிர்ந்துகொள்ளும் ஆர்வத்தில் எழுதப்பட்டவையே அன்றி, தீர்மானமாக எது ஒன்றையும் திணிக்க முயல்பவை அல்ல. வரிசைப்படி தொகுக்கப்பட்டுள்ள நம்முடைய இலக்கியங்களை வாசிக்கும்போது ஒரு கருத்து அல்லது கொள்கை எப்படிக் காலத்தின் தேவைக்கேற்ப மாறுதல் பெற்றுள்ளது என்பதை ஊகிக்க முடிகிறது. அந்த

ஊகங்களைப் பற்றிய விவரணைகளை நீட்டியும் கூட்டியும் கட்டுரைகளாகத் தந்திருக்கிறேன். பத்தி பிரித்தும், பதம் பிரித்தும் ஒரு பாடலை உணர்ந்துகொள்ள எத்தனிக்கையில், அப்பாடல் வேறுசில பதிப்புகளில் எவ்விதம் வந்திருக்கின்றன என்பதையும் தவிர்க்காமல் சொல்லியிருக்கிறேன்.

கவிதைகளைத் தீர்மானிப்பவை சொற்களா, சூழல்களா என்கிற கேள்வி எனக்குண்டு. சொற்களின் வழியே சூழல்களையும், சூழல்களின் வழியே சொற்களையும் தெரிந்துகொள்ளும் வாய்ப்பையே நம்முடைய பழந்தமிழ் இலக்கியங்கள் வழங்கியுள்ளன. பள்ளு இலக்கியத்தையும் அதே காலத்தில் வெளிவந்துள்ள ஏனைய இலக்கியங்களையும் ஒப்பிட்டுப் பார்க்கையில், ஒன்றில் வெளிப்படும் உணர்வுகள் ஏன் இன்னொன்றில் வெளிப்படவில்லை எனும் கேள்வி எழாமலில்லை. இசை, இலக்கியம், அரசியல், திரைப்பாடல் ஆகிய துறைகளில் எனக்குள்ள ஆர்வத்தின் பொருட்டே இக்கட்டுரைகளை எழுதியுள்ளேன்.

தொடர் வாசிப்பின் பயனாக என்னுள் எழுந்த சந்தேகங்களை நானே தீர்த்துக்கொள்ளவும் முயன்றிருக்கிறேன். தகவல்களைத் தொகுத்துச் சொல்லும்போதே அவற்றிலுள்ள தர்க்கமுடிச்சுகளை அவிழ்த்துப்பார்ப்பது என் எழுத்துமுறை. எதிரே இருப்பவரைக் கடிந்தோ கசந்தோ கொள்ளாமல் இயல்பாக என்னுடைய அறிதலை முன்வைத்திருக்கிறேன். அறிதலுக்கு அப்பாலும் விஷயங்கள் இல்லாமல் இல்லை. முன்னெப்போதோ படித்த கதை ஒன்று நினைவுக்கு வருகிறது. ஜுனைத் என்கிற புகழ்பெற்ற சூஃபியின் வாழ்வில் நிகழ்ந்ததாகச் சொல்லப்படும் அக்கதை, அறிதலுக்கும் அறிதலுக்கு அப்பாலுமுள்ள வெளியை உணர்த்துவது.

ஒருமுறை ஜுனைத்திடம் அவருடைய சீடர்கள் உங்களுடைய குருநாதர் யார் என்று கேட்டிருக்கின்றனர். அதற்கு அவர், `ஒரு நாய், ஒரு திருடன், ஒரு சிறுவன்' என்று பதில் அளித்திருக்கிறார். சட்டென்று புரிந்துகொள்ளமுடியாத சீடர்கள், விவரமாகச் சொல்லுங்கள் என்றதும் ஞானப்பாதையின் ஆச்சர்யங்களை விளக்கியிருக்கிறார். ஒரு சம்பவத்தையோ செய்தியையோ நாம் எப்படி எடுத்துக்கொள்கிறோம் என்பதில்தான் அறிதல் சாத்தியமாகிறது. தன்னுடைய பிச்சைப்

பாத்திரத்தைப் பயன்படுத்தி தாகத்தைத் தீர்த்துகொள்ள ஜூனைத் ஆற்றில் இறங்கியிருக்கிறார். அந்த நேரத்தில் எங்கிருந்தோ ஓடிவந்த நாய், அவருடைய பிச்சைப் பாத்திரத்தைத் தட்டிவிட்டிருக்கிறது. விட்டதுடன் நில்லாமல் தன்னுடைய தாகத்திற்கு வேண்டிய அளவு நீரை அதே ஆற்றில் குடித்துவிட்டுக் கிளம்பியிருக்கிறது. எந்தத் துணையில்லாமல் எதனுடைய தயவுமில்லாமல் தன்னுடைய தேவையை நிறைவேற்றிக் கொள்ள முடியும்போது எதற்கு பிச்சைப் பாத்திரமென்று ஜூனைத்துக்கு அப்போது தோன்றியிருக்கிறது. அதுமுதல் பிச்சைப் பாத்திரத்தையும் அதன்மீது வைத்திருந்த பற்றையும் உதறியிருக்கிறார்.

அதேபோல இன்னொரு சம்பவமும் அவர் வாழ்வை மாற்றியதாகச் சொல்லப்படுகிறது. தங்குவதற்கு இடமில்லாமல் தவித்த ஜீனைத், எதிர்ப்பட்ட ஒருவரிடம் `எங்கேயேனும் தங்கவும் படுத்துறங்கவும் இடம் கிடைக்குமா' என்றிருக்கிறார். அதற்கு அந்த நபர், `என்னுடைய அறை இருக்கிறது. அங்கே என்னைத் தவிர வேறு எவருமில்லை. நீங்கள் விரும்பினால் என்னுடன் வரலாம். ஆனால் ஒரு விஷயம், நானொரு திருடன்' என்றிருக்கிறார். அடுத்தவர் பொருள்மீது ஆசைகொள்வதும் அதை அபகரிக்க நினைப்பதும் குற்றமெனக் கருதிய ஜூனைத், அந்தக் கணமே யோசிக்காமல் திருடனின் அழைப்பை மறுத்துவிடுகிறார்.

`உண்மையில் உங்களுடைய நற்செயல்களைப் பார்த்துப் பயப்பட வேண்டிய நானே சம்மதிக்கும்பொழுது, நீங்கள் ஏன் மறுக்கிறீர்கள். உங்களுடைய உபதேசத்தால் நான் என்னுடைய நடத்தையை மாற்றிக்கொள்ளவும் வாய்ப்பிருக்கிறதே' எனச் சொன்னதும் அவனைத் தன் வழிக்கு கொண்டுவரும் எண்ணத்துடன் ஜூனைத் அவனுடைய அறைக்குக் கிளம்புகிறார்.

நாள்கள் கழிகின்றன. திருடனின் நடத்தையில் கொஞ் சமும் மாற்றமில்லை. தினமும் இரவானால் அவன் தன்னுடைய தொழிலுக்குச் செல்வதும் வருவதுமாக இருக்கிறான். ஆனால், அவன் மேற்கொண்ட திருட்டுகள் ஒன்றுகூடப் பலிக்கவில்லை. தினமும் வெறுங்கையுடனே திரும்புகிறான். அப்போது ஜூனைத் அவனிடம் `தினமும்

இப்படி வெறுங்கையுடனே திரும்புவதற்குப் பதிலாக ஏதாவது ஒரு வேலைக்குச் செல்லலாமில்லையா' என்கிறார். அதற்கு அவன் `இறைவனுக்கு எப்போது எனக்கு தரவேண்டுமெனத் தெரியும். எனவே அவர்மீது நான் வைத்துள்ள நம்பிக்கையை இழக்கமாட்டேன்' என்கிறான். `இன்றில்லை என்றாலும் எப்போது அவர் எனக்குப் படியளக்க விரும்புகிறாரோ அப்போது நிச்சயமாக அளந்துவிடுவார்' என்றும் தெரிவிக்கிறார். அதைக்கேட்ட ஜுனைத்திற்கு உண்மையும் கடவுள் குறித்த தேடலிலும் ஈடுபட்டுவரும் நமக்கே சிலசமயங்களில் அவநம்பிக்கை மேலோங்குகிறது. ஆனால், இழிவான தொழில் செய்யும் இவனோ `கடவுள்மீது அசராத நம்பிக்கையுடன் இருக்கிறானே' எனத் தோன்றியிருக்கிறது.

வாழ்வதற்கு நம்பிக்கையே பிரதானம். நாம் நம்முடைய வாழ்வை நம்பிக்கையுடன் பிணைத்திருக்கும் வரைதான் எது ஒன்றையும் அடைய முடியும். அவரவர் நம்பிக்கை அவரவருக்கானது. எதுசரி, எது தவறு என்பதுபற்றிய தீர்ப்பையும் முடிவையும் இறைவனே அறிவான். எனவே, நாம் நம்முடைய நம்பிக்கையை உறுதியுடன் பற்றிக்கொள்வதே முக்கியமென்று ஜுனைத் தெரிவித்திருக்கிறார்.

இறுதியாக ஒரு சிறுவனிடம் எரிந்துகொண்டிருந்த விளக்கைக் காண்பித்து 'இந்த ஒளி எங்கிருந்து வருகிறது' என்கிறார். அதற்கு அந்தச் சிறுவன் விளக்கை வாயால் ஊதி அணைத்துவிட்டு 'இப்போது இந்த ஒளி எங்கே சென்றதோ அங்கிருந்துதான் வந்திருக்க வேண்டும்' என்கிறான். கேட்பதற்கும் பார்ப்பதற்கும் சாதாரணமாகத் தெரியும் சம்பவங்களும் சொற்களும் ஆழ்ந்த புரிதலில் இருந்தே வெளிப்படுகின்றன. இந்நூலில் இடம்பெற்றுள்ள கட்டுரைகளை இந்தப் புள்ளியில் இருந்துதான் எழுதத் தொடங்கினேன்.

இதுவரை சொல்லப்பட்டுவந்த அர்த்தங்களுக்கு மாற்று, அதே சொற்களிலும் சூழல்களிலும் அமைந்திருப்பதை அறிய முற்பட்டிருக்கிறேன். இலக்கியமும் இசையும் என்னுடைய தேடலில் விரிந்துகொண்டே போகின்றன. எனக்கு முன்னே இருந்த ஆகப்பெரும் ஆளுமைகளின் எழுத்துகள், என்னை அவர்களை நோக்கி இழுத்துக்கொண்டே இருக்கின்றன.

தெலுங்கு அகநானூறு எனச் சொல்லப்படும் `காதா சப்த சதி'யும், காதல் கவிதைகளின் உச்சமான முத்துபழநியின் `ராதிகா சாந்தவன'மும் என்னை மேன்மேலும் யோசிக்க வைக்கின்றன. எழுத்தைத் தன் வாழ்நாளின் பேறாகக் கருதி, `சரஸ்வதி' பத்திரிகைமூலம் ஜெயகாந்தனையும் புதுமைப்பித்தனையும் கவனப்படுத்திய விஜயபாஸ்கரனை இந்நூல் வழியே கௌரவப்படுத்தியிருக்கிறேன். `உயிரில் கலந்து பாடும்பொழுது எதுவும் பாடலே' என்று முழங்கிவரும் இளையராஜாவின் இன்னுமொரு இசைப் பார்வையை இந்நூலிலும் தந்திருக்கிறேன். இந்நூலுக்கென்றே பிரத்யேகமாக எழுதிய `முனாஜாத்துகளை முன்வைத்து' எனும் கட்டுரை, இஸ்லாமிய இலக்கிய வடிவங்கள் குறித்த விவாதங்களை எழுப்பினால் மகிழ்வேன்.

எழுத்தின் மீதான என் நேசத்தை அதிகப்படுத்திய மலையாளக் கவி குஞ்ஞுண்ணி மாஸ்டரைப் பற்றியும், திரைப்பாடலாசிரியர் மருதகாசியைப் பற்றியும் அமைந்துள்ள கட்டுரைகள், ஆனந்தவிகடன் தீபாவளி மலரில் வெளிவந்தன. `நாம் ஒருவரை ஒருவர்' என்னும் தலைப்பில் அமைந்துள்ள கட்டுரை நம்முடைய திரைப்பாடல்களில் தென்படும் மரபான பழக்கவழக்கங்களைப் பற்றியது. 'நாம் ஒருவரை ஒருவர் சந்தித்தால்' எனும் திரைப்பாடலை முன்வைத்து, அப்பாடல் வழியே இன்றுவரை தொடரும் ஐதீகங்களை அலசியிருக்கிறேன்.

எப்பவும்போல இந்நூலின் ஆக்கத்திற்கு உதவிய இசாக், புதுவை சீனு. தமிழ்மணி, செங்கை நன்மாறன், பேராசிரியர் சுடர்விழி ஆகியோருக்கு வணக்கமும் வந்தனங்களும். நன்றியெனும் சொல், அவர்களை என்னிடமிருந்து அந்நியப்படுத்தும் என்பதால் வணக்கத்தையே அவர்களும் ஏற்பர். தக்க ஆலோசனைகளால் என் எழுத்து முயற்சிகளை மேம்படுத்திவரும் ஐயா சேலம் கி. இளங்கோவுக்குப் பேரன்பின் பிரியங்களைத் தெரிவிக்கிறேன்.

எழுத்துகளால் என்ன செய்துவிட முடியுமென்று இப்போது என்னிடம் யாருமே கேட்பதில்லை. எனக்குக் கிடைத்துள்ள அனைத்துமே எழுத்துகளால் விளைந்தவை. எழுத்தை நான் வாழ்விக்கிறேனோ இல்லையோ தெரியவில்லை.

ஆனால், எழுத்துகளால் நான் இறவாமல் இருப்பேனென்று தெரிகிறது. வாழ்க்கைப் பெருமரத்தில் வார்த்தையெனும் வெளவாலாய்த் தொங்கிக்கொண்டிருக்கிறேன். அள்ளிப் பருகும் ஒவ்வொரு பருக்கையிலும் எழுத்தைப் பார்க்கிறேன் என்று சொல்லமாட்டேன். ஏனெனில், எனக்கான ஒவ்வொரு பருக்கையையும் எழுத்தே கொடுக்கிறது. என் அரிசியில் நானே என்னுடைய பெயரை எழுதிக்கொள்கிறேன்.

நிறைய பிரியமுடன்,

யுகபாரதி

பக்கமும் பதிவும்

015. ஆனந்தகுமாரர்களின் மாஸ்டர்
024. உயிரில் கலந்து பாடும்பொழுது
036. சரஸ்வதி கடாட்சம்
044. நாம் ஒருவரை ஒருவர்
055. நாகரத்தினமும் முத்துபழநியும்
074. அகக்கோலமும் அலங்கோலமும்
082. குஜிலிப்பாட்டும் தேயிலைத் தோட்டமும்
096. காதலும் காதா சப்த சதியும்
115. ஆற்று வெள்ளம் நாளை வர
125. ரூப்புதேராவும் கருத்தடையும்
132. நவீன நாலடியார்
140. டி.ஆர். எனும் அசாத்தியர்
150. கவிதைகளில் காவிரி ஆறு
162. மந்திரச் சொற்களின் மாய ஊஞ்சல்
169. முனாஜாத்துகளை முன்வைத்து
188. எழுத்தாளர் எனும் ஜாடை
217. கனாத் திறமுரைத்த கானங்கள்

ஆனந்தகுமாரர்களின் மாஸ்டர்

காலை எழுந்து வானத்தைப் பார்த்தவுடன் 'உள்ளே முழுக்க ஆவேசம் / வெளியே முழுக்க ஆகாசம்' என்னும் கவிதை நினைவுக்கு வந்தது. மலையாள மூத்தகவி குஞ்ஞுண்ணி மாஸ்டர் எழுதியது. அகம் எந்த அளவுக்கு ஆவேசத்தில் மூழ்குகிறதோ அப்போதெல்லாம் ஆகாசத்திற்கும் அதே வண்ணங்கள் வந்துவிடுகின்றன. நம்மை நாமே இயற்கையில் பார்த்துக்கொள்ளும் தருணங்களில் ஒருசொட்டு மழையோ, ஒரு நல்ல தேனீரோ கிடைத்தால் எப்படியிருக்கும்? அப்படித்தான் இப்போதைய என் மனநிலை இருக்கிறது.

பெரும்பாலும் சந்தோசமாகவே உணர்கிறேன். எல்லாமும் இனியனவாகத் தோன்றுகின்றன. பக்குவமும் வயதும் கூடக்கூட, நிதானமும் நிம்மதியுமாக நாள்கள் கழிகின்றன. எல்லாச் சுமைகளையும் இறக்கி, மூட்டையாகக் கட்டி என் முன்னால் தொங்கவிட்டிருக்கிறேன். அம்மூட்டையை ஒரு குத்துச்சண்டை வீரனைப்போல ஒருவித இலயத்துடன் குத்திக்குத்திப் பயிற்சி எடுத்துக்கொள்கிறேன். 'என்னுள்ளே இருந்தபடி நீயென்னென்ன பாடுபடுத்தினாய்' என்னும் ஆவேசத்தில் ஒன்றிரண்டு குத்து, பலமாக விழுந்துவிடுகிறது. 2006இல் காலமான குஞ்ஞுண்ணி மாஸ்டரின் கவிதைகள், தொண்ணூறுகளின் பிற்பகுதியில்தான் எனக்கு அறிமுகம்.

அங்கொன்றும் இங்கொன்றுமாகச் சில கவிதைகளை மாத, வார இதழ்களில் வாசித்திருக்கிறேன். என்றாலும், முழுவதுமாக வாசித்ததில்லை. என்னுடைய முதல் கவிதைநூல் வெளிவந்த தருணத்தில் அதுகுறித்து எழுதிய பூங்காற்று தனசேகர், என் கவிதைகளும் குஞ்ஞுண்ணி மாஸ்டரின் சாயலை ஒத்திருப்பதாக ஒருவரி எழுதியிருந்தார். அவரிடமே தொலைபேசி செய்து 'குஞ்ஞுண்ணி கவிதைகள் கிடைக்குமா' என்றேன். `தற்போது என்னிடம் கைவசமில்லை. யாரிடமாவது இருக்கலாம், நானும் தேடுகிறேன்' என்பதுடன் முடித்துக்கொண்டார்.

பல்வேறு முயற்சிகளுக்குப் பின்னும் கிடைக்கவில்லையே எனும் துக்கமிருந்தது. எதைத் தீவிரமாகத் தேடத் தொடங்குகிறோமோ அது, என்றேனும் ஒருநாள் கிடைக்காமல் போகாதென என்னைநானே சமாதானப்படுத்திக்கொண்டேன். வேறுவழி? என்ன விசேஷமென்றால், என் மூன்றாவது கவிதைத்தொகுப்பு வரும்போதுதான் ஒரு பழைய புத்தகக் கடையில் 'குஞ்ஞுண்ணி கவிதைகள்' நூல் எதேச்சையாகக் கிடைத்தது. பா.ஆனந்தகுமார் மொழிபெயர்த்த அழகிய நூல் அது.

கவிதைகளைப் பொருத்தவரை தமிழ், மலையாளம் ஆகிய இரண்டு மொழிகளிலும் அச்சிடப்பட்ட முதல் கவிதைநூல் அதுவே என ஊகிக்கிறேன். இடப்பக்கம் மலையாளக் கவிதையை அச்சிட்டு, வலப்பக்கத்தில் தமிழில் பெயர்த்துத் தந்திருக்கிறார். இப்படி ஒருநூல் இதற்கு முன்னும் பின்னும் வந்திருக்கலாம். அதைவிட, அப்பழைய நூலை எனக்குமுன்னே வாசித்தவர், பெரும்பாலான கவிதைகளில் அடிக்கோடிட்டிருந்தார். மகாரசிகரின் குறியைக் கோடுகள் காட்டிற்று. ஆனாலும், அவ்வளவு பிடித்த, அத்தனை நல்ல புத்தகத்தை அவர் ஏன் தவறவிட்டாரெனத் தெரியவில்லை.

அதிக பிரியமும் ஒருகட்டத்தில் பிடிக்காமல் போகுமோ என்னவோ? தெரியவும் தெளியவும் தொடங்கிய பின்னால் சுவாரஸ்யங்கள் அற்றுவிடுகின்றன. ஆனால், உள்ளார்ந்த ஈடுபாட்டுடன் ஒரு பொருளுடனோ உயிருடனோ உறவு கொண்டோமென்றால் சலிக்கவே சலிக்காது என்பதுதான் என் அனுபவம். ஈடுபாட்டுடன் ஒருவர்மீது கொள்ளும்

காதல், நியாய அநியாயங்களைப் பார்ப்பதில்லை. பிடித்தம் பிரதானமாகிவிட்டால் சந்தர்ப்பவாதியும் சஹிருதயனாகத் தெரிவதுண்டு. என் கைக்கு வந்த குஞ்னுண்ணி கவிதைகள், ஏறக்குறைய இருபத்தைந்து ஆண்டுகளாக வாசிக்கப்பட்டு வருகின்றன. துக்கமோ சந்தோசமோ எதுவென்றாலும் அந்நூலை ஒருமுறை வாசித்துவிடுவேன். நான் என்ன மனநிலையில் இருக்கிறோனோ அதே மனநிலையில் அக்கவிதைகள் என்னுடன் பேசும். மலையாளக்கவிதைப் போக்குகளை ஓரளவு உணர்ந்துகொள்ள உதவிய அந்நூலைப் பொக்கிஷம்போல வைத்திருக்கிறேன்.

எதுகுறித்தும் எள்ளல் தொனிக்க எடுத்தெறியும் குஞ்னுண்ணி, நவீனக் கவிதைகளின் தொடக்கக்கால வகைமாதிரியைச் சிருஷ்டித்தவர். `நான் இப்படி இல்லையென்றால் / இந்தப் பிரமாண்டமும் இப்படியில்லாதுபோகும் / ஐயோ நானே' என்றொரு கவிதை. அக்கவிதை பல அடுக்குகளைக் கொண்டவை. உருவாக்கப்பட்ட பிரமாண்டங்களுக்கு முன்னால் ஒரு எளியவனின் கேள்வியாக மட்டுமே அது இல்லை. அக்கவிதையின் பின்னால் இயங்கும் தத்துவத்தில் புத்தர் இருக்கிறார்.

ஒருகதை, ஞானமடைந்த புத்தர் சொர்க்கவாசலை வந்து சேருகிறார். ஆகப்பெரும் பிரமாண்டத்தை அடையும் தருணம் அது. ஆனாலும், வாசலுக்குள் நுழையாமல் வந்த வழியையே பார்த்துக்கொண்டிருக்கிறார். `இதற்காகத்தானே இத்தனை ஆண்டுகளாக யாத்திரையும் பிரார்த்தனையும் மேற்கொண்டீர்கள், அப்படியிருக்கையில் உள்ளே வருவதில் என்ன தயக்கம்' என வாயிற்காப்பாளன் கேட்கிறான். `எல்லோரும் தமக்காகப் பிரார்த்தனையும் யாத்திரையும் மேற்கொண்டனர். நானோ, எனக்குப் பின்னாலும் பலர் இந்த இடத்தை அடைவதற்காக மேற்கொண்டேன்' என்கிறார். சொர்க்கத்தைவிடவும் மிகப்பெரிய பிரமாண்டமாகத் தெரியும் புத்தரின் சொற்களில், நானென்னும் அகந்தை அழிகிறது. மற்றவர்களின்மீதான அக்கறையும் அன்பும் மிகுகிறது.

குஞ்னுண்ணியின் கவிதைகள், கொஞ்சம் பழமொழியும் விடுகதையும் கலந்தாற்போன்ற தன்மையை ஏற்படுத்தினாலும், வலுவான சிந்தனைத் தெறிப்புகள் அவற்றிலுண்டு.

பொதுச்சமூகத்தின் மனநிலையைக் கேள்விக்குட்படுத்தி, சின்னப் புன்முறுவலையேனும் நம்மிடமிருந்து வரவழைத்துவிடுவார். வள்ளத்தோள், சங்ஙம்புழ ஆகிய இருபெரும் கவி ஆளுமைகளின் சிந்தனைப்பள்ளியைச் சேராத அவர் கவிதைகள், இலகுவிலும் வெளிப்பாட்டு முறையிலும் எளிதாக ஈர்ப்பவை.

'குஞ்ஞுண்ணியின் குட்டிக்குட்டிக் கவிதைகள்' எனும் தலைப்பில் ஸ்ரீபதி பத்மநாபாவும் சில கவிதைகளைப் பெயர்த்தளித்திருக்கிறார். 'கேரளத்தில் மார்க்ஸ் இறக்கமாட்டார் / மார்க்சிஸம் பிறக்கவுமாட்டாது' என்னும் கவிதையைப் படித்துவிட்டு, அப்போது என்னைச் சந்தித்துவந்த கம்யூனிஸ்டுக்கட்சித் தோழர்களிடம் பகிர்ந்திருக்கிறேன். விமர்சனங்களை வெளிப்படையாக ஏற்கத் தயங்காத மார்க்சியர்கள், அக்கவிதைக்குப் பதிலாகக் `காந்திக்குக் காந்தியே சீடன் / காந்தி சீடர்க்கு உலகத்தில் எல்லோரும் காந்தி சீடராகணும் / தன்னைத்தவிர எல்லோரும் காந்தியாகணும்' என்னும் குஞ்ஞுண்ணியின் மற்றொரு கவிதையைச் சொல்வர்.

பாராளுமன்ற ஜனநாயகத்தை ஏற்றபிறகு புரட்சியே சாத்தியமில்லை எனச் சொல்ல வருவதே முதல் கவிதை. மார்க்சியத்திற்கு மாற்றாகக் காந்தியத்தை முன்வைத்தால் அதிலேயும் சிக்கலிருக்கிறது என்பதாக இன்னொரு கவிதை. இப்படி ஒருவரே இரண்டையும் விமர்சனத்துடன் அணுகியிருக்கிறாரே என்பதுதான் அப்போதும் எனக்கிருந்த ஆச்சர்யம். `புரட்சி எல்லோரும் உற்சாகத்துடன் / நடத்தவேண்டிய விழாவன்றோ' என்றும் குஞ்ஞுண்ணியே எழுதியிருக்கிறார். ஆதரவு, எதிர்ப்பு இரண்டையும் ஒருவர் ஒரேமாதிரி அணுக சித்தப்பிராப்தம் தேவை. எனக்கென்னவோ குஞ்ஞுண்ணி பலநேரங்களில் அப்படித்தான் படுகிறார்.

ஒருமுறை பேராசிரியர் நாச்சிமுத்து `குஞ்ஞுண்ணியின் கவிதைகள் நாராயணகுருவின் சுப்ரமணிய கீர்த்தனத்தையும் பட்டினத்தாரின் பாடல்களையும் உள்ளடக்கியவை' என்றிருக்கிறார். `இத்தினியூண்டு நக்கக் கிடைத்தால் போதும் / அப்பொழுதே போய்விடும் இந்தியனின் புரட்சி' என்னும் கவிதையும் அவருடையது. ஒன்றுடனான ஒட்டுதலும் உறவுமில்லாது எதையாவது நிறுவமுடியுமா என்னும்

கேள்விக்கும் அவர் பதில் வைத்திருக்கிறார். `இருட்டிற்கு ஒரே நிறம் / வெளிச்சத்திற்குப் பலவே' என்று விவாதங்களைக் கடந்துவிடும் விட்டேத்தியான சுவாபமுடையனவே அவர் கவிதைகள். சமயத்தில், இது ஏதோ ஒரு விடலைத்தனத்தின் வெளிப்பாடு என்றுகூட நினைத்திருக்கிறேன். ஆவேசமாகச் சிந்திக்க முடியாதவர், போகிறப்போக்கில் தட்டிவிடுபவை எனவும் எண்ணாமலில்லை.

எல்லாவற்றையும் சந்தேகி என்பதிலுள்ள கருத்தியல் நுட்பத்தை வந்தடையாத வயதில் குஞ்ஞுண்ணியை விளங்கிக்கொள்ள சிரமப்பட்டிருக்கிறேன். காலப்போக்கில் என்னை அவர், ஏறிட்டும் நேரிட்டும் பார்க்க வைத்திருக்கிறார். எதையெடுத்தாலும் கேள்வியெழுப்புவதை அவர் வாடிக்கையாக வைத்திருக்கிறார். கேள்வியைத் தவிர்க்கும் மனம் அவரிடம் இல்லவே இல்லை.

ஒருமுறை ஒரு ஜென் குரு, பயிற்சி முடிந்த தன் சீடனுக்குப் புத்தகம் ஒன்றைப் பரிசளிக்கிறார். அது, வழிவழியாக வரக்கூடிய சம்பிரதாயம். சீடனுக்கோ அப்பரிசை ஏற்பதில் தயக்கமேற்படுகிறது. `எதற்காக இந்தப் புத்தகத்தை எனக்குத் தருகிறீர்கள்' என்கிறான். அவரோ, `இப்புத்தகம் எனக்கு என் குருவினால் வழங்கப்பட்டது. தற்போது நீயுமே என் நிலையை அடைந்துவிட்டதால் உன்னிடம் ஒப்படைப்பதே சரி' என்கிறார். எவ்வளவோ மறுத்தும் அப்புத்தகத்தை அவர் திணிக்கிறார். வேறு வழியில்லாமல் புத்தகத்தைப் பெற்றுக்கொண்ட சீடன், அந்தக் கணமே அதை நெருப்பில்போட்டு எரித்துவிடுகிறான். கவலையுற்ற குரு, `என்ன செய்கிறாய்' என்கிறார்.

அப்பொழுது அவன் `உங்களிடம் கற்றதை' என்று சொல்லிப் பேச்சை நிறுத்திக்கொள்கிறான். இந்தக் கதையின் வழியே பெறக்கூடிய உண்மையின் இன்னொரு பகுதிதான் குஞ்ஞுண்ணியின் கவிதாவிலாசம். கற்பித்த பாடங்களை இதயத்தில் ஏந்திய பிறகு புத்தகங்கள் எதற்கு என்பதும், புதிதாகக் கற்பிக்க எண்ணுபவன் புத்தகங்களுடன் நின்றுவிடுவதில்லை என்பதும் கதையின் உள்ளீடு. புத்தகத்திற்கு மேலேயும் செல்ல வழியிருக்கும்போது மேற்கோள்களுடனும் வலியுறுத்தப்பட்ட கருத்துகளுடனும் நின்றுவிடுவதை குஞ்ஞுண்ணி தவிர்த்திருக்கிறார். ஒரு குரு தன்

சீடனுக்குப் பதில்களைக் கற்றுத்தருவதைக் காட்டிலும் கேள்வி கேட்கச் சொல்லித்தருவதே முக்கியம். ஒருமுறை விநோபா, மோகே பாபாவிடம் `உங்களுக்கு எத்தனை குழந்தைகள்' என்றிருக்கிறார். விநோபாவுடன் மோகே சிறுவயதிலிருந்தே தொடர்பில் இருப்பவர். ஏறக்குறைய ஐம்பத்து ஆறு ஆண்டுகள். நிழலினும் கூடுதலாக உடனிருந்த ஒருவரிடம் விநோபா அப்படியொரு கேள்வியைக் கேட்டதும் மோகே `இத்தனை ஆண்டுகளாக உங்களுடன் இருக்கிறேன். இந்தச் சிறிய கேள்விக்குக்கூட விடை தெரியாதா' என்றிருக்கிறார்.

அதற்கு அவர் `இத்தனை ஆண்டுகளாக நான் இப்படியொரு கேள்வியைக் கேட்டுத் தெரிந்துகொள்ளவில்லை என்பது உண்மைதான். ஏனெனில், அப்போதெல்லாம் நான் கோபாவிற்கு ஜலதோஷமாயிற்றே, அவன் வெந்நீர் குடிக்கிறானா என்றும், ஜயதேவன் தூங்குகிறானா என்றும் கவனத்தில் இருந்ததால் கேட்க மறந்துவிட்டேன்' என்றிருக்கிறார். விநோபாவின் அந்தப் பதிலே மோகே பாபாவிற்கு மேலதிக வாழ்வியல் கேள்விகளைக் கொடுத்து, தீவிரத் தேடலை நோக்கி நகர்த்தியிருக்கிறது.

குஞ்ஞுண்ணியின் கேள்விகள், மறுகேள்விகளைத் தோற்றுவிப்பவை. `நாக்கில் எலும்பில்லாதவர்களுக்கு / முதுகெலும்பும் முடங்கிவிடும்' என்னும் கவிதையை இத்துடன் இணைத்துப் பார்க்கலாம். அவருடைய முதல் கவிதைநூல் `நான்சென்ஸ் கவிதைகள்' எனும் தலைப்பில் வந்திருக்கிறது. அறிவிற்கும் ஞானத்திற்கும் இடையேயான கேள்வியை ஒரு கவிஞனால் மட்டுமே கேட்க முடியும். குழந்தைத்தனமானவை என்று சமூகம் விலக்கியும் ஒதுக்கியும்விடக்கூடியக் கேள்விகளை அவன் கேட்கும்போதுதான் ஞானத்தின் சாளரங்கள் திறக்கின்றன. கருத்து, கொள்கை, கோட்பாடு என வரையறுத்துக் குறிப்பிட்ட வட்டத்திற்குள் சுற்றிச் சுழலாமல் ஒரு சுதந்திரவெளியில் சஞ்சரிக்கும் சக்தியை அவர் கவிதைகள் பெற்றிருக்கின்றன.

முத்தொள்ளாயிரத்தில் ஒரு பாடல் வரும். `அயிற்கதவம் பாய்ந்துழக்கி ஆற்றல்சால் மன்னர்' என்னும் ஆரம்ப வரியை உடைய அப்பாடல் போர் யானையின் வீரத்தை மன்னனுக்குப் பொருத்திச் சொல்வது. அப்பாடலில் அயில்கதவம்,

எயில்கதவம் என இரு சொற்கள் வந்திருக்கும். அயிலென்றால் ஈட்டி. எயிலெனில் அடுத்துள்ள மதில்சுவர். பொதுவாக எதிரி நாட்டுப் படையினர் எளிதாகத் தாக்க முடியாத காப்பரணாக முதலில் அகழி அமைக்கப்பட்டிருக்கும். அகழியைத் தாண்டிக் கோட்டையை நெருங்கினால் சல்லிசில் திறக்க முடியாத அயில், எயில் கதவுகள் வரும்.

எதிரிகள் மூர்க்கமாகத் திறக்க யானையைப் பயன்படுத்தும்போது அயில்கதவுகள், அதாவது ஈட்டிகளால் நிரம்பிய கதவின் முன்பகுதி யானையின் முகத்தில் குத்திக் கிழிக்கும். யானையாலும் திறக்கமுடியாத கதவைத் திறந்து, எதிரியின் அரண்மனையை வெல்லும் ஆற்றல் எம் மன்னனுக்கு உண்டு என்பதாகப் பாடல் செல்லும். எனக்கு குஞ்ஞுண்ணியின் கவிதைகள், அயில் எயில் கதவுகளைத் திறக்கும் யானையாகவே தோன்றும். தத்துவங்களையும் கோட்பாடுகளையும் முட்டித் திறக்கும் பெரும்பலம்கொண்ட யானை அது.

இயல்பில் சிந்தனைத்தளத்தில் இரண்டுவகையான பார்வைகளே உள்ளன. ஒன்று, மேலிருந்து கீழ்நோக்குவது. மற்றது, கீழிருந்து மேல்நோக்குவது. இதுவரை உலகத்தில் ஏற்படுத்தப்பட்டுள்ள அனைத்து இசங்களையும் இந்த இரண்டிற்குள் அடக்கிவிடலாம். குஞ்ஞுண்ணி, இந்த இரண்டிற்கும் இடையிலான சம நோக்குப் பார்வையைத் தம் கவிதைகள்மூலம் செலுத்தியிருக்கிறார். `அகத்தில் ஒரு கடல் / புறத்தில் ஒரு கடல் / அவைக்கிடையில் என் சீரப்பெருங்கரை' என்னும் கவிதையில் அதை விளங்கிக்கொள்ளலாம். அவரே இன்னொரு கவிதையில் `அகத்திலுள்ளது புறத்திலாகும் / புறத்திலுள்ளது அகத்திலாகும் / அகத்தும் புறத்தும் இல்லாதது கவிதையிலாகும்' என்றிருக்கிறார்.

துடுக்குத்தனமும் குறும்புகளுமே அவர் கவிதைகளின் அடிநாதம். அதேசமயம், அக்கவிதைகள் துலக்கும் தத்துவத் தரிசனங்கள் மிக வலுவானவை. என்னை ரொம்பவும் நெருக்கமாக உணர வைத்த இன்னொரு கவிதையுண்டு. அது, மனிதகுலத்தின் போலித்தனங்களைப் பற்றியது. அன்பு, நட்பு, காதல், காமம், ஆசை, அறம் என எதற்கு வேண்டுமானாலும் அதைப் பொருத்திப்பார்த்துத் தெளியலாம். மனிதனின்

அடிப்படைச் சிக்கல்களில் ஒன்று, போலித்தனங்களுக்கு ஆட்படுவது. அத்துடன் அது, போலித்தனமென்று தெரியாமலேயே ஆட்படுவதும்கூட.

குஞ்ஞுண்ணி எது போலித்தனமென்பதையும் தோல்வியென்பதையும்ம் `கபட லோகத்தில் என்னுடைய போலித்தனம் / அனைவரும் காண்பதுதான், என் தோல்வி' என்னும் மூன்றே வரியில் சொல்லியிருக்கிறார். யோசித்துப் பார்த்தால் போலித்தனங்களை நோக்கியே நம்முடைய அன்றாட வாழ்க்கை நகர்கிறது. சொல்பவர், சொல்லப்படுபவர் இருவருக்குமே போலியான பாராட்டுரைகளில் சந்தோசம் ஏற்படுகிறது. அதிநுட்பமான உண்மையின் கண்கள் அவர்களுக்கு இறுதிவரை கிடைப்பதில்லை.

மரணக்கட்டிலில் படுத்திருந்த அம்பேத்கர் உடனிருந்த நானக்சந்த் ரட்டுவிடம் `நான் எல்லாவற்றிலும் உண்மையுடன் தானே நடந்துகொண்டிருக்கிறேன். தனி ஆளாக நின்று அவதூறுகளையும் அவமானங்களையும் சந்தித்திருக்கிறேன். அப்படியிருந்தும் என் சகோதர மக்களில் ஒருசிலர் ஏன் சுயநலத்திற்காகவும் அதிகாரவெறிக்காகவும் என்னைவிட்டு விலகினார்கள்' எனக் கேட்டு விம்மியிருக்கிறார். போலித்தனங்களை நெருங்குகிறவர்கள், உண்மையிடமிருந்து விடைபெறுவது இயற்கையே என அவருக்குத் தெரியாமலில்லை. `ஆனாலும், ஒருநாள் என் மக்கள் என்னுடைய போராட்டங்களைப் புரிந்து விடுதலையை முன்னெடுப்பார்கள்' என்றிருக்கிறார்.

விடையளிக்க முடியாத கேள்விகளின் சதுராட்டத்தை நிகழ்த்துவதுதான் குஞ்ஞுண்ணியின் கவிதைமுயற்சியும். ஆன்மிகத் தேடலிலுள்ள அவருடைய வாழ்க்கைச் சிந்தனை, வேதாந்தத்தின் சாரத்தையும் அதற்கு எதிரான திசையையும் காட்டுகின்றது. கூடையைக் கொட்டிக் கவிழ்க்கிறேன் தேவையானவற்றை எடுத்துக்கொள் என்பதுபோலத்தான். `காலம் இல்லாததாகிறது / தேகம் இல்லாததாகிறது / கவிதையே நீ வரும்போது / நானும் இல்லாமல் போகிறேன்' என்னும் கவிதையைப் பலமேடைகளில் சொல்லியிருக்கிறேன். ஒரு கவிஞனின் அல்லது எழுத்தாளனின் மிக அந்தரங்கமான உணர்வு அது. அம்பலத்தில் தன்னை நிறுவிக்கொள்ள

முடியாத துக்கத்தின் பரிதவிப்புகள் வெளியே தெரியாதவை.

எழுத்தைத் தொழிலாகவும் வாழ்வாகவும் கொண்டுவிட்ட எனக்கும் எப்போதாவது சோர்வும் அதிருப்தியும் ஏற்படுவதுண்டு. ஒருநல்ல பாடலை யாராவது நிராகரித்தாலோ என்மீது ஏதேதோ காரணங்களால் துவேஷத்தைத் துப்பினாலோ உடனே, கவிஞன் என்கிற கவசத்தைக் கழற்றி எறிந்துவிடுவேன். நானும் இல்லாமல் போகிறேன் என்பதுமாதிரியான காரியம் அது. அதற்கும் குஞ்ஞுண்ணியே காரணம்.

அவரே 'எழுதி ஈட்டுவது உத்தமம் / உழுது ஈட்டுவது அதி உத்தமம்' என்று சொல்லிய பிறகு, என் எழுத்தை விமர்சிப்பவர்களைக் கடிந்துகொள்ளத் தோன்றுவதில்லை. உள்ளே ஆவேசமும் வெளியே ஆகாசமும் உள்ளவரை, குஞ்ஞுண்ணியும் என்னுடனே இருப்பார். அழுதுவடியும் பிரேம்குமாராயிருந்த என்னை, உற்சாகம் ததும்பும் ஆனந்தகுமாராக்கிய மாஸ்டருக்கு நன்றியும் வாழ்நாள் வணக்கங்களும்.

உயிரில் கலந்து பாடும்பொழுது

திரையிசையின் ஆகச்சிறந்த ஆளுமையாக அறியப்பட்ட இளையராஜா, பாடலாசிரியராகவும் பரிணமித்த `இதயம் ஒரு கோயில்' திரைப்பாடலைக் கேட்டுக்கொண்டிருந்தேன். 1985இல் வெளிவந்த `இதயக்கோயில்' திரைப்படத்தில் அப்பாடல் இடம்பெற்றிருக்கிறது. பாடலாசிரியரும் பத்திரிகையாளருமான எம்.ஜி.வல்லபன் எழுத வேண்டிய பாடல். ஏதேதோ பல்லவிகளை அவர் எழுதிய போதிலும், மெட்டிற்குத் தோதாக அவை அமையாததால் தாமே அப்பாடலை எழுதும்படி ஆயிற்று என்று ஒரு நேர்காணலில் இளையராஜா பகிர்ந்திருக்கிறார்.

இசையமைப்பாளரின், இயக்குநரின் தேவையும் விருப்பமும் எவையெனத் தெரியாமலோ புரியாமலோ எழுதப்படும் வரிகள், ஏற்கப்படுவதில்லை. எத்தனையோ அதி அற்புதப் பாடல்களை எழுதிய வல்லபன், அப்பாடலின் சந்தத்திற்கு எழுதிய வரிகள் பொருத்தமாக அமையாமல் போனதற்குக் காரணம் என்னவென்று தெரியவில்லை. சந்தங்களை வரிகளாக மாற்றும்பொழுது ஏற்படும் சிக்கலையும் மனநிலையையும் விவரித்து எழுதினால் பல பக்கங்கள் விரியும் என்பதால் விட்டுவிடுகிறேன். கம்பனே ஆனாலும், ஒருசில மெட்டுகளுக்கு வார்த்தைகளை அத்தனை

எளிதாக அமைத்துவிடமுடியாது. கதையையும் சூழலையும் உத்தேசித்து, அதேசமயம் மெட்டையும் கிரகித்து எழுதுவது சாதாரண விஷயமல்ல.

ஒருவருக்கு மிகக் கடினமாகத் தோன்றும் மெட்டு, இன்னொருவருக்கு வெகு எளிதாகத் தெரியும். அந்தந்த நேரத்து மனநிலையும் அணுகுமுறையும் ஒரு மெட்டை அழகாகவும் அழகில்லாமலும் ஆக்கிவிடுபவை. எனவே, வல்லபன் அம்மெட்டை எப்படி அணுகினார் என்பதும், என்னென்ன பல்லவிகளை எழுதினார் என்பதும் நமக்கு முக்கியமில்லை. இசையமைப்பாளராக மட்டுமே பார்க்கப்பட்ட இளையராஜா, அப்பாடலின் மூலம் பாடலாசிரியராகவும் மாறியிருக்கிறார். இசைக்கு ஏற்ற வார்த்தைகளைத் தருவித்துத் தருபவராக அவரைப் பலமுறை உணர்ந்த எனக்கு, அச்செய்தி ஆச்சர்யம் தரவில்லை. மெட்டமைத்துத் தருவதுதானே இசையமைப்பாளரின் வேலை. அதைச் செய்வதுடன் நில்லாமல், அவர் எதற்குப் பாட்டெழுதவும், பாடவும் துணிகிறாரென்று பலபேர் அக்காலத்திலேயே கேட்டிருக்கிறார்கள்.

இன்னார் இதைத்தான் செய்யவேண்டுமெனக் கருதும் சனாதனச் சார்புடையவர்கள், இதற்காகவும் இளையராஜாவை விமர்சித்து இன்றுவரை எழுதிவரும் கட்டுரைகள், குப்பைக்கு உகந்தவை. ஒருவருக்கு ஒன்றுக்கும் மேலான திறமைகள் இருப்பதை ஏற்காத மனம், நோய்மையுடையது. இசைப்பாடல் குறித்த இளையராஜாவின் பரந்துவிரிந்த அனுபவம், அவருக்கு முன்னிருந்த இசையமைப்பாளர்கள் வேறு எவருக்கும் வாய்க்காதது. பாடல்வரிகளிலும் பாடும் முறையிலும் அவர் சொல்லும் திருத்தங்கள் தலையீடுகள் அல்ல, தகுதிவாய்ந்த ஆக்கத்திற்கான செயலூக்கிகள். என்வரையில் அவர் தலையீடுகள், பெரும்பாலும் நன்மையே பயத்துள்ளன. திரையிசையை உள்வாங்கும் திறனற்றவர்கள், இளையராஜாவை எப்படியாவது கீழிறக்கும் தந்திரங்களில் இதுவும் ஒன்று.

'இதயம் ஒரு கோயில்' எனும் பல்லவி தாங்கிய பாடலை வேறு யார் எழுதியிருந்தாலும் இத்தனைச் சிறப்பாக வந்திருக்குமா என யோசிக்க இடமில்லை. எனில்,

இசையையும் காதலையும் ஒப்பிட்டு அவர் எழுதியிருக்கும் வரிகள், அபாரமானவை. அத்துடன், இசையை அவர் எவ்விதம் தரிசிக்கிறார் எனவும் அப்பாடலில் தந்திருக்கிறார். 'ஆத்மராகம் ஒன்றில்தான் ஆடும் உயிர்கள் என்றுமே' என்னும் வரியிலும், 'உயிரின் ஜீவநாடிதான் நாதம், தாளம் ஆனதே' என்னும் வரியிலும் இளையராஜாவின் இசை குறித்தப் புரிதலை உள்வாங்கலாம். 'உயிரில் கலந்து பாடும்போது எதுவும் பாடலே' என்பதை வெறும் வார்த்தைகளாக அல்லாமல், தன்னுடைய இசை வாழ்வின் அல்லது இசைப்பயணத்தின் கொள்கையாக வரித்திருக்கிறார்.

உயிரில் கலந்து பாடப்படும் எதுவுமே பாடலென்னும் தீர்க்கத்திற்குப் பின்னே இசையின் சமத்துவத்தைச் சொன்னதாகவே எனக்குப் படுகிறது. ஒலிகள் யாவிலும் இசையை உற்றுணர்ந்த ஒருவரால் மட்டுமே அப்படி எழுத முடியும். மேலோட்டமாகப் பார்த்தால் இசைக்கு மொழியே இல்லை என்பதுபோலத் தோன்றும். ஆனால், அவர் சொல்ல வருவது பேதமற்ற இசை.

மொழியை, இனத்தை, பிரதேசத்தை, பற்றுகளை விட்டொழித்த இசை. சகல உயிர்களுக்கும் சர்வ தேசியத்திற்கும் பொதுவான இசை. அது சாத்தியப்படுவதற்கான காலத்தையும் சூழலையும் நோக்கிய அவர் முயற்சிகள், வெவ்வேறு படிநிலைகளில் இருந்து அணுகப்பட வேண்டியவை. அவர் அப்பாடல் வரிகள்மூலம் தெரிவித்திருப்பது, பாவத்தையும் இராகத்தையும் முதன்மையாகக் கொள்ளும்பட்சத்தில் உயிரை உருக்கும் இசை வெளிப்படும் என்பதுதான்.

இசைக்குப் பொருத்தமற்ற சொல்வோ சொல்லுக்குப் பொருத்தமற்ற இசையோ ஆத்மாவைத் தொடுவதில்லை என நம்பும் அவர், இசையை அடிநெஞ்சின் பிரவாகமாக முன்வைக்கிறார். அறிவைவிட, உணர்வுகளே ஒரு பாடலுக்கு அடிப்படை என்பதில் அவருக்குள்ள தெளிவை ஆராய வேண்டிய அவசியமில்லை. சந்தத்தைக் கேட்ட மாத்திரத்தில் மனம் எந்த வார்த்தையைத் தருவிக்கிறதோ அதை அப்படியே எழுதிப் பழகு என்றுதான் வலியுறுத்துவார். பாடலின் வரிகள் பல்வேறு அடுக்குகளாக அமைந்தாலும், அது சொல்லவரும் தொனியை விட்டுவிடக் கூடாதென்றே விளக்கியிருக்கிறார்.

ஒருசில பாடல்களை எழுதும்போது என்னையுமறியாமல் அல்லது நானே யோசிக்காத வரிகள் வந்துவிழும். தன்னியல்பாக வந்துவிழும் அவ்வார்த்தைகள், இசையுடன் பொருந்திப் போவதையும், ஆக்கப்பட்ட அவ்வார்த்தைகளை மற்றவர்கள் சிலாகிப்பதையும் பார்த்திருக்கிறேன். `எப்படி இந்த அற்புதமான வரிகளை எழுதினீர்கள்' எனக் கேட்டால் சொல்லத் தெரியாது. 'எப்படியோ எழுதினேன்' என்றுதான் சொல்வேன். இசையின் மிதமிஞ்சிய சக்தி, உள்ளிருக்கும் உணர்வுகளை உரிய பதங்களாக மாற்றிவிடுகிறது.

இறை நம்பிக்கையுள்ளவர்களுக்கு அது தெய்வச் செயலாகத் தெரியலாம். எனக்கோ தொடர் செயல்பாட்டில் விளையும் ஒருவிதப் பக்குவமாகத் தோன்றும். 'காமம் தேடும் உலகிலே கீதம் என்னும் தீபத்தால் / இராம நாமம் மீதிலே நாதத் தியாகராஜரும் / ஊனை உருக்கி உயிரில் விளக்கை ஏற்றினாரம்மா' என அப்பாடலில் இளையராஜா எழுதியிருக்கிறார்.

இராம நாமத்தைப் பற்றிக் கொண்டதால் மட்டுமே தியாகராஜருக்கு நாத சூட்சமங்கள் பிடிபட்டன என இளையராஜா நம்புகிறார். அது அவருடைய நம்பிக்கை. அந்நம்பிக்கையைக் கட்டுடைப்பதோ கேள்வி கேட்பதோ நம்முடைய வேலையில்லை. இளையராஜா அப்பாடலில் இசையின் பிதாமகனாகத் தியாகையரை எழுதியிருப்பதால், தெலுங்குக் கீர்த்தனைகளையே அவர் அதிகமும் ஆதரிக்கிறவர் எனக் கருதிக்கொண்டால் அதைவிட, அறியாமை எதுவுமில்லை.

இளையராஜாவே அடிக்கடி சொல்வதுபோல அவரைப் பொருத்தவரை இசைக்கு மொழியுண்டு. ஆனால், அது இசையைவிட மேலானதில்லை. ஒரு படைப்பிலோ பாடலிலோ அதை நுகர்பவனின் பங்களிப்பையும் கோருபவராக அவர் இருக்கிறார். திரைகளோ திசைகளோ இல்லாத இசை, அடையாளமற்றது. தெள்ளத் தெளிவாகத் தெரியாத ஒன்றின் ஊடாட்டமே இசையென்பதையே அவர் அப்பாடலின் மூலமும் அறிவிப்பது. `அவர் பாடலின் ஜீவன் அதுவே அவரானார்' என்னும் ஒருவரியில் தியாகையரின் முழுமையை இளையராஜா கண்டிருக்கிறார். தென்னக இசை வளர்ச்சிக்கும்

மேம்பாட்டிற்கும் தியாகையரின் பங்களிப்பு அளப்பரியது. அதை முழுவதுமாக அறிந்தும் அளந்தும் சொல்லுமிடத்தில் நானில்லை. ஒருமுறை கோபாலகிருஷ்ண பாரதியாரைச் சந்தித்த தியாகைய்யர் `ஸ்ரீராமஸீதா அலங்கார ஸ்வரூபா' என்னும் கீர்த்தனையைப் பாடிவிட்டு, `இதே இராகத்தில் நீங்கள் ஏதேனும் கீர்த்தனைகளைச் செய்திருக்கிறீர்களா' எனக் கேட்டிருக்கிறார்.

அப்போது ஒன்றும் சொல்லாமல் மௌனமாக வீடு திரும்பிய கோபாலகிருஷ்ண பாரதியார், மறுநாள் அதே இராகமான ஆபோகியில் `சபாபதிக்கு வேறுதெய்வம் சமானமாகுமா' எனும் கீர்த்தனை இயற்றிப் பாடிக் காண்பித்திருக்கிறார். எது இராகமென்றே பிடிபடாத ஒருவர், தியாகையரையும் கோபாலகிருஷ்ணபாரதியையும் விளங்கிக்கொள்ள வழியில்லை.

தெலுங்கில் பாடிக்காட்டிய கீர்த்தனையை உள்வாங்கிய கோபாலகிருஷ்ண பாரதி, அதே சுவையைத் தமிழிலும் ஆக்கிக் காட்டியதைத் தியாகையர் வியந்திருக்கிறார். உயிரில் கலந்து பாடும்பொழுது இருவருக்குமே மொழி முக்கியமாகப்படவில்லை. பாரதியை வியந்த தியாகையர், பாடலைக் கேட்ட மாத்திரத்தில் அன்பையும் ஆசீர்வாதத்தையும் வழங்கினாரென்பது வரலாறு. இரண்டுபேருக்கும் இடையே தெலுங்கோ தமிழோ குறுக்கிடவில்லை. பக்தியும், அப்பக்தியில் விளைந்தஈ இராகத்தின் பவிசுமே அவர்கள் இருவருக்கும் ஆனந்தத்தைத் தந்திருக்கின்றன. `நீயும் நானும் ஒன்றுதான் எங்கே பிரிவது' என்னும் வரியை, தியாகைய்யருக்கும் கோபாலகிருஷ்ணபாரதியாருக்கும் நடுவே இருந்த நட்பையும் காதலையும் சொல்வதாகப் புரிந்துகொள்ளலாம்.

அத்துடன், இராமநாமத்தைத் தொடர்ந்து சொன்னதாலோ ஜெபித்ததாலோதான் தியாகையரிடம் இசைப் பெரும்பேறாக பீறிட்டதெனச் சொல்வது இளையராஜாவின் நம்பிக்கை. அக்கூற்றை இராமனை வழிபடாதவர்கள் ஏற்க வழியில்லை. அறிவுக்குக் கேள்வியுண்டு. ஆனால், நம்பிக்கைகளுக்குக்கோ பக்தியும் பரவசமும் போதுமானவை. அரூப இசையின் மாயங்களை வார்த்தைகளால் கட்டியெழுப்பவோ நீட்டித்து

நிலைநிறுத்தவோ முடியாதென்னும் தெளிவிலிருந்தே அவ்வார்த்தைகளை அவர் வழங்கியிருக்கிறார். என்றாலும், மொழியைத் தவிர்த்த இசையினால் உணர்வுகளை அட்சரம் பிசகாமல் வெளிப்படுத்த இயலுமா என்பதில் எனக்குத் தெளிவில்லை. ஒருவேளை இசையில் மேன்மேலும் உட்கரைந்து, இன்னும் பலபடிகளைத் தாண்டினால் பிடிபடுமோ என்னவோ?

இசைக்கு வார்த்தைகள் முக்கியமில்லையென இளையராஜா எண்ணியிருந்தால், வல்லபனின் வார்த்தைகளே போதுமென்று விட்டிருப்பார். அப்படியல்லாமல் தாமே பொருத்தமான வார்த்தைகளை எழுதக் காரணம், மொழிக்கு அவர் கொடுத்த முக்கியத்துவம் அல்லாமல் வேறென்ன? எதுவும் இசையென்று அவர் எழுதியிருந்தாலும், வார்த்தைகளின் அமைப்பில் அவருக்குள்ள பாண்டித்தியம் கவனிக்கத்தக்கது. அண்டவெளியெங்கும் இசையே வியாபித்துள்ளது எனினும், கருவிகளும் வார்த்தைகளும் அவசியமற்றுப் போவதில்லை. சைவ சமயத்தைப் பரப்புவதில் அக்கறை கொண்ட ஞானசம்பந்தரும், திருநீலகண்டரும் பல்வேறு சிவத்தலங்களுக்குப் பயணம் செய்திருக்கின்றனர்.

ஞானசம்பந்தரின் பதிகங்களை நீலகண்டர் யாழில் வாசித்து, பக்தியையும் இசையையும் வளர்த்தவர் என்பது தெரியதாதல்ல. ஒருகட்டத்தில் நீலகண்டரின் யாழிசையால்தான் சம்பந்தரின் பதிகங்கள் சிறப்புப் பெறுவதாகவும் பேச்சு எழுந்திருக்கிறது. அதைக்கேட்டுப் பதறிப்போன நீலகண்டர், யாழில் வாசிக்க முடியாத பதிகம் ஒன்றைப் பாடும்படி ஞானசம்பந்தரிடம் கேட்டிருக்கிறார். அவரும் `மாதர் மடப்பிடி யும்மட வன்னமு மன்னதோர்' என்னும் பதிகத்தைப் பாடவே, அதை நீலகண்டர் யாழில் வாசிக்க முடியாமல் திணறியிருக்கிறார்.

பதிகத்தை வாசிக்க முடியாத யாழை முறித்துப்போட நீலகண்டர் துணிந்தபோது, `சிவந்த சிவனுடைய பெருமையை மனிதர்களால் ஆக்கப்பட்ட யாழினால் இசைக்க இயலாது' எனக்கூறி, யாழ்முறிவைத் தடுத்ததாகவும் சேக்கிழார் தம் புனைவில் குறிப்பிட்டிருக்கிறார். பாணர் குலத்தைச் சேர்ந்த நீலகண்டரின் யாழிசையைவிட, பார்ப்பனாராகிய சம்பந்தரின் பதிகமே உயர்ந்ததென்று நிறுவுவதற்காகச்

சேக்கிழார் அப்படியொரு புனைவைச் செய்திருக்கிறார் எனப் பார்ப்பவர்கள் உண்டு. கருவிகளால் வாசிக்க முடியாத இசையை வார்த்தைகள் வைத்துள்ளன என அறிவிக்கவே சம்பந்தர் அப்பதிகத்தைப் பாடியிருக்கலாம் என எனக்குத் தோன்றுகிறது. பக்தி இலக்கியங்கள் தோன்றியதன் பின்னணியில் மொழிகுறித்த அக்கறைகளும் இல்லாமல் இல்லை. 1968இல் இசைமணி கா. சங்கரனார் எழுதிய `இசைமரபு' நூலில் `கமகம் வளர்ந்த வரலாறு' என்றொரு கட்டுரை இருக்கிறது. அக்கட்டுரையில் சேக்கிழாரின் புனைவும், யாழிசையின் அமைப்பும் விவரிக்கப்பட்டுள்ளன.

யாழில் நரம்புகளைத் தாங்குவதற்கான தண்டும், விரல் பலகையும் இல்லாத காரணத்தால் கமகத்தை இயக்க முடியாமல் நீலகண்டர் திணறியிருக்கலாம் எனவும் தெரிகிறது. யாழின் குறையை நீக்கி, எளிதாக எல்லா கமகத்தையும் வாசிக்கக் கண்டுபிடிக்கப்பட்டதே வீணை என்னும் செய்தியைப் பலர் அறிந்திருக்கலாம். வேறு மொழிகள் எப்படியோ எனக்குத் தெரியாது. ஆனால், தமிழைப் பொருத்தவரை அது, இசைக்கு விரோதமானதில்லை.

சாஸ்தீரிய சங்கீதக் கட்டமைப்பு வருவதற்கு முன்பே பண்களின் வழியே இசையைத் தமிழ் தன்னுள் சுவீகரித்து வைத்திருக்கிறது. ஒலியின் பண்பே இராகமென்று உணர்ந்தவர்களே தமிழர்களென்னும் குறிப்பும் மிகையில்லை. குறில், நெடில் கணக்குகளை வைத்து, இசையை சங்கரனார் விளக்கியுள்ள பகுதிகள் அந்நூலின் விசேஷம். குற்றொலியும் நெட்டொலியும் இராகத்தில் எவ்விதம் வினையாற்றுகின்றன என்பதை உயிரெழுத்துகளை வைத்தே உணர்த்தியிருக்கிறார். குறில் ஐந்தும், நெடில் ஏழும் இசையின் குறிப்புகளாக அமைந்துள்ள ஆச்சர்யத்தைத் தனியாக எழுத வேண்டும்.

இசையும் மொழியும் பயிற்சியினால் வசப்படுபவை என்பதற்கு மாற்றாக, இறையருள் சித்தமென்று இளையராஜா அப்பாடலில் சொல்கிறார். இறையருளைப் பெறாதவர்கள் இசையின் மேன்மைக்கு இலாயக்கற்றவர்களா என்பது வேறு விவாதம். ஒன்றைப் புனிதப்படுத்துவதன்மூலம், அது அனைவருக்குமான வெளியிலிருந்து விலக்கப்படுகிறது. இசையோ மொழியோ எதுவானாலும் ஓரளவுக்குமேல்

கொண்டாடுவதிலும் புனிதப்படுத்துவதிலும் பிரச்சினை இல்லாமல் இல்லை. மொழியைவிட, இசை மூத்தது. அதேசமயம் இசையை இன்றளவும், கைக்குழந்தையைப்போலக் கக்கத்தில் சுமந்து வருவது மொழியே என்பதுதான் தமிழிசை ஆர்வலர்களின் எண்ணம். தியாகையர் தெலுங்கில் பாடியளித்த அத்தனை கீர்த்தனைகளும் அற்புதமானவையெனில், அது அவர் உயிர் உருகப் பாடியதால் நிகழ்ந்ததே அன்றி தெலுங்கில் பாடியமையால் கிடைத்ததன்று. தியாகையரைத் தவிர, எத்தனையோ இசைமேதைகள் தெலுங்கில் பாடியிருக்கிறார்கள். எனினும், எல்லோருக்கும் தியாகையரின் கீர்த்தியும் பெருமையும் கிடைத்துவிட்டனவா என்ன?

உ.வே.சாமிநாதையரின் இசைக்கட்டுரைகளில் பெரிய வைத்தியநாதையர் என்பவரைப் பற்றிய குறிப்பு வருகிறது. அந்தப் பெரிய வைத்தியநாதையர், சங்கீத சாகரத்தில் முங்கியெழுந்து முத்துக்களைத் தருவிப்பவராக அக்காலத்தில் இருந்திருக்கிறார். புதுக்கோட்டை சமஸ்தானத்தின் தலைமைச் சங்கீத வித்வானாகவும் சில காலம் பணியாற்றிய பெருமை அவருக்குண்டு. அவர் பாடியவிதமும் அதை இரசித்தவர்களின் மனநிலையும் எத்தகைய விளைவை ஏற்படுத்தின என்பதுபற்றி உ.வே.சா எழுதியுள்ளதை வாசித்து, ஒரு நாள் முழுக்க மலர்ச்சியில் தத்தளித்தேன்.

உதட்டிலிருந்து பாடுவதற்கும் உயிர் உருகப் பாடுவதற்குமுள்ள வித்யாசத்தை அச்சம்பவம் உணர்த்திற்று. பெரிய வைத்தியநாதையர் எட்டையபுர சமஸ்தானத்திற்கு ஒருமுறை பாட அழைக்கப்பட்டிருக்கிறார். மைனராக இருந்த எட்டையபுர ஜமீன்தார், உரிய வயதை எட்டியதால் அரசாங்கத்திடமிருந்து ஆட்சிப்பொறுப்பைப் பெற்றுக்கொள்ளும் விழா அது.

அவ்விழாவில் ஜில்லா கலெக்டர், ஜில்லா சர்ஜன் ஆகியோருடன் அண்மையிலுள்ள சமஸ்தான ஜமீன்களும் அழைக்கப்பட்டிருக்கிறார்கள். வந்தவர்களை உபசரித்து கௌரவிக்க, விருந்தும் இசைக் கச்சேரியும் ஏற்பாடு செய்யப்பட்டிருக்கின்றன. வயதிலும் பெருமையிலும் மூத்தவர் என்பதால் முதலில் பாட பெரிய வைத்தியநாதையர்

அனுமதிக்கப்பட்டிருக்கிறார். அவரும் நிதானமாகப் பாட ஆரம்பித்து, மெல்ல மெல்ல சங்கீதத்தின் உச்சிக்குப் போயிருக்கிறார். விழாவுக்கு வந்திருந்தவர்கள் அவர் பாடலைக் கேட்டு உற்சாகத்தில் திளைத்திருக்கின்றனர். எதிரே இருப்பவர்கள் கொண்டாடுகிறார்கள் எனத் தெரிந்ததும் அவருக்கு நிலைகொள்ளவில்லை. மேலும் மேலும் இராகத்தை ஆலாபனை செய்வதாக நினைத்து, அங்கசேஷ்டைகளில் ஈடுபட்டிருக்கிறார். வலிப்பு வந்ததுபோல என உ.வே.சா குறிப்பிடுகிறார்.

ஒருகட்டத்தில் உச்சிக்குடுமி அவிழ்ந்து காற்றில் பறந்திருக்கிறது. அப்போதும் அதைக்கூடப் பொருட்படுத்தாமல் அவர் கையையும் முகத்தையும் வெவ்வேறு கோணத்திற்குக் கொண்டு போயிருக்கிறார். பாடலைக் கேட்டுக்கொண்டிருந்த பலருக்கும் சங்கீதமும் வித்வானும் திசைமாறி வேறு எங்கேயோ போவது புரிந்திருக்கிறது. இப்படியே இவரைப் பாடவிட்டால் கொஞ்ச நேரத்தில் அவர் உயிருக்கே ஆபத்து நேர்ந்துவிடுமோ எனவும் தோன்றியிருக்கிறது. எப்படியாவது அவர் பாடுவதை நிறுத்தாவிட்டால் மங்கலவிழா, மரணவிழாவாக மாறிவிடுமோ எனப் பயந்த அதிகாரிகள், பதறிப்போய் மிக நாகரிகமாக அவரை மேடையிலிருந்து இறக்கியிருக்கிறார்கள். உயிர் உருகப் பாடுவதாகக் கற்பனை செய்து, எதிரே இருப்பவர்களின் உயிரைப் பற்றி அக்கறையில்லாமல் அல்லது தன்னுடைய உயிரே போகுமளவுக்குப் பாடுவது சங்கீதமன்று.

உள்ளிலும் உள்ளாகப் பயணிக்கும் இசையை, வேகமாகவும் விபரீதமாகவும் வெளிப்படுத்துவதுகூட இசைக்குச் செய்யும் துரோகமென்றே இளையராஜாவும் கருதியிருக்கிறார். உயிர் உருகப் பாடுவதற்கு இசை எவ்வளவு முக்கியமோ அந்த அளவுக்கு மொழியும் முக்கியமென்று சொல்வது அரசியல் அன்று. மொழியும் இசையும் இயைந்து வரும்போதுதான் அது, உள்ளத்தையும் உணர்வையும் தொடுகிறது.

தென்னக இசையின் உள்ளீடுகளை, மொழிக்கு அப்பாற்பட்ட விஷயமாகச் சொல்ல முயன்றதால் இசைத்தமிழும் தமிழிசையும் இயக்கமாக எழ வேண்டிய சூழல் ஏற்பட்டிருக்கிறது. இளையராஜாவின் திரையிசை, இரண்டையும் உட்செரித்து உருவான கலவை. ஒருபக்கம்

தமிழ்ப் பண்களின் அமைப்பையும், இன்னொரு பக்கம் கருநாடக இசையின் தன்மையையும் அவருடைய பல பாடல்களில் காணலாம். கருநாடக இசையே, தமிழ்ப் பண்களின் அமைப்பிலிருந்து உருவானதுதான் என ஆய்ந்தளித்த மு.ஆபிரகாம் பண்டிதரை இந்த இடத்தில் நினைக்க வேண்டும். இசையைத் தமக்குரியதாக நிறுவி, தமிழுக்கு எதிரான காரியங்களில் சனாதனக் கும்பல் ஈடுபட்டபோது, அதை முறியடிக்க முனைந்த முதல் நபராக அவரைச் சொல்லலாம். ஒலிகளின் ஒத்திசைவிலிருந்து பிறக்கும் இசைக்கு, மொழியே பிரதானமென்பது பண்டிதரின் பார்வை.

அதாவது, மொழி முக்கியமில்லை என்று சனாதனம் தொடர்ந்து குரலெழுப்பிய நிலையில், மொழியில்லாமல் இசையே இல்லை என்று அவர் முழங்க ஆரம்பிக்கிறார். அவர் ஆக்கி அளித்துள்ள 'கர்ணாமிர்த சாகரம்' இசையைத் தமிழாகவும் தமிழை இசையாகவும் பார்த்திருக்கிறது. அவரே சிலப்பதிகார இசை நுணுக்கங்களையும் சங்க இலக்கிய இசையியல்புகளையும் முதன்முதலில் ஆய்ந்து அறிவித்த பெருமைக்குரியவர்.

'சங்கீத ரத்னாகரம்' முதலிய வடமொழி நூல்களை வைத்துக்கொண்டு இசையாராய்ச்சிகளை நிகழ்த்தியவர்கள் மத்தியில், இரண்டாயிரம் ஆண்டுகளுக்கு முன்பே தமிழர்களிடம் நிலவிய இசையிலக்கணத்தைச் சிலப்பதிகாரத்தின் துணையுடன் வடிவமைத்துத் தந்திருக்கிறார். நான்கு பாகங்களில் 1346 பக்கங்கள். இசை ஆய்வுப் பரப்பில் மிக நீண்ட முயற்சியை அவர் மேற்கொண்டிருக்கிறார். இறுதியில் அவரே காண முடியாமல் திகைத்த இடங்களும் உண்டு என்று 'தமிழிசைக் கலைக் களஞ்சியம்' சொல்கிறது. பாரதிதாசன் பல்கலைக் கழகம் வெளியிட்டுள்ள தமிழிசைக் கலைக் களஞ்சியத்தில், இசையிலும் தமிழிலும் தென்படும் சகல தன்மைகளும் நுட்பங்களும் தொகுக்கப்பட்டுள்ளன.

இசைக்கு மொழி தேவையா, தேவையில்லையா என்பது பண்டிதருக்குப் பிரச்சனையில்லை. மொழி ஒவ்வொன்றிலும் இசை இருக்கிறது என்பதுதான் அவர் ஆய்வின் தொடக்கம். சமஸ்கிருதமோ தெலுங்கோ இன்னபிற மொழிகளோ

இசைக்கு உகந்ததென்று வாதிடும்பட்சத்தில் ஏனைய மொழிகளைவிட, தமிழுக்குத் தொன்மையும் இலக்கணமும் உண்டென்று காட்டுவதே அவர் முயற்சிகள். அதற்காக அவர் இசையைக் கற்றிருக்கிறார். ஆய்வை நிறுவுவதற்காக அக்காலத்தில் வாழ்ந்த ஆகப்பெரும் இசையாளுமைகளுடன் இணைந்து இசை மாநாடுகளை நடத்தியிருக்கிறார். 15முதல் 20ஆம் நூற்றாண்டுவரை தமிழும் இசையும் இருண்ட காலத்தில் இருந்ததாகக் கணிக்கும் அவர், வடமொழி நூல்களின் அடிப்படையில் சொல்லப்பட்ட இருபத்திரண்டு சுருதிக்கணக்கு முறையில் குறைபாடுகள் உள்ளன என்றும், இருபத்து நான்கே ஏற்புடையதென்றும் கூறியிருக்கிறார்.

பண்டிதரின் இசைத்தமிழ் ஆய்வுகளுக்குள் நுழைந்தால் ஆச்சர்யங்களுக்கு நிகராகத் தமிழின் பெருதமிதங்களும் தென்படுகின்றன. திரைப்பாடலே ஆனாலும் குறில், நெடில், ஒற்று கணக்குகளை உத்தேசிக்காமல் எழுத முடியாது. எங்கே குறில் வருகிறதோ அங்கே நெடிலைப் பயன்படுத்தினால் பாடுவதில் சிரமம் ஏற்படும். அதேபோல நெடிலுக்குப் பதிலாகக் குறிலைப் பயன்படுத்தினாலும் மொழியழகு கெட்டுவிடும்.

உதாரணத்திற்கு, 'இதயம் ஒரு கோயில்' திரைப்பாடலில் மூன்று சரணங்கள் இடம்பெற்றுள்ளன. அம்மூன்று சரணத்தின் முதல் வரிகளையும் சீர்பிரித்துப் பார்த்தாலே குறில், நெடில் கணக்குகளின் வழியே இசை உருவாகும் விந்தையை உணரலாம். மாத்திரை அளவுகளாக வார்த்தைகளைக் கணக்கிட்டுப் பார்த்தாலும் ஓரிரு மாத்திரைகள் வித்யாசத்தில் ஓர் இசைப்பாடலின் அழகு எப்படி மேலும் கீழும் மிளிர்ந்து இராகங்களாக மாறுகின்றன என்பதை இரசிக்கலாம்.

ஆத்ம இராகம் ஒன்றில்தான், காமம் தேடும் உலகிலே, நீயும்நானும் போவது என மூன்று சரணத்திலுமுள்ள மாத்திரை அளவுகள் வேறுபடுகின்றன. ஆனால், இணைந்துவரும்போது ஒலியளவின் மாறுபாடுகள் தெரிவதில்லை. 'பாதை ஒன்று ஆனபோதும் திசைகள் வேறு' என்றொரு வாக்கியம் அப்பாடலில் வருகிறது. பொருள்பொதிந்த அவ்வார்த்தை காதலுக்குரியது மட்டுமன்று, இசைப்பாடலுக்கான

இலக்கணமும்கூட. இதே சந்தத்திற்கு வல்லபனோ நானோ வேறு விதமாகச் சிந்திக்கலாம். மாத்திரை அளவுகள் முன்பின்னாக மாறினாலும் குறில், நெடில் என்கிற பாதையை விட்டுவிடமுடியாது. எங்கெங்கே வார்த்தையை இணைக்கலாம். எங்கெங்கே வார்த்தையைத் தனித்துச் சொல்ல வேண்டும் எனத் தெரிவதுதான் பாட்டியல் நுட்பம். இளையராஜாவுக்கு இசைக்கணக்கும் மொழிக்கணக்கும் அத்துபடியென்பதால் இடறலே இல்லாமல் முழுப்பாடலையும் தந்திருக்கிறார். உயிரில் கலந்து பாடும்பொழுது எதுவும் பாடலே என்று இளையராஜா சொல்வது, 'அந்தத் தமிழின்பத் தமிழெங்கள் உயிருக்கு நேர்' என்று பாரதிதாசனும் சொன்னதுதானே?.

சரஸ்வதி கடாட்சம்

மணிக்கொடி இதழுக்குப் பின் தமிழிலக்கியத்தை முன்னோக்கி நகர்த்திய பத்திரிகைகளில் ஒன்று, சரஸ்வதி. பெயர்தான் சரஸ்வதியே தவிர, அதை நடத்திய விஜயபாஸ்கரனோ மார்க்சிய அணுகுமுறையைக் கொண்டவர். எழுத்தாளர் ஜெயகாந்தன், ஜி.நாகராஜன், கு.சின்னப்பபாரதி, எஸ்.பொன்னுத்துரை, அ.முத்துலிங்கம் போன்றோர் அப்பத்திரிகையின் வாயிலாகவே வெளிச்சத்திற்கு வந்தனர். தொ.மு.சி.ரகுநாதன், சுந்தரராமசாமி, எஸ்.ஆர்.கே, ஆர்.கே. கண்ணன் ஆகியோரை ஆசிரியர் குழுவாகக் கொண்டு இயங்கிய அப்பத்திரிகை, எல்லா முகாமைச் சேர்ந்தவர்களையும் ஒன்றிணைத்து நடைபோட்டது சாதாரணமல்ல.

இன்றைக்குக்கூடச் சாத்தியமில்லாத ஒருசெயலை, பல்வேறு நெருக்கடிகளுக்கு இடையேயும் விடாமல் நடத்திய விஜயபாஸ்கரை ஒரே ஒருமுறை நேரில் சந்தித்திருக்கிறேன். எழுத்து, இலக்கியம், அரசியல் என்று தீவிரமாக இருந்த அவர், ஒருவரையும் சந்திக்க விரும்பாமல் ஒதுங்கியிருந்த காலம் அது. தனக்கு வந்துவிட்ட வெண்புள்ளி நோயினால் சமூகத்தைச் சந்திப்பதில் அவருக்குச் சங்கடமேற்பட்டது. உயிர்கொல்லியோ கொடும் உபாதைத்தரக்கூடிய நோயோ அதுவல்ல. என்றாலும், அந்நோய் பீடித்த ஒருவரின் மனநிலை

சொல்லமுடியாத துயருடையது. உண்மையில், vitiligo என்றழைக்கப்படும் வெண்புள்ளி நோயே இல்லையென்றுதான் மருத்துவர்களும் ஆராய்ச்சியாளர்களும் சொல்கிறார்கள். அது, தோலில் ஏற்படும் நிறமியின் இழப்பால் பரவும் சிறு குறைபாடு மட்டுமே. ஆட்டோ இம்யூன் டிஸ்சாடர் என்று சொல்லப்படுவதைப் போதிய புரிதலின்மையால் நோயாகவும் அருவருக்கத்தக்காகவும் பார்த்துவருகிறோம். மற்றவர்கள் தம்மை வெறித்துப் பார்க்கிறார்களே என்கிற உணர்வும் உளைச்சலும் அக்குறைபாடு உடையவர்களைச் சமூகத்திலிருந்து விலக்கி வைக்கிறது. சமயத்தில், அவர்களாகவே பொதுஇடங்களுக்கு வருவதையும் நிகழ்வுகளில் பங்குபெறுவதையும் தவிர்த்துவிடுகின்றனர்.

ஆகப்பெரும் நம்பிக்கையை எழுத்தில் விதைக்க விரும்பிய சரஸ்வதி விஜயபாஸ்கரன், இத்தகைய தவிப்பில் இறுதிக்காலங்களைத் தளர்வுடன் நகர்த்தியது தனிக் கதை. 'வரலாற்றில் வாழ்தல்' என்னும் மிகப்பெரிய ஈழ ஆவணத்தைச் சுயசரிதமாக எழுதிய எஸ்.பொன்னுத்துரை, அந்நூலைக் கொண்டுவருவதற்கு முன், ஒருமுறையாவது விஜயபாஸ்கரனைச் சந்தித்துவிட வேண்டுமென விரும்பினார். காரணம், எஸ்.பொ.வை மிகப்பெரும் இலக்கிய ஆகிருதியாக உருவாக்கியதில் விஜயபாஸ்கரனுக்குப் பங்குண்டு.

சரஸ்வதி இதழ்மூலமே அவரும் எழுத்துலகிற்கு அறிமுகமானவர் என்பதை முன்னமே சொல்லியிருக்கிறேன். தவிர, 'வரலாற்றில் வாழ்தல்' நூலில் ஒருபகுதி தமிழக எழுத்தாளர்களைப் பற்றியும் வருவதால் ஆரம்பகால எழுத்தின் போக்குகளை அவர்மூலம் தெளிவுபடுத்திக்கொள்ள விரும்பினார். பெருமுயற்சிக்குப் பிறகே அவர் எங்கே இருக்கிறார் எனக் கண்டுபிடிக்க முடிந்தது. கூடுமானவரை நேரில் வருவதையோ சந்திப்பதையோ தவிர்த்த விஜயபாஸ்கரன், சென்னை கோடம்பாக்கத்தில் அப்போது அமைந்திருந்த மித்ர பதிப்பகத்திற்கு ஒருமுறை வந்திருந்தார்.

எஸ்.பொ., சொல்லச்சொல்லப் பிரதியெடுக்கும் வேலையிலிருந்த எனக்கு, விஜயபாஸ்கரனின் கண்களும் உடல்மொழியும் இலேசாகக் கலவரப்படுத்தின. சகஜமற்ற தன்மையுடனேயே முழு உரையாடலையும் அவர்

எதிர்கொண்டது என்னவோ போலிருந்தது. அகத்தின் தளர்வுகளைவிட, புறத்தினால் ஏற்பட்டுவிட்ட தளர்வுகள் இருக்கின்றனவே அவை பயங்கரம் நிரம்பியவை. ஒருமணிநேரமோ இரண்டுமணி நேரமோ சந்திப்பிற்குப் பின் விஜயபாஸ்கரன் கிளம்பிவிட்டார்.

ஆனால், அதன் பிறகு எஸ்.பொ., அவரைப் பற்றியே பேசிக்கொண்டிருந்தார். 'எத்தனை பெரிய மனுஷனடா அவர். ஒருகாலத்தில் எங்களையெல்லாம் எழுத்துக்கு உந்தித்தள்ளியவர். இன்று பார்., தன்னைத் தானே சுருக்கிக்கொள்பவராக ஆகிவிட்டார்' என வருத்தத்தின் உக்கிரத்தை வெளிப்படுத்தினார். விஜயபாஸ்கரனின் தந்தை, தாராபுரத்தில் பெரும் செல்வாக்குடன் வாழ்ந்த பா.து. வடிவேல் பிள்ளை என்பவர். காந்தியவாதி. சுதந்திரப் போராட்டத்தில் தன்னை ஈடுபடுத்திக்கொண்டதால் வாழ்வையும் வசதியையும் இழந்தவர்.

தமிழகத்திற்குக் காந்தி இரண்டாவதுமுறை சுற்றுப்பயணம் மேற்கொண்டபோது, பாதிவழியில் இரயிலை நிறுத்தி மக்களுடன் பேச வைத்தவர் என்னும் புகழுக்குரியவர். திட்டமிட்டபடி ஏற்பாடு செய்யப்படாதபோதிலும் பெருந்திரளான மக்களைக் கூட்டி, காந்திக்கே தமிழக மக்களின் விடுதலை உணர்வைக் காட்டியவர் என்றும் அவரைப் பற்றிய குறிப்புகள் இருக்கின்றன. அப்படிப்பட்ட பா.து. வடிவேல், சுதந்திர இந்தியாவின் முதல் மாகாணத் தேர்தலில் காங்கிரஸால் கழற்றிவிடப்பட்டிருக்கிறார். தேசத்திற்காக அனைத்தையும் இழந்தவர், எதுவுமில்லாத அதே காரணத்தால் கழற்றிவிடப்படுவதுதான் அரசியல்.

வாழ்நாள் முழுக்கக் கதரையும் காந்தியத்தையும் காப்பாற்றப் போராடிய தன்னை விடுத்து, வேறு ஒருவருக்குப் போட்டியிட வாய்ப்பு வழங்கப்பட்டதை அவரால் ஏற்க முடியவில்லை. என்ன செய்வதென அறியாமல் ஆதரவாளர்களின் சொல்லுக்கேற்ப அப்போது உருவாகியிருந்த ஐக்கிய முன்னணி சார்பில் போட்டியிட்டிருக்கிறார். ஆனாலும், கட்டுத் தொகையைக்கூடப் பெறமுடியாத மோசமான தோல்வியே அவருக்குக் கிடைத்திருக்கிறது. இந்திய அரசியல் அமைப்பு முறையின் மிகக் கேவலமான நடைமுறையினால்

எத்தனையெத்தனை உண்மையான தியாகிகள் தம் இலட்சியக் கனவுகளை ஈடேற்றிக்கொள்ள முடியாமல் போயினர் எனப் பட்டியலில்லை. வெற்றி பெற்றவர்களையும் வசதிமிக்க காந்திய வாரிசுகளையும் பேச மட்டுமே இங்கே ஆட்கள் இருக்கிறார்கள். காந்தியத்தைத் தங்கள் தோள்களில் தூக்கிச் சுமந்த ஏழைத் தியாகிகளைப் பற்றி எழுதுவதற்கு எவருமில்லை. தரவுகளை அடுக்கி அதையே ஆய்வென்றும் அற்புதமென்று மூழ்கிப் போகிறவர்கள், அடையாளமிழந்த தியாகிகளை ஆவணப்படுத்த வேண்டியதே தற்போதைய தேவை. அத்துடன், ஒரு பெரும் இலட்சியவேட்கையுடன் ஓடிக்கொண்டிருந்த ஒருசிலரை எது தடுக்கி விழவைக்கிறது என்பதும் யோசனைக்குரியது.

பா.து. வடிவேலுவின் அரசியல் நடவடிக்கைகள் பின்னாட்களில் என்னவாயின என்பதுபற்றிச் சிறு சித்திரத்தை எஸ்.வி.ராஜதுரை தம்முடைய 'சாட்சி சொல்ல ஒரு மரம்' நூலில் எழுதியிருக்கிறார். விஜயபாஸ்கரன் வசித்த அதேதெருவில் குடியிருந்த எஸ்.வி.ஆர், எப்போதும் அவர்கள் வீட்டில் தக்ளிகள் சுழன்றுகொண்டே இருக்கும் என்றிருக்கிறார். கதர் பக்தியும், காந்திய பக்தியும் மிக்கக் குடும்பமாக அவர்கள் வாழ்ந்தனர் என்றும் தெரிவிக்கிறார். இராஜாஜி மாதிரியான ஆளுமைகளையே தன்னுடைய செயல் திறனால் வியக்க வைத்த ஒருவர், அங்கீகாரத்தையோ அடையாளத்தையோ பெறமுடியாமல் போயிருக்கிறார் என்பதுதான் உண்மை.

பழுத்த காந்தியவாதியாக இருந்த பா.து.வடிவேலுவின் மகன் என்கிற பெருமிதம் ஒருபோதும் விஜயபாஸ்கருக்கு இருந்ததாகத் தெரியவில்லை. அப்பாவின் முயற்சிகளில் விளைந்த தோல்வியைத் தத்துவத்தின் வீழ்ச்சியாகவே பார்த்திருக்கிறார். அதுமட்டுமன்று, அப்பாவின் அனுபவங்களையே அரசியல் படிப்பினைகளாக எடுத்துக்கொண்ட அவர், மார்க்சியத்தை நோக்கி நகர்ந்திருக்கிறார்.

ஒருபக்கம் அரசியலிலும் இன்னொரு பக்கம் இலக்கியத்திலும் ஈடுபட்டுவந்த அவர், பல்வேறு சோதனை முயற்சிகளை மேற்கொண்டிருக்கிறார். கைது, சிறை, அச்சுறுத்தல், நெருக்கடி என எல்லாவற்றையும் அவரும் கற்றிருக்கிறார். சரஸ்வதி இதழ் தொகுப்புகள் இப்போதும் கிடைக்கின்றன.

வாசித்துப்பார்த்தால் அத்தனை பிரமிப்பாக இருக்கிறது. 1955இல் முதல் இதழ் தொடங்கப்பட்டிருக்கிறது. ஐம்பதுகளில் வெளிவந்த முற்போக்குப் பத்திரிகைகளில் ஒன்றுகூட மக்களின் ஆதரவைப் பெறாத நிலையில், சரஸ்வதியின் வருகையும் விஜயபாஸ்கரனின் பத்திரிகைப் புரிதலும் திகைக்க வைக்கின்றன. கட்டுரைகள், கதைகள், நேர்காணல்கள் என எதைப்படித்தாலும் வியப்பே மேலிடுகிறது. `பட்டினப் பிரவேசம்' என்னும் பகுதியில் அக்காலத்திய எழுத்தாளர்கள் பலரும் தம் சென்னை அனுபவத்தைப் பகிர்ந்திருக்கிறார்கள்.

சி.சு.செல்லப்பா, தி.ஜ.ர, க.கைலாசபதி, கு.அழகிரிசாமி, வெ.சாமிநாத சர்மா, நா.பார்த்தசாரதி எனப் பல பெயர்களைப் அப்பத்திரிகையில் பார்க்க முடிகிறது. குறிப்பாக, தமிழ்த் திரைப்படங்கள் குறித்து நிமாய்கோஷ் எழுதிய அதிஅற்புதக் கட்டுரையும் வந்திருக்கிறது. வங்கப் படங்களையும் தமிழ்ப்படங்களையும் ஒப்பிட்டு, தமிழ்ச் சினிமாவிற்குப் பெரும் எதிர்காலம் இருக்கிறதென்று 1956இல் கணித்திருக்கிறார்.

சிதம்பரம் அண்ணாமலைப் பல்கலைக் கழகத்தில் படித்துக்கொண்டிருந்த விஜயபாஸ்கரனுக்கு எப்படியோ கம்யூனிஸ்டுக் கட்சிமீது ஈர்ப்பு ஏற்பட்டிருக்கிறது. உடன்படித்த நண்பர்களாலும் அன்று மாணவர்களை வழிநடத்திய ப. மாணிக்கம், எஸ். ராமகிருஷ்ணன், எம்.பி. சீனிவாசன் ஆகியோரின் தொடர்பினாலும் கம்யூனிஸ்டுக் கட்சியில் சேர முடிவெடுத்திருக்கிறார். உடனே, சென்னைக்குக் கிளம்பி நேராகக் கட்சித் தலைமை அலுவலகத்திற்குப் போய் அப்போதைய செயலாளர் எம்.ஆர். வெங்கட்ராமனைச் சந்தித்து விருப்பத்தைத் தெரிவித்திருக்கிறார்.

எல்லாவற்றையும் கேட்டுக்கொண்ட எம்.ஆர்.வி., `நீ வடிவேலு பையன் தானே, கம்யூனிஸ்டுக் கட்சியில் சேர விரும்புவதை முதலில் அப்பாவுக்குச் சொன்னாயா' என்றிருக்கிறார். தாராபுரத்தில் காங்கிரஸ் என்றாலே வடிவேலுதான் என்றிருந்த நிலையில், தம்முடைய கட்சிக்கு அவர் பையன் வந்தால் செல்வாக்குக்கூடுமென்று எண்ணவில்லை. மாறாக, ஒரு தகப்பனின் ஸ்தானத்திலிருந்து, `அப்பாவுக்குத் தகவலைச் சொல்லி, அவர் ஒப்புதல் அளித்தால் வந்து சேர்ந்துகொள்' என்றிருக்கிறார். அதுதான் அன்றைக்கு

இருந்த அரசியல் ஆளுமைகளின் பண்பு. அப்பாவிடம் சொல்லத் தயங்கிய விஜயபாஸ்கரன், இந்த விஷயத்தை மூடி, மறைத்து, மறந்தும்போயிருக்கிறார். பின்னொரு சந்தர்ப்பத்தில் எம்.ஆர்.வி.யே வடிவேலுவிடம் இத்தகவலைச் சொல்ல, விஷயமறிந்த தந்தை, தனிப்பட்ட முறையில் விஜயபாஸ்கரனிடம் வருந்தியிருக்கிறார். இந்தப் புள்ளியில் இருந்துதான் சித்தாந்தங்களின் தோல்வியையும் வெற்றியையும் கவனிக்கத் தோன்றுகிறது. அரசியல் என்பது, வெற்றியை நோக்கி நகர்வதன்று. விடுதலையை முன்னிட்டு வீறுகொள்வது.

அரசியல் வாழ்க்கையின் தோல்வியை உணர்ந்திருந்தபோதும் வடிவேலுவுக்குத் தம் மகனை இன்னொரு கட்சிக்கு அனுப்ப மனமில்லை. ஆர்வத்திலும் இலட்சியவெறியிலும் இன்னொருக் கட்சியை நோக்கிப் போகவிருந்த மகன், அப்பாவின் சொல்லுக்குக் கட்டுப்பட்டு சிலகாலம் வேறு பணிகளில் ஈடுபட்டிருக்கிறார். இதெல்லாம் ஒரு தந்தைக்கும் மகனுக்கும் இடையே நிகழ்ந்த சம்பவங்களாக எனக்குத் தோன்றவில்லை. மூத்த தலைமுறையை இளைய தலைமுறையும், இளையமுறையை மூத்த தலைமுறையும் மதித்த ஒருகாலத்தின் தாத்பரியத்தை உணர்த்துகிறது.

பிறகு, விஜயபாஸ்கரன் எண்ணியபடியே கம்யூனிஸ்ட் கட்சியில் இணைந்து களமாடிய காட்சிகள் இப்போதைக்குத் தேவையில்லை. ஜனசக்தி அச்சகத்தில் தயாரான சரஸ்வதி பத்திரிகை யாரால், எதனால் நிறுத்தப்பட்டது என்பதுபற்றித் தெரிந்துகொள்ள வல்லிக்கண்ணனின் `சரஸ்வதிகாலம்' நூலை வாசிக்கலாம். முற்போக்கு இலக்கியத்தை வளர்த்தெடுப்பதில் பெரும் பங்காற்றிய விஜயபாஸ்கரனைத் தவிர்த்துவிட்டு இலக்கிய வரலாற்றை எழுத முடியாது.

அந்தப் பத்திரிகையில் அவர் அத்தனை செய்திருக்கிறார். வாதம், விவாதமென்று மாற்றுக் கருத்துடையவர்களையும் அரவணைத்துச் சென்றிருக்கிறார். க.நா.சு,வின் கட்டுரைகளும் சரஸ்வதியில் இடம்பெற்றுள்ளன. கம்யூனிஸ்டு எதிர்ப்பாளர், சி.ஐ.ஏ. ஏஜெண்டு என்றெல்லாம் சொல்லப்பட்ட க.நா.சு.வையும் அவருக்கு எதிராகக் கொடி தூக்கியவர்களையும் ஒரே தளத்தில்வைத்து அவரால் பார்க்க முடிந்திருக்கிறது. ஆனால், அவரே வாழ்க்கையின் இறுதிக் காலங்களில்

யாரையுமே பார்க்க முடியாத இடத்திற்கு மனத்தாலும் உடலாலும் நலிந்திருக்கிறார். எஸ்.பொ.வைச் சந்தித்தபோது அவர் கண்களில் மங்கியிருந்த ஒளியை இத்துடன் பொருத்திப் பார்க்கிறேன். சரஸ்வதிக்கு முன்புவரை இலக்கியத்தில் இருந்துவந்த மந்தநிலையைப் போக்கிய அவர், மறைந்து வாழும் சூழலுக்குத் தள்ளப்பட்டிருக்கிறார் என்பது கடந்துவிடக் கூடியதல்ல.

எல்லோரையும் ஆவலாதியாக அறிமுகப்படுத்த விரும்பிய ஒருவர், யாரையுமே சந்திக்கவோ அறிமுகப்படுத்திக்கொள்ளவோ முடியாத தருணத்தைக் கற்பனையிலும் யோசிக்க வழியில்லை. நிறமியின் குறைப்பாட்டால் அவதியுற்ற விஜயபாஸ்ரன், எங்கேயும் சிவப்பு வண்ணமே இருக்கவேண்டுமென எண்ணியிருக்கிறார். அவரை நான் முதன்முதலில் பார்த்தபோது இத்தனை தகவல் அவரைப்பற்றி எனக்குமே தெரியாது.

காலக் கடைசியில்தான் நானுமே தேடித் தெரிந்துகொண்டேன். முன்பே தெரிந்திருந்தாலும் உதவிசெய்யும் அளவுக்கு என்னிடமும் ஒன்றுமில்லை. இலக்கியத்திலும் அரசியலிலும் வெற்றி, தோல்விகள் ஒரு பொருட்டில்லை என்று தொடர்ந்து சொல்லப்பட்டுவருகிறது. அனுபவங்களுக்காகவே அவற்றில் ஈடுபடுவதாக இப்போதுகூடச் சிலர் சொல்வதுண்டு. எந்த அனுபவமானாலும் அது, நினைத்துப் பார்க்கையில் நிம்மதியும் திருப்தியும் தரத்தக்கதாக அமையவேண்டும். விம்மலும் வேதனையுமாகப் பெறக்கூடிய அனுபவத்தில் விருத்தியில்லை.

ஒருவிதத்தில் வடிவேலுவின் இடத்திற்கே விஜயபாஸ்கரனும் வந்து சேர்ந்தார் என்பதுதான் நிஜம். அகத்தினால் தளர்ந்த வடிவேலுவுக்கும் புறத்தினால் தளர்ந்த விஜயபாஸ்கரனுக்கும் இலட்சியக்கனவுகளில் வேற்றுமையில்லை. விடுதலைக்காகப் போராடுவதே குறியாயிருந்திருக்கிறது. போராடிப் பெறுவதே வாழ்க்கை. எனினும், வாழ்க்கை முழுவதுமே போராடிக் கொண்டேவா இருக்கமுடியும்? இவ்வளவையும் என்னுள் கிளர்த்திய தோழர் உமாபதிக்கு நன்றி. அவரே வெண்புள்ளிகள் குறித்த தெளிவை எனக்கு அளித்தார். `வெண்புள்ளிகளும் தீர்வுகளும்' நூல்மூலம் பல விஷயங்களைப் பகிர்ந்திருக்கிறார். வெண்புள்ளிகள் விழிப்புணர்வு இயக்கத்தைத் தொடர்ந்து

நடத்திவரும் அவரின் முன்முயற்சியால், வெண்குஷ்டம் என்னும் சொல் அறவே அழிக்கப்பட்டது. வெண்குஷ்டத்தை, வெண்புள்ளிகள் என்றழைக்கும்படி கலைஞர் ஆட்சிக்காலத்தில் கொண்டுவரப்பட்ட அரசாணைக்குப் பின்னே அவருடைய உழைப்பும் போராட்டமும் இருக்கிறது.

இந்த ஆண்டு வெண்புள்ளிகள் விழிப்புணர்வு தின விழாவில் சுகாதாரத்துறை அமைச்சர் மா. சுப்ரமணியத்துடன் நானும் எழுத்தாளர் தமிழ்மகனும் கலந்துகொண்டோம். தலைமைச் செயலகத்தில் நிகழ்ந்த மிக எளிய விழாவில் எங்களால் ஆன நம்பிக்கையை அக்குறைபாடு உடையவர்களுக்கு அளித்ததில் மகிழ்ச்சி. ஒவ்வொரு செயலுக்குப் பின்னேயும் ஒரு சரித்திரத் தொடர்ச்சி இருக்கிறது. வரலாற்றைக் கேள்விக்குட்படுத்த எண்ணுபவர்கள், ஜெயித்தவர்களின் கதைகளைவிட அதிகமும் தோற்றவர்களின் சரிதைகளை வாசிப்பதே சுபிட்சத்தைத் தரும்.

மணிக்கொடியும் சரஸ்வதியும்கூட அரசியல் குறியீடுதான். வெண்புள்ளிகளை உடலில் சுமந்த தோழமைகளை நேசத்துடன் அணைத்துக்கொள்கிறேன். ஏனெனில், விஜயபாஸ்கரன் என்னும் ஒரு முன்னோடிக்கு இதுவன்றி நான் செய்யும் கைம்மாறு வேறில்லை. நல்ல இலக்கியமோ இலக்கியவாதியோ இந்த இடத்திற்கு ஒரு சராசரியை நகர்த்திவிட்டால் போதும்தானே?

நாம் ஒருவரை ஒருவர்

இலக்கியத்திலும் திரைப்பாடலிலும் எளிய மக்களின் நம்பிக்கைகள் இடம்பெறுகையில் எனக்கேற்படும் சந்தோசத்திற்கு அளவில்லை. அவ்விதம் புழக்கத்திலுள்ள எத்தனையோ விஷயங்களைத் திரைப்பாடலாசிரியர்கள் தம் வசதிக்கும் தேவைக்கும் தக்கவாறு பயன்படுத்தியுள்ளனர். ஒரு திரைப்பாடலில் சந்தம், இசை, குரல், சூழல், காட்சி, விவரணை ஆகியவை பொருந்திவந்தாலும் அவை, மக்களின் வாழ்வோடும் நம்பிக்கையோடும் கலந்திருக்கின்றனவா என்பதுதான் முக்கியம்.

வெறும் வார்த்தைகளை அடுக்கிக்கட்டும் பாடல்கள், வாழும் காலத்திலேயே மரித்துவிடுபவை. வார்த்தை அழகிலும் வாக்கிய அழகிலும் சில பாடல்கள், நம்மைக் கவர்கின்றன. என்றாலும், வாழ்வின் அடிப்படைகளையும் நம்பிக்கைகளையும் எவை சொல்கின்றனவோ அவையே காலத்தின் கைகளால் காப்பாற்றப்படுகின்றன. ஏதோ ஒருவிதத்தில் ஒரு திரைப்பாடல் தனித்துவமாக அமைவதற்கு அதன் பின்னணியில் வழக்காறுகளும், வழிவழியாக மக்கள் பின்பற்றிவரும் நம்பிக்கைகளும் தேவைப்படுகின்றன. வழக்காறும் நம்பிக்கையும் வெவ்வேறு தன்மைகளை உடையவை. வழக்காறுகள் நம்பிக்கையின் விசையால்

இயங்குபவை என்றாலும், அதுமட்டுமே அதன் அம்சமில்லை. மேலோட்டமாகப் பார்த்தால் வழக்காறுகளை நம்பிக்கைகளின் பிரதிபிம்பமாகத் தெரியலாம்.

நம்முடைய பாட்டன் பாட்டியிடமிருந்தோ வேறு எவரிடமிருந்தோ காலங்காலமாகப் பெற்றுவரும் கதை, கவிதை, பாடல், பழமொழி, விடுகதை, பழக்கவழக்கம் ஆகியவற்றையே வழக்காறுகள் என்கிறோம். நம்பிக்கையென்பது ஒருவருக்கு ஒருவர் வேறுபடுவது. நாம் நம்புவதை இன்னொருவர் மறுப்பதால் அது, நம்பிக்கையே இல்லை என்று ஆகிவிடாது. வழக்காறுகளையும் நம்பிக்கைகளையும் உள்ளிடக்கிய புராணங்களும் இதிகாசங்களும் எங்கே இலக்கியத் தகுதியைப் பெறுகின்றன என்பது தனிவிவாதம். ஒன்றிலிருந்து ஒன்று கிளைத்தும் தனித்துமே இயங்குகின்றன. அந்த வரிசையில் திரைப்பாடல்களையும் சேர்க்கலாம். ஆனால், இதுவரை அப்படியான முயற்சிகள் முன்னெடுக்கப்படவில்லை.

இலக்கியத்திற்குள் திரைப்பாடல்கள் வருவதில்லை என ஒருசிலர் கூப்பாடு போடுவதால், அம்முயற்சிகளுக்கு ஆதரவோ ஆறுதலோ கிடைப்பதில்லை. தொடர்ந்து திரையிசைப்பாடல் துறையில் இயங்கிவரும் எனக்கு, மக்களின் அன்றாட வாழ்விலிருந்து எழுதப்பட்ட பல திரைப்பாடல்கள் ஆச்சர்யமூட்டுகின்றன. புராண, இதிகாசக் கருத்துகளையும், இலக்கியத்தின் நுட்பமான பகுதிகளையும் எளிய மொழியில் வெளிப்படுத்திய எத்தனையோ பாடல்களையும் பாடலாசிரியர்களையும் என்னால் பட்டியலிடமுடியும். வழக்காறுகளோ நம்பிக்கைகளோ எதுவென்றாலும் அதைத் திரைப்பாடலுக்குள் கொண்டுவந்தவர்களைக் கவனப்படுத்த வேண்டுமென்பதே என் ஏக்கம்.

உதாரணமாக, – ‘நினைத்தேன் வந்தாய் நூறு வயது’ என்றொரு பாடல், எம்.ஜி.ஆர். நடித்த ‘காவல்காரன்’ திரைப்படத்தில் வந்திருக்கிறது. அப்பாடலைக் கேட்குந்தோறும் என்னையுமறியாமல் ஒரு புன்னகை பூத்துவிடும். காரணம், நூறுவயது வாழ்வதற்கு நினைவுகள் முக்கியமென்பதை அப்பாடல் சொல்கிறது. தன்னுடைய நினைவில் வருகிறவர், எதிர்ப்படுகையில் அவருக்கு நூறுவயதை வழங்கிவிடும் அரிய அன்பை அப்பாடல் கொடுக்கிறது. அதேபோல,

‘குமரிக்கோட்டம்’ திரைப்படத்தில் வெளிவந்த ‘நாம் ஒருவரை ஒருவர் சந்திப்போமெனக் / காதல் தேவதை சொன்னாள்’ பாடலில், ‘என் வலதுகண்ணும் துடித்தது / உனைக் கண்டேன் இந்நாள் / பொன்னாள்’ என்னும் வாக்கியமும் என்னை அதிகமும் ஈர்ப்பது.

வலக்கண் துடித்தால் நல்லது நடக்குமென்னும் நம்பிக்கை, சிலப்பதிகாரத்திலும் இடம்பெற்றிருப்பது கவனிக்கத்தக்கது. பின்னால் நிகழ்வுள்ள நன்மையோ தீமையோ எதுவானாலும் அதை முன்கூட்டியே அனுமானிப்பதைச் சகுனமென்றும் நிமித்தமென்றும் சொல்வர். சகுனம் பார்ப்பது மூடநம்பிக்கை என வரையறுத்து வைத்திருப்பதால் அதை இன்றைய அறிவியல் உலகம் ஏற்பதில்லை. அத்துடன், அறிவுக்கும் அறிவியலுக்கும் அப்பால் ஒன்றுமே இல்லையென்று கருதுபவர்கள், எளிய மக்களின் இம்மாதிரியான நம்பிக்கைகளை ஏகடியம் செய்வதையும் பார்க்கலாம். நிறுவப்பட்ட ஆய்வுகளையும் ஆதாரங்களையும் சான்றாகக் கேட்கும் சமூகத்தில், சாதாரண மக்களின் வழக்குமொழிகளுக்கு மதிப்போ மாண்புகளோ கிடைப்பதில்லை என்பதுதான் உண்மை.

புகாரில் இந்திரவிழா நடந்தபொழுது கண்ணகியின் இடக்கண்ணும் மாதவியின் வலக்கண்ணும் துடித்ததாக இளங்கோவடிகள் எழுதியிருக்கிறார். பெண்களுக்கு இடப்புற உறுப்புகள் துடித்தால் கெடுதலென்றும், வலப்புற உறுப்புகள் துடித்தால் நன்மையென்றும் நம்பப்பட்டிருக்கின்றன. இதற்கு நேர்மாறாக, வலப்புற உறுப்புகள் ஆண்களுக்குத் துடித்தால் கெடுதி. இடப்புற உறுப்புகள் துடித்தால் நன்மை என்றும் கருதப்பட்டிருக்கிறது.

கண்ணகியின் இடப்புறக் கண் துடித்ததால் வெகுவிரையில் மாதவியிடமிருந்து கோவலன் பிரிந்து, கண்ணகியைச் சேரவிருப்பதாக இளங்கோ சிந்தித்திருக்கிறார். ‘கண்ணகி கருங்கணும் மாதவி செங்கணும் / உண்ணிறை கரந்தகத் தொளித்துநீ ருகுத்தன / எண்ணுமுறை இடத்தினும் வலத்தினுந் துடித்தன / விண்ணவர் கோமான் விழவுநா ளகத்தென்’ எனும் வரிகளில் இரண்டுபேரின் மனவோட்டத்தையும் ஒரே பாடலில் தெரிவித்திருக்கிறார். என்றோ இளங்கோ எழுதிய வரிகளை உள்வாங்கிய வாலி, குமரிக்கோட்டத்தில் குறித்திருக்கிறார்.

அதேபோலத் தெலுங்கு அகநானூறு எனச் சொல்லப்படும் காதா சப்த சதியில், 'துடிக்கும் இடக்கண்ணே தொடர்பயன் ஆக / இப்பொழு திங்கே இனியன் வருமேல் / வருத்தம் தீர வலக்கண் மூடி / நீண்ட நேரம் நின்னைக் கொண்டே / கண்டு மகிழ்வேன் காதலன் தலையே' எனும் சக்தி ஹஸ்தன் பாடல் ஒன்றுண்டு. இடக்கண் தலைவனின் வருகையைச் சொல்லித் துடிக்கிறது என்பதுடன், அவன் வந்தபிறகு வலக்கண்ணை மூடிக்கொண்டு இடக்கண்ணால் மட்டுமே நெடுநேரம் பார்ப்பேன் என்கிற நயத்தை மு.கு.ஜகந்நாதராஜா உரையாகத் தந்திருக்கிறார்.

வெறும் திரைப்பாடல்தானே எனக் கடந்துவிடாமல் கவனித்துக் கேட்கும்போதுதான் அவ்வரிகளின் நுட்பத்தை உணரமுடியும். 'என் இடதுகண்ணும் துடித்தது' என ஜெயலலிதா பாடுவார். அதே வரியை எம்.ஜி.ஆர்., 'என் வலது கண்ணும் துடித்தது' என மாற்றி உச்சரிப்பார். இடது வலதாகவும், வலது இடதாகவும் ஏன் மாற்றிப்பாடப்பட்டிருக்கின்றன என்பதற்குள் இலக்கிய அழகியல் ஒளிந்திருக்கிறது.

எழுபதுகளில் வெளிவந்த குமரிக்கோட்டத்தில் இடம்பெற்ற இப்பாடலின் இன்னொரு சாயலை ஆர்.வி.உதயகுமார் தன்னுடைய 'சின்னக்கவுண்டர்' திரைப்படத்தில் எழுதியிருக்கிறார். ஆர்.வி.உதயகுமார் எழுதிய பல பாடல்கள் எனக்குப் பிடித்தவை. இயக்குநராக அவர் அறியப்பட்டாலும் தொடக்கத்தில் அவர் பாடலாசிரியராகவே முயன்றிருக்கிறார். இளையராஜாவின் வழிகாட்டலில் சென்னைத் தரமணியில் அமைந்துள்ள தமிழ்நாடு திரைப்படக் கல்லூரியில் பயின்ற அவர், ஆகச்சிறந்த வெற்றிப் படங்களையும் பாடல்களையும் தமிழ்த் திரையுலகிற்குத் தந்திருக்கிறார். 'கூண்டுக்குள்ள என்ன வச்சு' என ஆரம்பமாகும் பாடலில் சிலப்பதிகாரமும் குமரிக்கோட்டமும் இணைந்து வந்திருப்பதை இரசிக்கலாம்.

சடங்கு, சம்பிரதாயம், சகுனம், நாள், நட்சத்திரம், ஜோதிடம், ஜாதகம் ஆகிய எல்லாமே ஒருவித கணக்குகள்தாம். இந்தக் கணக்கில் வல்லவர்களும் உண்டு. இதை வைத்து வியாபாரம் செய்பவர்களும் உண்டு. 'நாளும் கிழமையும் நலிந்தோர்க்கில்லை / ஞாயிற்றுக்கிழமையும் பெண்களுக்கில்லை' எனக் கந்தர்வன் எழுதிய ஓர்

அழகிய கவிதை நினைவுக்கு வருகிறது. சின்னக்கவுண்டர் எனும் தலைப்பிலும் கதைப்போக்கிலும் விமர்சனத்தை வைப்பவர்கள்கூட. அத்திரைப்படத்தின் பாடல்களை வியக்காமல் இருப்பதில்லை. `அந்த வானத்தைப்போல மனம் படைச்ச' என்னும் பாடலையும் இத்துடன் இணைத்துப் பார்க்கலாம்.

எதார்த்தத்தில் மக்கள் பயன்படுத்தும் வார்த்தைகளை வைத்துக்கொண்டே இலக்கியத்தரம் வாய்ந்த கற்பனைகளையும் உவமைகளையும் அவர் அலாதியாகச் செய்திருக்கிறார். 'கூண்டுக்குள்ள என்ன வச்சி' என்னும் பாடலில், `கண்ணு வலதுகண்ணு தானா துடிச்சதுன்னா / ஏதோ நடக்குமின்னு பேச்சு / மானம் குறையுமின்னு மாசு படியுமின்னு / வீணா கதை முடிஞ்சு போச்சு / ஈசான மூலையில லேசான பல்லிச் சத்தம் / மாமன் பேரைச் சொல்லி பேசுது / ஆறாத சோகம் தன்னை தீராம சேத்து வச்சு / ஊரும் சேந்து என்னை ஏசுது' என்றிருக்கிறார். கதையின் பின்னணியிலிருந்து இவ்வரிகளை யோசித்தால் சூழலுக்கு எழுதப்பட்டதாகத் தோன்றும். சூழலுக்கு எழுதினாலும் அச்சூழலைச் சொல்லுவதற்கு அவர் கையாண்டுள்ள உத்தி, அபாரமானது. சிலப்பதிகாரம் வாசிக்காத ஒருவருக்குக் குமரிக்கோட்டம் தெரியலாம். குமரிக்கோட்டம் பார்க்காத மற்றொருவருக்கு ஆர்.வி. உதயக்குமாரின் சின்னக்கவுண்டர் பிடிபடலாம். காலந்தோறும் கைமாறி கைமாறி வரக்கூடிய இவ்வகையான உத்திமுறைகளே திரைப்பாடல்களை உயிர்ப்புடன் வைத்திருக்கின்றன.

வலக்கண் துடித்தால் வரக்கூடிய நிமித்தம் என்னவென்று பாடலில் சொல்லிய உதயகுமார், அதுவெல்லாம் உண்மையல்ல என்பதுபோலவும் மேலதிக வரிகளில் விவரித்திருக்கிறார். `மானம் குறையுமின்னு மாசு படியுமின்னு / வீணா கதைமுடிஞ்சு போச்சு' என்றிருக்கிறார். அவ்விளக்கத்தை நாம் ஏற்கிறோமோ இல்லையோ அடுத்த வரியில் `ஈசான மூலையில லேசான பல்லிச்சத்தம்' என மற்றொரு நம்பிக்கைக்குத் தாவியிருக்கிறார். பல்லிச் சத்தத்தையும் சகுனமாகக் கருதும் பழக்கம் நம்மிடமுண்டு. பல்லியின் சத்தத்தை வைத்துச் சகுனம் பார்க்கப்படுவதை முன்னிட்டே `கௌரி சாஸ்திரம்' எனும் நூல் எழுதப்பட்டிருக்கிறது. அதில்,

பல்லியின் சத்த எண்ணிக்கையை அடிப்படையாக வைத்தும் கணிக்கப்பட்டுள்ள சகுனத்தை அறியலாம். அதுமட்டுமன்று, பல்லி எச்சமிடுவதையும் சத்தமிடுவதையும் கணக்கிட்டு, நல்லதோ கெட்டதோ நடக்குமென்று தமிழ்ச் சமூகம் நம்பியிருக்கிறது.

பல்லி எந்தத் திசையிலிருந்து ஒலியெழுப்புகிறதோ, எந்த நாளில் ஒலிக்கிறதோ அதற்கும் கணக்குகள் இருக்கின்றன. அது, தலையில் விழுந்தால் மரணமென்றும் உடலில் விழுந்தால் ஆயுள்கூடுமென்றும் கருதியிருக்கின்றனர். பல்லியின் நன்னிமித்தக் குறியைப் பற்றி எண்ணும் போதெல்லாம் கல்லாடனார் எழுதிய ‘கொல்வினைப் பொலிந்த கூர்ங்குறு புழுகின்’ எனும் அகநானூறு பாடல் நினைவுக்கு வரும்.

தலைவியைப் பிரிந்துசென்றவன், காரியமாற்றிவிட்டு ஊர் திரும்புகிறான். தேரேறி வருபவன் பாகனிடம் சொல்வதுபோல அமைந்த பாடல் அது. தேரில் பூட்டப்பட்ட குதிரைகளை வில்லைவிட வெகுவிரைவாக எய்து என்கிறான். தலைவியைப் பிரிந்த அவன், அவளைப் பார்க்கும் ஆர்வத்திலும் ஆசையிலும் பாகனை வேகப்படுத்துகிறான். அதைவிட, விரைவாக அவனுடைய சிந்தனைகள் தலைவியைத் தழுவுகின்றன. காத்திருந்தவனின் காதல், குதிரைகளைக் காட்டிலும் கூடுதலாக ஓட்டமெடுக்கிறது. சிந்தனையில் சரியும் அவன், தலைவி தற்போது என்னசெய்து கொண்டிருப்பாள் என்பதையும் யோசிக்கிறான். அவள் நெட்ட நெடிய வீட்டில் பல்லியின் நன்னிமித்த ஓசையை, இசையாக இரசித்துக்கொண்டிருப்பாள் எனவும், அவ்வோசையை அவள் கேட்டு முடிப்பதற்குள் ஓடிப்போய்க் கட்டிக்கொள்ள வேண்டும் எனவும் எண்ணுகிறான்.

‘எம்மினும் விரைந்துவல் எய்திப் பன்மாண் / ஓங்கிய நல் இல் ஒருசிறை நிலைஇ / பாங்கர்ப் பல்லி படுதோறும் பரவி / கன்றுபுகு மாலை நின்றோள் எய்தி /கைகவியாச் சென்று கண்புதையாக் குறுகி / பிடிக்கை அன்ன பின்னகம் தீண்டித் / தொடிக்கை தைவரத் தோய்ந்தன்று கொல்லோ’ என்னும் வரிகள் நினைந்து நினைந்து வியக்கத் தக்கவை. ‘கன்றுபுகு மாலை நின்றோள் எய்தி’ எனும் வரி, தனித்த அழகுடையது. மேயச்சென்ற கன்றுகள் மாலையில் வீடு திரும்புவதற்குள்

விரைவாகச் செல்ல அவன் இதயம் ஏங்குகிறது. கைகவியாச் சென்று, கண்புதையாக் குறுகி என்பதெல்லாம் செவ்வியலின் உச்சம். பல்லியை வைத்துக்கொண்டு கல்லாடனார், இலக்கியக் காதலுக்கு அற்புதமான சகுனத்தை நல்கியிருக்கிறார் என்றே சொல்லத் தோன்றுகிறது.

அதேபோல இன்னொரு அகநானூறு (289) பாடலும் பல்லியின் ஒலி குறித்த பதிவைச் சொல்கிறது. தலைவனைப் பிரிந்த தலைவி, அனுதினமும் அவனை நினைத்துத் தவிக்கிறாள். எப்போது வருவானோ என ஏங்கிய அவள், சுவரில் கோடு வரைந்து நாள்களை எண்ணிக்கொண்டிருக்கிறாள். மெல்லிய காற்று வீசினாலும் அவள் அவனுடைய ஞாபகத்தில் அவிழ்ந்துபோகிறாள். பிரிவின் துயரத்தில் வழிந்தோடும் கண்ணீர், அவள் தனங்களில் பட்டுத் தெறிக்கிறது. `சிலை ஏறட்ட கணைவீழ் வம்பலர்' எனத் தொடங்கும் அப்பாடலில், `மையல் கொண்ட மதன்அழி இருக்கையள் / பகுவாய்ப் பல்லி படுதொறும் பரவ; நல்ல கூறு' என நடுங்கிப், / புல்லென் மாலையொடு பொரும்கொல் தானே' என்னும் வரிகள் கவனிக்கத்தக்கவை.

தனித்து ஏங்கும் சந்தர்ப்பங்களில் பல்லி ஒலியெழுப்பியதும், 'தலைவனைக் குறித்து நல்லசேதியைக் கூறு' என அவள் கேட்டதாக எயினந்தை மகன் இளங்கீரனார் எழுதியிருக்கிறார். பல்லி என்றில்லை, காகம், கருடன், கூகை, ஆந்தை, வெளவால் போன்றவையும் சங்கமரபில் சகுனத்திற்கு உதவியுள்ளன. வெளியே கிளம்பும்போது பூனை குறுக்கே வந்தால் காரியம் கெட்டுவிடுமென்று சொல்வதை இப்போதும் கேட்க முடிகிறது. வாய்ப்புகளும் வசதிகளும் அதிகரித்துவிட்ட நகர வாழ்க்கையிலும் இப்படியான நம்பிக்கைகள் தொடர்கின்றன. பூனைகளே அற்றுவிட்ட அடுக்குமாடிக் குடியிருப்புவாசிகளும் வார்த்தையிலேனும் பூனையை வைத்திருப்பதைப் பார்க்கலாம்.

தொல்குடிச் சமூகத்தின் தொடர்ச்சியாக இவற்றைச் சகித்துக்கொள்ள வேண்டுமே அல்லாது, அறிவையும் அறிவியலையும் வைத்து வழக்காடுவதில் பிரயோஜனமில்லை. மக்களின் எந்த ஒரு நம்பிக்கையும் கேள்விக்கு அப்பாற்பட்டதல்ல. என்றாலும், இம்மாதிரியான கேள்விகள் ஒருபோதும் நன்மை பயப்பதில்லை என்பதே என் புரிதல்.

`தமிழரின் பழக்கவழக்கங்களும் நம்பிக்கைகளும்' எனும் நூலில் முனைவர் க. காந்தி இதுகுறித்து விவரமாக எழுதியிருக்கிறார். உலகத் தமிழராய்ச்சி நிறுவனம் வெளியிட்டுள்ள அந்நூல், தற்போது கிடைக்கின்றதா எனத் தெரியவில்லை.

எண்பதுகளில் வெளிவந்த அந்நூலில் 'வலமும் இடமும்' குறித்துத் தனி ஆய்வையே நிகழ்த்தியிருந்ததாக நினைவு. வலதுகாலை எடுத்துவைத்து மணமகளை வீட்டுக்கு அழைக்கும் வழக்கத்திலிருந்து, வலங்கை, இடங்கைப் பாகுபாடுகள் தோன்றியதுவரை மிக விரிவாக அந்நூலில் அவர் பகிர்ந்திருக்கிறார். வலக்காலை எடுத்துவைக்கும் அதே பெண்ணுக்கு, இடக்கண் துடித்தால் மட்டுமே நன்னிமித்தம் என்பதுதான் இடறுகிறது. தவிர, 'நுண்ணேர் புருவத்த கண்ணு மாடும்' எனத் தொடங்கும் 'ஐங்குறுநூறு' பாடலும் இடக்கண் துடிப்பதால் ஏற்படும் நற்சகுனத்தைச் சொல்கிறது. திரைப்பாடல்களில் இலக்கியத்திற்கு இடமே இல்லையென்றும், அவை வணிகத்திற்கும் விளம்பரத்திற்கும் செய்யப்படும் வேடிக்கையென்றும் சொல்பவர்களை இந்த இடத்தில் நான் நினைக்கவில்லை.

திரைப்பாடல்களில் அரிதிலும் அரிதான உவமைகளும் நம்பிக்கைகளும் வெளிப்படுவதை அதே துறையில் பல்லாண்டுகளாக இருப்பதால் என்னால் கிரகிக்க முடிகிறது. சிலப்பதிகாரத்தைச் சமண நூலாகக் கருதினாலும் அக்காப்பியத்தில் வலது உயர்வாகவும் இடது தாழ்வாகவும் காட்டப்பட்டிருக்கின்றன. அரங்கேற்றுக் காதையில் வரக்கூடிய 'குயிலுவ மாக்க ணெறிப்பட நிற்ப' என்பதில் தொடங்கி முழுப்பாடலையும் வாசித்தால், வாத்தியக் கருவிகளை வாசிப்பவர்களிலும் எவர் உயர்வு, எவரெவர் தாழ்வு என்னும் விவரணைகள் வருகின்றன.

'குயிலுவ மாக்க ணெறிப்பட நிற்ப' எனில், நரம்புக்கருவிகளை வாசிப்பவர்கள் எந்நெறியில் நின்றனர் என்பதுதான். குயிலுவர், இடக்கை முதலான கருவியாளர். இசைவாணர்களில் தோல்கருவிகளை வாசிப்பவரும், நரம்பிசைக் கருவிகளை மீட்டுபவரும் ஒரேமாதிரியாகக் கருதப்படவில்லை. வலதும் இடதுமாக அவர்கள் நிறுத்தப்படுவதில் தராதரமும், உயர்ந்தவர்கள் இன்னொருவருக்குத் தராத இடமும்

உணர்த்தப்பட்டிருக்கின்றன. காணப்போவது நல்லதா, கெட்டதா எனத் துடிக்கும் கண்களைப் பற்றி இராமாயணத்திலும் சில குறிப்புகள் உண்டு. அசோகவனத்தில் சீதைக்கு வாய்த்த ஒரே துணையும் உற்ற ஆறுதலும் தரத்தக்கவளாகத் திரிசடை இருக்கிறாள். அவளிடம் `முனியொடு மிதிலையில் முதல்வன் முந்துநாள் / துனிஅறு புருவமும் தோளும் நாட்டமும் / இனியன துடித்தன, ஈண்டும் ஆண்டு என / நனி துடிக்கின்றன,ஆய்ந்து சொல்வாய்' என்கிறாள். அதாவது, முதன்முதலாக இராமன் விசுவாமித்ர முனிவருடன் மிதிலைக்கு என்னைக் காண வருகையில் என் இடக்கண்ணும் தோளும் புருவமும் துடித்தன.

அதேபோலத் தம்பி பரதனுக்கு நாட்டை அளித்துவிட்டு வனம்புகுந்த நாளிலும், இராவணன் என்னைச் சிறைகொண்ட நொடியிலும் என் வலக்கண், தோள், புருவம் ஆகியன துடித்தன. ஆனால், தற்போதோ இடக்கண் துடிக்கிறது. இடக்கண் துடித்தால் நன்மையென்று சொல்வார்களே அப்படி ஏதேனும் என் வாழ்வில் நடக்க இருக்கிறதா எனத் திரிசடையிடம் சீதை கேட்கிறாள்.

இதற்கு முந்தைய பாடலிலும் கம்பர் மிக அழகாக இச்சித்திரத்தைத் தீட்டியிருக்கிறார். என்ன நடக்குமோ ஏது நடக்குமோ என அஞ்சி அஞ்சி ஒவ்வொரு நொடியையும் அசோகவனத்தில் சீதை கழித்துக்கொண்டிருக்கிறாள். தன்னைத் தானே நொந்து, தற்காத்துக்கொள்ளும் வழியறியாத சீதைக்குப் பல்வேறு எண்ணங்கள் ஓடுகின்றன. தன் உடம்பிலும் மனத்திலும் நேரக்கூடிய மாற்றங்களைக் கவனித்து அதை யாரிடம் பகிர்வது என்றுகூடத் தெரியாத நிலை.

அந்த நிலையில்தான் திரிசடையின் கருணைக் கண்கள் அவளுக்கு உதவுகின்றன. 'நலம் துடிக்கின்றதோ? நான்செய் தீவினை / சலம் துடித்து இன்னமும் தருவது உண்மையோ? / பொலம் துடி மருங்குலாய்! புருவம் கண் நுதல் / வலம் துடிக்கின்றில: வருவது ஓர்கிலேன்' எனத் தொடங்கிய கம்பர், அடுத்து 'முனியொடு மிதிலையில்' எனும் பாடலைத் தந்திருக்கிறார். நலம், சலம், பொலம், வலம் எனக் கம்பர் அடுத்தடுத்து வார்த்தைகளை அடுக்கியுள்ள விதத்தை அறிய, எத்தனைமுறை இப்பகுதியை வாசித்திருக்கிறேன்

என்பதற்குக் கணக்கில்லை. ஒரு சின்ன நம்பிக்கையை வைத்து, காவியத்தின் இரசத்தைக் கூட்டிவிடும் அசாத்திய ஆற்றல் கம்பருடையது. தமிழிலக்கிய பரப்பெங்கும் வலது, இடது கண்கள் துடிப்பதைப் பற்றிய சமிக்ஞையை அறியலாம். ஒருவரேபோல் அனைவரும் வலதை நன்மையாகவும் இடதைத் தீமையாகவுமே சொல்லியிருக்கின்றனர்.

இன்றைய அரசியலும்கூட வலதாகவும் இடதாகவும் பிரிந்தே கிடைக்கிறது. இந்தப் பிரிவிலும் பிளவிலும் எது நன்மை, எது தீமை என்பதை நான் சொல்ல வேண்டியதில்லை. வழக்காறுகளையும் நம்பிக்கைகளையும் அடிப்படையாக வைத்து எழுதப்பட்டுள்ள திரைப்பாடல்களில் 'இலங்கையின் இளங்குயில் என்னோடு இசைபாடுதோ' என்னும் பாடலும் ஒன்று. பைலட் பிரேம்நாத் திரைப்படத்தில் வெளிவந்த அப்பாடலில் `என்றும் இந்த பூமியிலே / உனக்காக நான் பிறப்பேன் / நீதான் என் துணைவனென்றால் / நூறு ஜென்மம் நானெடுப்பேன் / விலகாத சொந்தமிது / பலகால பந்தமிது' என்னும் வரிகள் வசீகரிப்பவை. உனக்காகப் பிறப்பேன், திரும்பவும் ஜென்மம் எடுப்பேன் என்பதெல்லாம் தேய்வழக்கான வரிகளென்று சிலர் கருதலாம்.

ஆனால், அவ்வரிகளை வாலி, நாட்டார்ப் பாடலிலிருந்து பெற்றிருக்கிறார். 'கட்டுக் கலங்காணும் கதிர் உழக்கு நெல்காணும்' எனும் நாட்டார் பாடலைக் கேட்டிருக்கலாம். அதே ஓசையில் 'செத்து மடிந்தாலும் செலவழிந்து போனாலும் / செத்த இடத்தனிலே செங்கழுநீர்ப் பூபூப்பேன் / மாண்டு மடிந்தாலும் வைகுந்தம் சேர்ந்தாலும் / மாண்ட இடந்தனிலே மல்லிகைப் பூப்பூப்பேன்' என்பதாக நீளும் அப்பாடலின் அதிஅற்புதக் கற்பனையைக் கடன்வாங்கியே வாலி எழுதியிருக்கிறார்.

வாலி இன்னும் ஒருபடி மேலேபோய், இலங்கையின் இளங்குயிலைப் பல்லவியாக்கியதால் `அன்புத் தெய்வம் கௌதமனின் / அருள் கூறும் ஆலயங்கள் / வளரும் நம் உறவுகளை / வாழ்த்துகின்ற வேளையிது / கடல் வானம் உள்ளவரை / கணம்தோறும் காதல் மழை / தமிழ் போலும் ஆயிரம் காலம் / திகட்டாத மோஹன ராகம்' என்றிருக்கிறார். சிங்களமும் பௌத்தமும் கலந்திருக்கும் பூமியில் நிகழும்

காதல் என்பதால் கௌதமனின் அன்பையும் தமிழையும் தவிர்க்காமல் இணைத்திருக்கிறார். இதே செய்தியைத் தாங்கிய `இம்மை மாறி மறுமை ஆயினும் / நீயாகியர் என் கணவனை / யானாகியர் நின் நெஞ்சு நேர்பவளே' எனும் குறுந்தொகைப் பாடலும் நினைவுக்கு வருகிறது. ஒன்றிலிருந்து ஒன்று கிளைத்தும் தனித்துமே இயங்குகின்றன. அதுபடி, எல்லாவற்றுக்கும் ஒரு தொடர்ச்சியைக் காண முடியும். குறிப்பிட்ட வட்டத்திற்குள் தேடிப் பார்த்தால் அனைத்தையுமே இலக்கியமென்னும் அகப்பையில் அள்ளிவிடலாம்.

மேலே குறித்த நாட்டுப்பாடலில் வரும் `மாண்டு மடிஞ் சாலும் வைகுந்தம் சேர்ந்தாலும்' எனும் வரியை ஆர்.வி. உதயகுமாரும் `உலகே அழிஞ்சாலும் உன் உருவம் அழியாது' எனத் தனக்கேயுரிய சொற்சிக்கனத்துடன் `பொன்னுமணி' திரைப்படத்தில் எழுதியிருக்கிறார். `நெஞ்சுக்குள்ளே இன்னாருன்னு சொன்னாத் தெரியுமா'பாடலில் வரக்கூடிய வரிகள் அவை. தமிழர்களின் வாழ்வுடன் இரண்டறக் கலந்துவிட்ட திரைப்பாடல்களின் வழியே பன்னெடுங்கால வழக்காறுகளையும் நம்பிக்கைகளையும் மீட்டெடுக்க முடியும். ஒரு திரைப்பாடலை ஊன்றிக் கேட்கும்போது நம்மையுமறியாமல் சில வரிகளைச் சிலாகிக்கிறோமெனில், அது நிச்சயமாக நம்முடைய தொன்மத்தின் மிச்சமே என்பதுதான் என் நம்பிக்கை.

இப்பதிவை எழுதிக்கொண்டிருக்கும் நேரத்தில் `எங்க ஊரு ராசாத்தி' திரைப்படத்தில் இடம்பெற்ற `பொன்மானைத் தேடி நானும் பூவோடு வந்தேன்' பாடல், எங்கிருந்தோ என் காதில் விழுகிறது. வழக்காறுகளையும் நம்பிக்கைகளையும் கனக்கச்சிதமாக வெளிப்படுத்திய அப்பாடலின் இறுதிவரி, விண்மீனையும் விடிவெள்ளியையும் நினைவுபடுத்தியது. நினைவுகளைக் கழித்துவிட்டால் வாழ்க்கையில் ஒன்றுமில்லை என்பர். எனக்கோ, தொன்மத்தைத் தவிர்த்துவிட்டால் கலைகளிலும் காவியங்களிலும்கூட ஒன்றுமில்லை என்றே தோன்றுகிறது.

நாகரத்தினமும் முத்துபழநியும்

அடைய முடியாத ஒன்றின்மீது வைக்கும் அன்புதான் பக்தியோ எனும் கேள்வி எனக்குண்டு. ஆண்டாளும் மீராவும் கண்ணனிடம் கொண்ட காதல், பக்தியாகப் பார்க்கப்படுகிறது. இறுதியில் அவர்கள் இருவருமே கண்ணனைச் சேர்ந்தனர் என்னும் குறியீடு, பக்தியையும் காதலையும் இருத்திவைக்க எழுதப்பட்ட கட்டுக்கதைகளே எனினும், அக்கதைகளின் வழியே கடத்தப்படும் உணர்வுகள் மலர்ச்சிக்குரியவை. கட்டுக்கதைகள் எனச் சொல்வதால் நான் அக்கதைகளைச் சந்தேகிப்பதாக அர்த்தமில்லை. இன்றைய சூழலில் அக்கதைகளில் வரும் சம்பவங்களையும் காட்சிகளையும் உணர்ந்து உள்வாங்கும் சாத்தியமின்மையால் அவ்விதம் சொல்கிறேன்.

அக்கதைகள் தெள்ளத் தெளிவாக நம்பிக்கைகளை விதைக்கின்றன. ஆழ்ந்த ஈடுபாடும் பிரியமும் வைத்தால் அடைய முடியாத எல்லைகளையும் எட்டிவிடலாமெனக் காட்டுகின்றன. ஆன்மிக இலட்சியவாதத்தை முன்வைக்கும் அக்கதைகள், காதலையும் காமத்தையும் கலந்திருப்பதால் எனக்குப் பிடிக்கின்றன. பெங்களூர் நாகரத்தினம் அம்மாள், தியாகராஜர்மீது கொண்ட அன்பினால் வாழ்வு மொத்தத்தையும்

அவருக்கே அர்ப்பணித்திருக்கிறார். தேவதாசி மரபில் வந்த அவர், இறுதிக்காலங்களில் தியாகராஜரை ஆகப்பெரும் நாதக் கடவுளாக நிறுவ உடல், பொருள், ஆவி அத்தனையையும் அளித்திருக்கிறார். வெறும் இசைக்காதலென்று அந்த அம்மையின் உணர்வுகளை ஒதுக்கிவிட முடியாது.

இராமநாமத்தில் தியாகராஜர் கொண்டிருந்த காதலிலும் பக்தியிலும் கொஞ்சமும் குறையில்லாததே அந்த அம்மையாரின் தியாகராஜ பக்தியுமென்று சொன்னால் பிழையில்லை. இளவயதில் தந்தையாலும் பின்னர் அடைக்கலம் கொடுத்த அனைவராலும் கைவிடப்பட்ட ஒருவர், தியாகராஜரும், அவர் இசையுமே எல்லாமுமென்று வரித்துக்கொண்டதில் வியப்பில்லை. இருக்கும்போது அவர் சேவடிகளுக்குச் சேவை செய்ய முடியாமல் போனாலும், சமாதியான தியாகராஜருக்கு மண்டபமும் உற்சவமும் எழுப்பிய பெருமை அவருடையது.

ஒரு பெண் ஓர் ஆண்மீது எப்போது அளவற்ற காதலையும் பக்தியையும் வைக்கிறாள் என்பதை வார்த்தைகளால் விவரிக்க முடியாது. கனிந்த பிரேமையும், கலப்படமற்ற பிரியங்களும் ஒன்றிணையும் மிக உயர்ந்த நிலை அது. ஆண், பெண்மீதோ பெண், ஆண்மீதோ கொள்ளும் காதலைக் காமத்தின் விளைவாகவும் எதிர்பார்ப்பாகவும் மட்டுமே பார்ப்பவர்கள் உண்டு. ஆனால், நாகரத்தினம்மா தியாகராஜர்மீது வைத்திருந்ததோ பார்வைகளுக்கெல்லாம் அப்பாற்பட்ட ஒன்று. அவர் தன்னைத் தியாகராஜ சுவாமிகளின் தாசியென்றே அறிவித்துக்கொண்டவர்.

ஆந்திராவிலும் தமிழ்நாட்டிலும் 1235 இசைக் கச்சேரிகள் செய்தவர். இசையே வாழ்வென்று ஆகிவிட்ட பின்னும், சமூக மாற்றத்திற்காக உழைக்கத் தயங்காதவர். குரல் மிளிரச் சமஸ்கிருதத் துதிப்பாடல்களை 1929இல் நடந்த சனாதன தர்ம மாநாட்டில் பாடியவர். பன்மொழிப் புலமையும் கலைகளில் ஈடுபாடும் மிக்க அவர், சங்கீதம் பிழைக்க வேண்டுமானால் ஆர்மோனியப் பெட்டியை ஆற்றில் தூக்கி எறிய வேண்டும்' என்றிருக்கிறார். தென்னக இசையின் ஆதாரக் கருவியாக ஆர்மோனியத்தை ஏற்காத காலத்தில் அவர், ஊரெங்கும் தம்புராவைச் தூக்கிச் சுமந்த பெருமாட்டி. தம்புராவை மீட்டியபடி அவர் காட்சிதரும் ஒரு புகைப்படம், மிகப்

பிரசித்தம். `ஒரு காலத்தில் என்னுடைய கண்ணழகைக் காண மைசூர் மகாராஜாவே வருவார். அப்படிப்பட்ட என்னைத் தியாகராஜர் எப்படியோ மாற்றிவிட்டார்' என்று மரணத்திற்குச் சிலநாள் முன்புவரை தன்னைச் சந்திக்க வந்தவர்களிடம் தெரிவித்திருக்கிறார்.

தியாகராஜரே சரணமென்று அந்த அம்மையார் நினைக்கவும் நெகிழவும் இசையைத்தவிர வேறெதுவும் காரணம் இருப்பதாகத் தெரியவில்லை. தன்னையும் தன் வாழ்வையும் மீட்ட இசைக்குக் கைம்மாறாக எதையேனும் செய்ய விரும்பியே தியாகராஜரின் காலடி பதிந்த திருவையாற்றை நோக்கி நகர்ந்திருக்கிறார். அங்கே, மண்மூடிக் கிடந்த தியாகராஜரின் சமாதியைத் தேடிக் கண்டுபிடித்து, மைசூர் ஆஸ்தான வித்துவான் கிருஷ்ணப்பாவின் விருப்பத்தை நிறைவேற்ற தஞ்சை அரசரின் உதவியை நாடியிருக்கிறார்.

தியாகையருக்கு இசைக் கோவில் எழுப்பி, 1925இல் கும்பாபிஷேகம் நடத்த அவர் பட்டபாடுகள் கொஞ்சமல்ல. அக்கோவில் பணிக்காகச் சொந்த வீட்டையும் பாடிச் சம்பாதித்த பொன், பொருள் எனச் சேமித்த சகலத்தையும் செலவழித்திருக்கிறார். வருமான வரியை அதிகமாகக் கட்டிய முதல்பெண் என்றறியப்பட்டிருந்த அவர், தியாகராஜ பிரேமையால் வாடகை வீட்டுக்கும் வழியில்லாத நிலைக்குத் தள்ளப்பட்டிருக்கிறார்.

திருவையாற்றை அடுத்துள்ள பெரும்புலியூர் என்னும் குக்கிராமமே என் அப்பா பிறந்த ஊர் என்பதால், எப்போதெல்லாம் அவ்வூருக்குப் போகிறேனோ அப்போதெல்லாம் நாகரத்தினம்மா உண்டாக்கியுள்ள சந்நிதியையும், அருகே அமைந்துள்ள அவர் சமாதியையும் வணங்காமல் திரும்பமாட்டேன். தியாகராஜரின் இசை ஓர் உச்சமென்றால், தியாகராஜருடன் தன்னையே புதைத்துக்கொண்ட அந்த அம்மையின் அதீத அன்பும் பக்தியும் இன்னொரு உச்சம். கோவிலுக்கு நிலம் ஒதுக்குவதிலும், கூடி ஒரு காரியத்தை நிறைவேற்றுவதிலும் எப்பவும்போல் இரண்டு கட்சிகளாகப் பிரிந்துநின்ற பிராமணர்கள், அவரை நீதிமன்றம்வரை அலைக்கழித்து அவமானப்படுத்தியது தனிக்கதை. தியாகராஜரைப் பிராமணக் குடுவையில்

அடைத்து, எப்படியாவது தம்மையும் தம் லௌகீகத்தையும் காப்பாற்றிக்கொள்ள முனைந்த அவர்கள், நாகரத்தினம்மாவை நாக்கூசும் சொற்களால் கேவலப்படுத்தியிருப்பதைக் கேட்டால் இதயமே சுக்கலாகிவிடும். இசையை உரிமை கொண்டாடி, அது தமக்கே உரியதென்றும் இன்னபிறர் கேட்பதும் பாடுவதும் தீட்டென்றும் வாதிட்ட ஈனத்தனங்களை முறியடிக்கப் பெரும் போராட்டத்தைத் தமிழ்ச்சமூகம் நடத்தியிருக்கிறது.

தேவதாசி குலத்தில் பிறந்த ஒருத்தி, தியாகராஜரை தெய்வப் புருஷராக்க மேற்கொண்ட முயற்சிகளை அவர்களால் பொறுத்துக்கொள்ள முடியவில்லை. தமக்குப் பாத்தியமான இடத்தில் வந்து வேற்றுசாதிப் பெண், கூரை வேய்கிறாளே எனக் குமைந்து அவர் ஆற்றிவந்த காரியங்களை வீழ்த்த பல்வேறு நெருக்கடிகளை மேற்படியார்கள் கொடுத்திருக்கின்றனர். தியாகராஜர் இசையை விரும்புகிற, இசையை வழிபடுகிற எல்லோருக்குமானவர். அவரைத் தம் சமூகத்திற்கு மட்டுமே உரியவராகக் கருதுபவர்கள் இன்னமும் இருக்கிறார்கள். எல்லாத் தடுப்புகளையும் மீறியே தம்முள் எழும்பிநின்ற தியாகேச பக்தியை நாகரத்தினம்மா நிரூபித்து, 1952இல் இசையுடன் கலந்திருக்கிறார்.

நாகரத்தினம்மா முன்கை எடுக்காமல் விட்டிருந்தால் மார்கழி மாத இசைக் கச்சேரிகள், வருடாந்திர விழாவாகத் திருவையாற்றில் நிகழவும் தொடரவும் வாய்ப்பில்லை. பக்தியின் உச்சியில் நின்றுபார்க்கும்பொழுது அன்பு, காதல் என்பதெல்லாம் வெகு சின்னதாகத் தெரிகின்றன. இசைக்கு இத்தகைய அடையாளத்தை ஏற்படுத்திய அதே அம்மாதான், இலக்கியத்திலும் இன்னொரு எழுச்சிக்குக் காரணமானவர்.

இசைக்குக் கோவில்கட்டிக் கும்பாபிஷேகத்திற்கு வழிவகை செய்த அவர், ஓலைச்சுவடியில் ஒருவர் பார்வைக்கும் வராமல் இருந்த `ராதிகா சாந்தவனம்' எனும் தெலுங்குக் காப்பியத்தைப் பதிப்பித்து வெளியிட்டிருக்கிறார். இன்று தெலுங்கு இலக்கியத்தின் செவ்வியல் நூல்களில் ஒன்றாகக் கருதப்படும் ராதிகா சாந்தவனம், கண்ணனுக்கும் இராதிகாவுக்கும் இடையே நிகழ்ந்த பிணக்கையும் பிரியங்களையும் சொல்வது. தகாத காதலையும் காமத்தையும் காப்பியமாக்கிய முத்துபழநி, தஞ்சாவூரைச் சேர்ந்த

அரசவை நடனமாது என்பதைப் பலர் அறிந்திருக்கலாம். நடனமாது மட்டுமல்லர், மராட்டிய மன்னரான பிரதாப் சிம்ஹாவின் ஆசைநாயகியாகவும் அறியப்படுகிறார். கலைகளில் தேர்ச்சியும் பன்மொழிப் புலமையும் வாய்த்த முத்துபழநி, ஆண்டாளின் திருப்பாவையைத் தெலுங்கில் மொழிபெயர்த்தவர். அந்தப்புரத்தில் ஆடல் அரசியாகவும், அரண்மனையில் அரசனுக்கே ஆலோசனை சொல்பவராகவும் இருந்ததாகத் தெரிகிறது.

முத்துபழநி எழுதிய `ராதிகா சாந்தவனம்' நூலைத் தெலுங்கிலிருந்து ஆங்கிலத்தில் சந்தியா மூல் சந்தாணி, `The appeasement of Radhika / Radhika santhavanam' என்னும் தலைப்பில் மொழிபெயர்த்து பென்குயின் பதிப்பாக வெளியிட்டிருக்கிறார். ஆங்கிலத்தில் மட்டுமே வாசிக்கப்பட்ட அந்த நூல், தமிழிலும் வந்திருக்கிறது. தில்லிப் பல்கலைக் கழகத்தில் துணைப் பேராசிரியராகப் பணியாற்றும் முனைவர் தி. உமாதேவி பெயர்த்திருக்கிறார். காவ்யா வெளியீடாக வந்துள்ள அந்நூல், ஆங்கிலத்திற்கும் மூலமொழிக்கும் ஊறுசெய்யாமல் ஆக்கப்பட்டிருக்கிறது. *584* பாடல்களையும் உரைநடை வடிவில் உமாதேவி தந்திருக்கிறார்.

ஓரளவு பாடல்களின் அடிநாதத்தைத் தொட்டிருக்கிறார். ஓசை ஒழுங்குகளைத் தவிர்த்து, உரைநடையில் வாசித்தாலும் பாடல்களின் பதமும் அழகும் கெடாமல் வந்திருக்கின்றன. கவிதைப் பயிற்சியிருந்தால் இன்னுமே சிறப்பாகப் பெயர்த்திருப்பேன் என முன்னுரையில் தெரிவித்திருக்கிறார். ஒரு தமிழ்ப்பெண் எழுதிய தெலுங்குக் காப்பியத்தை ஆங்கிலத்திலிருந்து தமிழுக்குத் தருவித்த முயற்சிக்காகவே உமாதேவியைப் பாராட்டலாம். தெலுங்குச் சந்தங்களைத் தமிழுக்கேற்ப மாற்றியமைக்க வேறு எவரேனும் முயலலாம்.

இன்றுகூட, பெண் கவிஞர்கள் எழுதத் தயங்கும் பாலியல் இச்சைமிகுந்த சொற்களை 17ஆம் நூற்றாண்டிலேயே எழுதிய முத்துபழநி, காலங்கடந்தேனும் நம்முடைய கைகளுக்குக் கிடைத்திருக்கிறார் என்பது மகிழ்வுக்குரியது. பாலியல் இச்சையை வெளிப்படுத்தும் எழுத்துமுறை, இடைக்காலத்தில் பக்தியாக மாற்றப்பட்டிருக்கிறது. காலவரையறைகளுக்கு அப்பால், ஒரு பெண்ணின் எழுத்தாகக் கவனத்தை ஈர்க்கும்

முத்துபழநி, கண்ணன் இலா இராதிகா ஆகியோரின் காதலைக் காமம் பாரித்த வார்த்தைகளில் வடித்திருக்கிறார். பாலியல் பதிவுகளையும் மிகச் சாமர்த்தியமான சொல்லாடல்களின் வழியே கடத்தியிருக்கிறார். ஆச்சர்யமூட்டும் செய்தியே வரலாறாக மாறுகிறது.

சந்தேகமில்லாமல் முத்துபழநியை வரலாற்றை மாற்றியெழுதியவர் எனலாம். இராதிகா கண்ணனின் அத்தை. இலாவோ மாமன் மகள். கண்ணனுக்கு இலாவை மணம்முடித்து வைக்கும் இராதிகா, தன்னைவிட்டுப் பிரிந்த கண்ணனுக்காக ஏங்கிச் சரிவதையும், எதிர்பார்ப்பில் தேகம் மெலிவதையும் முத்துபழநி தயக்கமில்லாமல் எழுதியிருக்கிறார். கண்ணன் இராதிகாவிடமும் இலாவிடமும் கொள்ளும் காதலை 'அவளது பெருமைக்குரிய பெரிய முலைகள் / மலைகளைவிட உயர்ந்தவை / அவளது அசைந்தாடும் இடை / அசைந்து நடக்கும் யானையைவிடச் சிறந்தது / அவளது குழிந்த தொப்புள் / ஆச்சர்யமூட்டும் புங்கை மரம் போன்றது / இத்தனை அழகுடைய அவள் / கலிங்க மன்னனான என்னை இயல்பாக ஆட்கொண்டாள்' என்பதுபோல எழுதும் அவர், எங்கேயும் விரசத்தின் விளிம்பைக்கூடத் தொடவில்லை. அத்தியந்த அன்பின், பக்தியின் சாரத்தில் நின்றுகொண்டே சலிக்காமல் எழுதியிருக்கிறார்.

பதினேழாம் நூற்றாண்டில் வாழ்ந்த முத்துபழநியின் பின்புலத்திலிருந்தும் அப்பாடல்களைப் பார்க்கவேண்டிய அவசியத்தைச் சந்தியா மூல் சந்தாணி தெரிவிக்கிறார். தஞ்சை நாயகி புகழ்பெற்ற அரசவைக் கணிகை என்பதும், முத்துபழநியின் தந்தை தாழ்த்தப்பட்ட சமூகத்தைச் சேர்ந்தவர் என்பதும் குறிப்பிடத் தக்கவை.

தஞ்சை நாயகி, ஐயாவுய்யயா என்பவரின் மகனான 'முத்துயாலு'வைத் தத்தெடுத்து வளர்க்கிறார். ஐயாவுய்யயாவைச் சகோதரனாகப் பாவித்த தஞ்சை நாயகி, பிரதாப் சிம்ஹாவின் அந்தரங்க ஆசையைத் தீர்க்கும் பொறுப்பிலிருந்தவர். நவசரத்திலும் திறமை பூண்டிருந்த அவருக்குத் தாய்மையுணர்வு உந்தித் தள்ளியதால்

முத்துயாலுவைச் சிறுவயதிலிருந்து வளர்த்திருக்கிறார். பருவ வயது வந்ததும் 'ராமவது' என்னும் பெயருடைய பெண்ணை முத்துயாலுவுக்கு மணம் முடித்தும் வைக்கிறார். அவ்வகையில் அவர்கள் இருவருக்கும் பிறந்த மகளே முத்துபழநி. பிரதாப் சிம்ஹாவின் ஆசைக்கு உரியவராகவும் இருந்த தஞ்சை நாயகி, தனக்குப் பிறகு முத்துபழநியை அவ்விடத்திற்கு நியமித்ததாகவும் தெரிகிறது. அதாவது, பாட்டியாகிவிட்ட தஞ்சை நாயகி, பிரதாப் சிம்ஹாவுக்குத் தன்னுடைய பேத்தி முறையிலான பெண்ணைத் துணையாக்கிவிட்டு, நகர்ந்துகொள்கிறார்.

சிலகாலம் பிரதாப் சிம்ஹா, முத்துபழநியின் கலையிலும் காதலிலும் திளைத்திருக்கிறார். அறிவாற்றல் மிக்க முத்துபழநியின் அன்பில் கட்டுண்டு கிடந்த அவர், ஒருகட்டத்தில் தஞ்சை நாயகியின் பக்கமே திரும்பியிருக்கிறார். தனக்குக் கொடுக்கப்பட்ட முக்கியத்துவம் குறைந்துபோவதைக் கண்ட முத்துபழநிக்கு, தஞ்சை நாயகிமீது கசப்பும் வெறுப்பும் தோன்றியிருக்கிறது.

அந்தத் துக்கத்தையும் விம்மலையும் இணைத்தே இராதிகா சாந்தவனத்தைப் படைத்ததாகச் சொல்லப்படுகிறது. இலாவாகத் தன்னையும் இராதிகாவாகத் தஞ்சை நாயகியையும் உருவகப்படுத்தியே எழுதியதாகவும் கருதப்படுகிறது. வாழ்விலிருந்து பிறப்பதே கலையும் இலக்கியமும் என்று சொல்லப்படுவதை இத்துடன் இணைத்துப் பார்க்கலாம். காப்பியத்தை வாசிக்கும்பொழுது பெண் மனத்தின் புதிர்ப் பக்கங்களைப் புரட்டுவதுபோல் இருக்கின்றன.

'முலைகள்' எனும் தலைப்பில் நூல் வெளியிட்டதற்காக இலக்கியக் காவலர்களும், கலாச்சாரக் கங்காணிகளும் கவிஞர் குட்டிரேவதியை என்னவெல்லாம் சொன்னார்களென்று இந்த இடத்தில் நினைவுக்கு வருவதைத் தவிர்க்க முடியவில்லை. காமமும் காதலும் வார்த்தையிலோ உடலிலோ இல்லை, அவை மனத்திலிருக்கின்றன. வக்கிரமும் குரூரமும் நிறைந்த ஆண்கள், இதே வார்த்தைகளை இயல்பாகத் தம் எழுத்திலும் பேச்சிலும் பயன்படுத்துவது பிரச்சினையாக ஆவதில்லை. முத்துபழநியின் எழுத்துகளை முழுவதுமாக

வாசித்தால் அவர் வெள்ளிவீதியாரையும் ஆண்டாளையும் விஞ்சக்கூடியப் பதங்களை ஆக்கி அளித்திருப்பவர் என்பதை அறிந்துகொள்ளலாம்.

தமிழிலக்கியத்தில் குறிப்பாக, சங்கப்பாடல்களின் தொடர்ச்சியை முத்துபழநியின் பாடல்களில் பார்க்க முடிகிறது. கற்பூரம் நாறுமோ / கமலப்பூ நாறுமோ என்று ஆண்டாள் எழுதிய பதத்தை வேறு வகையான வாக்கிய அமைப்பில் தெலுங்கில் செய்திருக்கிறார். உள்வாங்கிய குறியீடுகளையும் படிமங்களையும் அப்படியே பயன்படுத்தாமல், அவருக்கே உரிய விதத்தில் வழங்கியிருப்பது தனித்துவம்.

ஒருவேளை அவர் தமிழில் எழுதியிருந்தால் இன்னமுமே சிறப்பாக அமைந்திருக்குமோ என்னவோ?. தமிழ்நாட்டில் அதுவும் தஞ்சாவூரில் பிறந்த முத்துபழநி தமிழில் எதுவும் எழுதாமல் தெலுங்கில் ஏன் காப்பிய முயற்சிவரை மேற்கொண்டார் என்பது ஆராயத் தக்கது. இராதிகா சாந்தவனத்தை வாசித்துக் கொண்டே வருகையில் முத்துபழனி பயன்படுத்தியுள்ள பல பதங்கள், எனக்கு நற்றிணையையும் குறுந்தொகையையும் நினைவு படுத்தின. ஆகச்சிறந்த படைப்பென்பது கிளைத்துப் பெருகும் சாத்தியங்களை உடையதென்பர். அந்தவிதத்தில் `இல்லோன் இன்பம் காமுற்றா' எனும் குறுந்தொகை பாடல், இராதிகாவின் ஏமாற்றத்தையும் ஏக்கத்தையும் சொல்வதாகத் தெரிந்தது. ஏதோ ஒரு சரியான காரணத்தால் சந்திக்க வராமல் போன காதலியைத் தப்பிதமாகக் கற்பனை செய்துகொண்ட காதலனின் மன உணர்வைக் காட்டும் மிக அழகிய பாடல் அது.

புரிந்துகொள்வதில் ஏற்படும் பிரச்சினையால் ஒரு காதல் எப்படிப் பிரிந்தது எனச் சொல்லவந்த பரணர் `இல்லோன் இன்பம் காமுற்று ஆஅங்கு / அரிது வேட்டனையால் நெஞ்சே காதலி / நல்லள் ஆகுதல் அறிந்து ஆங்கு / அரியள் ஆகுதல் அறியாதோயே' என்று எழுதியிருக்கிறார். அப்பாடல் மிகச்சிறிதே எனினும், அவ்வரிகளை விவரித்து மணிக்கணக்கில் பேசலாம். சங்கப்பாடல்களின் மையத்தை உள்வாங்கினால் அவற்றை வைத்து ஏராளமான கதைகளையும் நாவல்களையும் உருவாக்க முடியும். சங்கப்பாடல் வரிகளை

முன்வைத்து அப்படிக் கதைகளாகப் பலர் எழுதியுள்ளனர். நா.பார்த்தசாரதியின் 'புறநானூற்றுக் கதைகள்' நூல், அவற்றில் ஒன்று. பரணரின் 'இல்லோன் இன்பம் காமுற்றா'வையும் ஒருகதையாக ஆக்கிப் பார்க்கலாம்.

வசதிமிக்க வீட்டில் காதலி வசிக்கிறாள். அவளைச் சந்திப்பதென்பது அத்தனை எளிதில்லை. காதலனோ பக்கத்து ஊரைச் சேர்ந்த மிக எளிய குடும்பத்தைச் சேர்ந்தவன். வசதி எப்படியிருந்தாலும் இருவரும் காதலிக்க ஆரம்பித்துவிடுகிறார்கள். அடிக்கடி சந்தித்து அன்பையும் முத்தங்களையும் பரிமாறிக்கொள்ளவும் தயங்குவதில்லை. ஆனால், சில நாட்களாகக் காதலியைச் சந்திப்பதில் அவனுக்குச் சிக்கல் ஏற்பட்டுவிடுகிறது. காரணத்தைத் தெரிந்துகொள்வதற்கேனும் ஒருமுறை சந்திக்க வேண்டும்போல் ஆகிவிட, அவனும் பல்வேறு முயற்சிகளை மேற்கொள்கிறான். அவளுடைய தோழியிடமும் தன்னுடைய ஏக்கத்தை அறிவித்தும் காண வழியில்லை. சரி, நாமே இரவில் சென்று அவளை யாருக்கும் தெரியாமல் சந்தித்துவிடுவோம் என எண்ணுகிறான்.

அதுபடி, ஊரே உறங்கிய நள்ளிரவில் ஒருவருக்கும் தெரியாமல் கிளம்பி, காதலியின் ஊர் எல்லைக்கு வருகிறான். வந்தால் காவலர்கள் ஊர் முழுக்கச் சுற்றிக்கொண்டிருக்கிறார்கள். அவர்களின் கண்ணில் மண்ணைத் தூவுவது ஆகாத காரியமென முதல்நாள் தப்பித்துவிடுகிறான். மறுநாள் கிளம்பிப் போகையில் காவலர்களுக்குப் பதிலாக நாய்கள் ஊரை வட்டமிட்டுக்கொண்டிருக்கின்றன. அகஸ்மாத்தாக ஒரு நாய் பார்த்து, குரைக்க ஆரம்பித்தாலும் முழுக் காரியமும் கெட்டுவிடுமென்று யோசித்து அன்றும் வேதனையுடன் திரும்பிவிடுகிறான்.

மூன்றாவது நாள், மிகக் கவனமாகக் காதலியின் வீட்டை அடைந்துவிடும் அவன், அவள் படுத்திருக்கும் அறையை ஒட்டி வளர்ந்திருக்கும் மரத்தை அடைகிறான். 'எப்போது வந்தாலும் வருகையைத் தெரிவிக்க மரத்தை உலுக்கி, சப்தம் எழுப்பு நான் வந்துவிடுகிறேன்' எனச் சொல்லியிருப்பதால் அப்படிப் பின்னிரவுவரை மரத்தை உலுக்குகிறான். ஆனால், அவளோ எட்டிக்கூடப் பார்க்கவில்லை. எப்பவும்

வசதியான வீட்டுப் பெண், இப்படித்தான் நம்பவைத்துக் கழுத்தை அறுத்துவிடுவாள்’ என நினைத்து அவன் கலங்கிய கண்களுடன் அங்கிருந்து விடுபட்டுக் காதலைத் துறக்கிறான்.

காலம் சில ஓடியபின் காதலியின் தோழியிடம் இதை அவன் தெரிவிக்க, அவளும் காதலியிடம் போய் நியாயம் கேட்கிறாள். `இரவு முழுக்க மரத்தையும் இதயத்தையும் உலுக்கிக்கொண்டிருந்தவனை நீ ஏன் கவனிக்காமல் இருந்தாய்’ என்றதும், `ஒருமுறை மரம் உலுக்கப்படும் சத்தம் கேட்டதும் எழுந்துவந்து பார்த்தேன். ஆனால், ஆள் யாருமில்லை. மரத்தைப் பார்த்தால் ஒரு பறவை இன்னொரு பறவையுடன் கிளையில் அமர்ந்து கூடிக்குலவுவது தெரிந்தது. அக்குலவலில் கிளைகள் அசைய, ஓசை வருவதாகவும் பட்டது. எனவே, என் காலடி ஓசையிலோ பார்வையிலோ அப்பறவைகள் பிரிந்துவிடுமோ என்றஞ்சி, படுக்கைக்குத் திரும்பிவிட்டேன்.

இரண்டாவது முறையும் சத்தம் கேட்டதென்னவோ உண்மைதான், ஆனால் அப்போதும் கூடி முயங்கிய பறவைகள் ஒன்றோடொன்று விளையாடுகின்றன என்று நினைத்தே எழுந்துவந்து பார்க்காமல் விட்டுவிட்டேன்’ என்கிறாள். நடந்தது என்னவென்று புரியாமல் நடந்துகொண்டேனே என்ற இரண்டுவரி, காதல் உணர்வில் பொங்கி வழிவது. முன்பின் நிகழ்வை ஒப்பிட்டுப் புரிந்துகொள்வதில்தான் அன்பின் பரிபூரணத்தைப் பெறமுடியும்.

இராதிகாவை நோக்கித் திரும்பிவந்த கண்ணனின் வார்த்தைகள், ‘இல்லோன் இன்பம் காமுற்றா’வுக்கு இணையானவை. நான்காவது அத்தியாயத்தில் வரும் 91ஆம் பாடல், `திரும்பிவந்த கண்ணன், இராதிகாவின் தாமரைபோன்ற பாதங்களைக் குனிந்து வணங்கினான். அது, திரளான தேனீக்களின் சலசலப்பு போலிருந்தது’ என்று முத்துபழநி எழுதியிருக்கிறார். காப்பியத்தில் இடம்பெற்றுள்ள பாடல்களில் பெரும்பகுதி, ஆண்பெண் கலவி குறித்தே அமைந்துள்ளன. பெண்களின் தாப உணர்வுகளுக்கு முக்கியத்துவம் கொடுத்தே முழுக் காப்பியத்தையும் படைத்திருக்கிறார். இலாவானாலும் இராதிகாவானாலும் கண்ணனுக்காகவே கரைகிறார்கள். கண்ணனும் அவர்கள் இருவரையும் திருப்திப்படுத்தும் முகாந்திரங்கள் எவையென்பதைக் குறித்தே சிந்திக்கிறான்.

இரண்டு பெண்களுக்கும் இடையே சிக்கிக்கொண்ட கண்ணன், அவர்களை மீறி எங்கேயும் செல்வதாகக் குறிப்புமில்லை. அதேபோல, இரண்டு பெண்களும் அவனை மட்டுமே எண்ணியெண்ணி நைகிறார்கள்.

காப்பியத்தின் முக்கியமான அம்சம் என்னவெனில், காமத்தைப் பிரதானப்படுத்தினாலும் அது, உள்ளத்தின் உணர்வுகளையும் பதிவுகளாக அமைந்திருப்பதுதான். இராதிகாவின் கூற்றாக `கண்ணன், அழகான பெண்களின் இதயத்தைக் கடைபவன்' என்று முத்துபழநி எழுதியிருப்பதை இரசிக்கலாம். காப்பியத்தில் இடம்பெற்றுள்ள மூன்று காட்சிகள், முதன்மையானதாக எனக்குத் தோன்றின. அம்மூன்று காட்சிகளையும் ஆண்களால் எழுதமட்டுமல்ல, யோசிக்கக்கூட முடியாது.

பெண்ணே பெண்ணின் உணர்வுகளை எழுதும்போதுதான் உள்ளார்ந்த வெளிப்பாடுகளைப் பெறமுடியும். வார்த்தைக்கும் வாதத்திற்கும் ஆண் பெண்போலவும் பெண் ஆண்போலவும் சிந்திக்கத் தடையில்லை எனலாமே தவிர, உண்மையில் அது சாத்தியமில்லை என்பதையே முத்துபழநி நிறுவியிருக்கிறார். முதல்காட்சி, பூப்பெய்தியவுடன் இராதிகாவின் உடலுடன் தன்னுடலைப் பொருத்திப்பார்த்து இலாதேவி பொருமுவது. தன்னைவிட அழகாகவும் பூரிப்பாகவும் இருக்கும் ஒரு பெண்ணை, இன்னொரு பெண் பார்த்து அங்கலாய்க்கும் உணர்வுகளை முத்துபழநியே முதன்முதலில் பட்டவர்த்தனப் படுத்தியிருக்கிறார். உடல் சார்ந்து ஒரு பெண்ணுக்கு ஏற்படும் மனக்குறைவும் பொறாமையும் சிக்கலுக்குரியவை.

பெண்ணை வெறும் உடலாக ஓர் ஆண் பார்ப்பதற்கும் இதற்கும் வித்யாசமுண்டு. பெண்ணை இச்சைக்குரிய பொருளாக ஆண் பார்ப்பது ஏற்புடையதில்லையென அறிவுச்சமூகம் பேசுகிற அதேநேரத்தில், ஒரு பெண்ணே தன்னுடல் குறித்து ஏற்படுத்திக்கொள்ளும் பார்வைகளை, சமூக மதிப்பீடுகளை மீறியும் முன்வைக்க முத்துபழநியால் முடிந்திருக்கிறது. ‘இராதா, தன் அபரிமிதமான மார்பகங்களை / அசுரர்களை அழித்த கிருஷ்ணனுக்கு வழங்கும்போது / சிறுமி இலா புலம்புவாள் /என்னிடமில்லையேயென்று

/ இராதா, தன் சிவந்த இதழ்களை அவனுக்குப் பரிசாக வழங்கும்போது / சிறுமி இலா புலம்புவள் / தன்னுடைய இதழ்களில் இத்தனை தீஞ்சுவை இல்லையே என்று' என நீளும் அப்பாடலில் உணர்வுகள் உக்கிரத்துடன் வெளிப்பட்டுள்ளன. இரண்டாவது காட்சி, இலாவை முதலிரவு அறைக்குள் அலங்கரித்து அனுப்பிய இராதிகா, தன்னுடைய காதலனை இன்னொருத்திக்குத் தாரைவார்த்துவிட்டு திரும்பும் சூழலைச் சொல்வது. ஆற்றாமையுடனும் அடங்கவொண்ணா கோபத்துடனும் அவள் திரும்புவதைக் காதலின் உச்சமென்பதா, பெண் மனத்தின் சிடுக்கென்பதா தெரியவில்லை.

இலாவும் கண்ணனும் என்னென்ன மாதிரியான கூடலில் ஈடுபடுவார்களோ எனக் கற்பனை செய்யுமிடத்திலும் இராதிகாவின் மெல்லிய பொறாமையின் குரலைக் கேட்கலாம். தன்னைவிட, வயது குறைந்த இலா, சந்தோசத்தில் திளைக்கும்போது தான்மட்டும் வெறுமையிலும் தனிமையிலும் தவிக்கிறேனே என எண்ணுகிறாள். தன்னைவிடச் சிறப்பான காதலையோ காமத்தையோ இலாவால் தரமுடியாதெனவும் யோசிக்கிறாள். இலாவைச் சயன அறைக்குத் தயாரித்து அனுப்புவதற்கு முன்பாக, கண்ணனிடம் இலாவின் உடல் குறித்தும், இலாவிடம் கண்ணனின் இச்சைகுறித்தும் சொல்லும் அறிவுரைகள், பொறுப்புமிக்கவை.

அந்தப் பொறுப்புமிக்க வார்த்தைகளை ஆலோசனையாகவும் அறிவுரையாகவும் வழங்கிய இராதிகாவே, பிற்பகுதியில் இப்படியெல்லாம் யோசிக்கிறாள் என்பதுதான் காப்பியத்தின் நுட்பம். இலா பூப்பெய்திய நொடியிலேயே அவள் உடல்முழுவதையும் ஒருமுறை ஏறிட்டுப் பார்த்த இராதிகா, 'அனுபவமுள்ள எனக்கு நீயா போட்டியாகப் போகிறவள்' என நகைத்துக் கன்னத்தைக் கிள்ளிய காட்சியை இத்துடன் இணைத்துப் பார்க்கலாம்.

மிகச் சிக்கலான உளவியலைக்கூட போகிறப்போக்கில் எழுதிவிடும் முத்துபழநி, `ஒருத்தியால் விலையுயர்ந்த ஆபரணங்களை விட்டுக்கொடுக்க முடியும் / உறவுகளையும் மதிப்புமிக்க பொருள்களையும் விட்டுக் கொடுக்க முடியும் / ஆனால், வாழ்வை விட்டுக்கொடுக்க முடியுமா' எனக்

கேட்டிருக்கிறார். இந்தக் கேள்வி அவர் வாழ்விலிருந்தும் சூழலிலிருந்தும் பிறந்தவை. மீளவும் தஞ்சை நாயகியே கதியென்று போய்விட்ட, பிரதாப் சின்ஹாவை மனத்தில் இருத்தியே அவர் இவ்வார்த்தைகளை எழுதியிருப்பாரோ எனச் சிந்திக்க இடமுண்டு.

`கண்டேன் காதலை' என்னும் திரைப்படத்தில் தன் வாழ்வை மீட்டுக் கொடுத்தவளைக் காணாமல் கதாநாயகன் தேடுவதாக வந்த சூழலுக்குக் `கண்ணிமையில் ஓர் ஆசை ஊஞ்சலிடும் வேளையில் / உண்மைகளை உள்மனது காண்பதில்லை / புன்னகையில் நான் தூங்க ஆசைப்பட்ட வேளையில் / முள் மடியில் தூங்கும் நிலை நியாயம் இல்லை / மேகம் நீங்கிப் போகும் என / நீலவானம் நினைப்பதில்லை / காலம்போடும் வேலிகளை / கால்கள் தாண்டி நடப்பதில்லை / வாழ்ந்துபோகும் வாழ்க்கையிலே / நமது கையில் ஏதும் இல்லை' என்று எழுதியிருக்கிறேன். `நான் மொழி அறிந்தேன்' என்னும் பல்லவி தாங்கிய அப்பாடல், வித்யாசாகரின் இசையில் வெளிவந்தது. அத்திரைப்படம், இந்தியில் வெளிவந்த `ஜப் வி மெட்' டின் தமிழாக்கம்.

காதலின் பிரிவையும் வலியையும் சொல்லி வெளிவந்த அத்தனைப் படைப்புகளுக்கும் மேலான ஒன்றையே முத்துபழநி தந்திருக்கிறார். கண்ணனை நினைத்துக் கண்ணீர் விட்ட நிலையில், அக்கண்ணீர்த் துளிகள் இராதிகாவின் இரண்டு மார்புகளுக்கு இடையே வழிந்தோடியதாகக் கற்பனை செய்கிறார்.

அது, `மேரு மலையிலிருந்து வீழும் நீர்வீழ்ச்சி போலிருந்தது' என்னும் இடத்தைக் கவனிக்க வேண்டும். இன்னொரு இடத்தில் இராதிகாவின் சேலை விலகலைப் பார்த்த சூரியன், மாலை நேரத்தை நோக்கி ஓடிப்போய் ஒளிந்துகொள்கிறது என்கிறார். தாபம் மிகுந்த பெண்ணின் உடலியல் மாற்றங்கள், சோகத்திலும் சந்தோசத்திலும் ஒரே மாதிரி இருப்பதில்லை என்பதைத் திரும்பத் திரும்ப எழுதியிருக்கிறார். அந்தந்த நேரத்து உணர்வை, உடலும் உறுப்புகளும் வெளிப்படுத்துகின்றன என்பதற்காக வரிசையாக அவர் அமைத்துள்ள பதங்கள், அலாதியானவை. அத்துடன்,

வாழ்வை விட்டுக்கொடுக்கமுடியுமா எனக் கேட்ட அவரே, இறுதி அத்தியாயத்தில் திரும்பி வந்த கண்ணனிடம் இராதிகா காட்டும் நெருக்கத்தையும் சிந்தித்திருக்கிறார். ராதிகா சாந்தவனத்தின் முழுமையிலும் முத்துபழநியே தென்பட்டாலும் அவர், தன்னை இலாவாகப் பாவித்துக்கொள்கிறாரா, இராதிகாவாகக் காட்டிக்கொள்கிறாரா எனப் புரிந்துகொள்ள இயலவில்லை. இரண்டு பெண்களையும் ஒரே தளத்திலும் தன்மையிலும் வைத்தே விவரிக்கிறார்.

என்னைக் கவர்ந்த மூன்றாவது காட்சி, கண்ணன் இராதிகாவை நோக்கித் திரும்பி வந்த பின் அவர்களுக்கு இடையே நடக்கும் உரையாடல். இராதிகா தன்னுடைய காதலையும் காமத்தையும் நியாயப்படுத்தும் இடங்கள். 'வயது மூத்த, அத்தை முறையுள்ள பெண்ணான எனக்கு, உன் மீது ஏற்பட்ட பிணக்கும் பிரியங்களும் இயல்பானதே' என வாதிடும் தருணம். தன்னுடைய வாதத்தை விளங்கவைக்க இராதிகா எடுத்துவைக்கும் அடுக்கடுக்கான கேள்விகள், முத்துபழநியின் இதிகாசப் புராண அறிவைக் காட்டுக்கிறது.

இராதிகா கண்ணனிடம் உலகம் எண்ணுவதுபோல என்னுடைய காதல் தகாததோ தரங்கெட்டதோ இல்லையென்கிறாள். அதற்கு அவள், 'பிரம்மன், தன் மகளையே மணந்தான் / சந்திரன், குருவின் மனைவியை மணந்தான் / சூரியனோ நண்பனின் தாரத்தைக் கூடினான் / கடலின் கடவுள் தன்னுடைய பேத்தியான கங்கையைச் சேர்ந்தான் / வியாசன் மைத்துனியை உறவு கொண்டான்' எனச் சொல்லி, 'இப்படி எல்லோரும் முறைதவறியே காதலையும் காமத்தையும் பகிர்ந்திருக்கையில் என்னுடைய காதல், தகாததா, கீழானதா' என்கிறாள்.

உறவென்பது தேவைகளால் அர்த்தப்படுவதே அன்றி, முறைகளால் தீர்மானிக்கப்படுவதில்லை என்றும் சொல்லாமல் சொல்கிறாள். தேவதாசி மரபில் வந்த முத்துபழநி, தன்னைப் பற்றியும் தன்னுடைய குலத்தைப் பற்றியும் சமூகம் வைத்திருந்த மதிப்பீடுகளை உடைக்கும் எண்ணத்திலேயே அவ்வாறான பிரயோகங்களைத் துணிச்சலுடன் கையாண்டிருக்கிறார். அநீதியும் நேர்மையுமற்ற தேவதாசி முறையை ஒழிக்க டாக்டர் முத்துலட்சுமி ரெட்டி முன்னெடுத்த போராட்டங்கள்

ஒருபுறமென்றால், அதற்கு முன்பே காலத்தால் வஞ்சிக்கப்பட்ட முத்துபழநி, அம்முறைக்கு எதிராக வேறொரு வகையில் போராடியிருக்கிறார். மேலோட்டமாகப் பார்த்தால்கூட மன்னர்களின் ஆட்சிக் காலத்தில் ஒரு தனிப்பெண் இதற்குமேலும் தன்னுடைய எதிர்ப்புக் குரலை எழுப்ப முடிந்திருக்காது என்றே தோன்றுகிறது.

ஒருபாடல் இருபாடல் என்றில்லை, காப்பியத்தின் மொத்த பாடல்களும் இறையன்பின் இன்பத்தையே பேசுகின்றன. அதுயென்ன இறையன்பின் இன்பம் என்பவர்கள், கலவிகொள்ளும் நிகழ்வைப் பற்றி முத்துபழனி விவரித்து எழுதியுள்ளதை வாசிக்கலாம். `புணர்ந்தவர் பிரிதல் ஆற்றா போகம் ஈன்று அளிக்கும் சாயல்' என்று சீவக சிந்தாமணியில் வருமே அதை ஒத்ததாகவே ஒவ்வொரு பாடலும் தன்னளவில் ருசி தருபவை. காந்தருவ தத்தையை நெருங்கும் சீவகன், `பூவின் இதழ்கள்கூட சலனப்படாமல் தேனை உறிஞ்சும் தேனீக்களைப் போன்றவன்' எனச் சீவக சிந்தாமணியில் ஓர் இடம் உண்டு.

அதேபோல கலவியின்பத்தைப் பற்றி முத்துபழநியும் `தேனீயானது மலர்களும் அறியாமல் தேனைப் பருகுவதுபோல அவன், அவள் உடலை மகிழ்விப்பான்' என்பதாக மூன்றாவது அத்தியாயத்திலுள்ள முப்பத்து எட்டாவது பாடலில் எழுதியிருக்கிறார். தேனீயைப் பற்றி அறிமுகப் படலத்திலேயே இன்னொரு உவமையும் வருகிறது. தன்னுடைய காப்பியத்தை வாசிக்கவுள்ள இலக்கியவாதிகளுக்கும் விமர்சகர்களுக்கும் விடக்கூடிய அறைகூவலாக அவ்வுவமையைச் செய்திருக்கிறார். திரும்பிவந்த கண்ணன் இராதிகாவின் காலைத் தொடும் இடத்தில் வரக்கூடிய தேனீ உவமையை ஏற்கெனவே சொல்லியிருக்கிறேன். எங்கேயும் தேனையும் தேனீயையும் தாமரையையும் அவர் விடுவதாகத் தெரியவில்லை.

பொதுவாக ஒரு காப்பியத்தைத் தொடங்கும்பொழுது, இக்காப்பியத்தின் மூலம் நல்லது நடக்கப்போகிறது. மும்மாரியும் முத்தமிழும் பெருகப் போகிறது என்றுதான் தொடங்குவர். ஆனால், முத்துபழநியோ `அடுத்தவர்களை அண்டிப் பிழைக்கப் புகழ்பாடும் கவிஞர்களே, உங்களுக்கு இது கெட்ட செய்தி' என்று ஆரம்பிக்கிறார். `தாமரையில்

தேனைக் குடிக்கும் தேனீ மற்ற மலர்களின் தேனையும் அதே இன்பத்துடன் உறிஞ்சிக்குடிப்பதுபோல' என்னுடைய படைப்பையும் ஏற்றுக்கொள்ளுங்கள்' என்றிருக்கிறார். அப்படிச் சொல்லியதுடன் நில்லாமல் `ஏ மனமே அவர்களின் விமர்சனங்களுக்கு முக்கியத்துவம் வழங்காதே' எனவும் கட்டளையைப் பிறப்பிக்கிறார். தான் எதற்குள்ளும் கட்டுப்பட்டு நில்லாதவள் மட்டுமல்லர், என் எழுத்துகள் யாருடைய விமர்சனங்களையும் எதிர்நோக்கிக் காத்திருப்பதில்லை என்றும் தெளிவுபடுத்தியிருக்கிறார். பின்னால் இப்படைப்புக்கு நேரவுள்ள அபாயத்தை முன்னமே யூகித்து எழுதியதுபோல்தான் தெரிகிறது.

கம்பீரமுடைய பெண்ணாகவும் தன் அழகிலும் ஆற்றலிலும் ஒருவித அசாத்தியப் பற்றுடையவராகவுமே முத்துபழநியை அணுகவேண்டும். தென்னகமொழிகளின் மையத்தின் தலைவர், எஸ். இராமமூர்த்தி `என் முலைகளைப் பிடிப்பவன் கோட்டைக்கு அதிபதியாகவும், என் முகத்தைப் பார்ப்பவன் அரசனாகவும் ஆகும் தகுதியுடையவர்கள் என முத்துபழநியே கூறியதாக அறிகிறோம்' என்று குறிப்பிட்டிருக்கிறார். அச்சொற்றொடரை அவர் எங்கிருந்து பெற்றாரெனத் தெரிவிக்கவில்லை. ஆனால், மிடுக்கும் துடுக்கும் நிறைந்த தேவதாசிப் பெண்கள், அரசவையிலும் மக்கள் மத்தியிலும் பெற்றிருந்த செல்வாக்கை அக்கூற்றுகள் மெய்ப்பிக்கின்றன.

பழந்தமிழ் இலக்கியத்தின் பரிச்சயமும் பாண்டித்தியமும் உடைய பெண்கவியாக முத்துபழநி இருந்திருக்கிறார். ஒன்றை அடுக்கிக்கொண்டேபோய் இறுதியில் அவர் வைக்கும் முத்தாய்ப்புகள் இருக்கின்றனவே அவற்றை மட்டுமே தனிக் கட்டுரையாக எழுதலாம். இராதிகா சாந்தவனத்தை வாசிக்க வாசிக்க, தொல்குடி சமூகத்தைச் சேர்ந்த ஒரு பெண்ணின் ஆவலும் ஆத்ம விசாரமும் எத்தகையன என விளங்கிக்கொள்ள முடிகிறது.

காமத்தை ஒரு பெண் எழுதினால், அவள் சமூக மதிப்பீட்டில் என்னவாகப் பார்க்கப்படுவாள் என்ற யோசனையே இல்லாமல் எழுதிச் சென்றுள்ள வரிகள், சில இடங்களில் பதற்றத்தையும் சில இடங்களில் பரவசத்தையும் அளிக்கின்றன. நவீன கவிதைகளில் தென்படும் பூடகமோ

பூச்சுகளோ துளியுமில்லாமல் வெளிப்படையாகக் காமத்தைப் பகிர்ந்திருப்பது ஆச்சர்யமளிக்கிறது. ‘கீதகோவிந்த’த்தில் இராதாவின் பாதங்களைக் குனிந்து தொடும் பகுதி ஒன்றுண்டு. அப்பகுதியை எழுதும்போது ஜெயதேவரின் கைகள் நடுங்கினவாம். லோகமே கடவுளாக வழிபடும் ஒருவர், பெண்ணின் காலைத் தொட்டு வணங்குவதாக யோசித்துவிட்டோமே எனப் பதறிய ஜெயதேவர், எழுதியவற்றை அப்படியே வைத்துவிட்டு கங்கையில் குளிக்கப்போனாராம். போனவர் முங்கியெழுந்துவந்து பார்த்தால் எழுதப்பட வேண்டிய வரிகள் கண்ணனால் எழுதப்பட்டிருந்ததாம். கண்ணனே வந்து எழுதியதாகச் சொல்லப்படும் அப்பகுதி, பெண்ணுக்குக் கண்ணன் அளித்த இடத்தையும் இதயத்தையும் காட்டுவதாக ஆன்மிகப் பெரியவர்கள் பிரசங்கம் செய்வர்.

முத்துபழநி, இந்தக் காட்சியை வேறுமாதிரியாக எழுதியிருக்கிறார். அதாவது, இலாவிடமே நெருக்கத்தைக் காட்டிய கண்ணனிடம் நிலையை அறிந்துவர இராதிகா கிளி ஒன்றைத் தூதாக அனுப்புகிறாள். தூது சென்ற கிளி, இலா கண்ணனின் படுக்கையறைக்குள் நுழைகிறது. அங்கே அவர்கள் இருவரும் இருந்த கோலத்தைப் பார்த்துவிட்டு வந்த கிளி, ‘இனிமேல் கண்ணன் உன்னை நினைப்பானா என்பது சந்தேகம்’ என்கிறது.

கிளி வந்துவிட்டுப் போவதைப் பார்த்த கண்ணனுக்கு, இராதிகாவின் நோக்கமும் ஏக்கமும் பிடிபட ஓடிவருகிறான். வந்தவன், இராதிகாவைச் சாந்தப்படுத்தக் காலைத் தொடுகிறான். அவளோ கோபத்தில் கண்ணனின் தலையை ஓங்கி உதைக்கிறாள். இராதையின் காலைத் தொடுவதாக எண்ணியதே பாவமென்று ஜெயதேவர் பயந்தது ஒருபுறமிருக்க, ராதிகா காலால் கண்ணனின் தலையில் உதைவிடுகிறாள் என்று முத்துபழநி யோசித்திருக்கிறார்.

புனிதங்களைக் கட்டுடைத்தல், புதிய பொருளையும் சிந்தனையையும் முன்வைத்தல் என்பதாக முத்துபழநியின் எழுத்துகளைக் கருதலாம். ஜெயதேவரின் கீதகோவிந்தத்தை ஒத்த காட்சிப் படிமத்தை முத்துபழநியின் பாடலிலும் காணமுடிவது தற்செயலில்லை. தெலுங்கு இலக்கியத்தின் முதல்

கலகக் குரலாக இன்றுவரை பார்க்கப்படும் முத்துபழநியின் காப்பியத்தை 1887இல் சார்லஸ் பிளிப் ப்ரவுன் என்பவரே பதிப்பித்திருக்கிறார். பிரதியைச் சரிபார்த்துப் பதிப்பிக்கும் பொறுப்பிலிருந்த வெங்கட்டன்னராசு காப்பியத்தில் தென்பட்ட சிக்கலான பகுதிகளை நீக்கியே வெளியிட்டிருக்கிறார்.

முதல் பதிப்பில் நீக்கப்பட்ட பகுதிகள், முத்துபழநி தன்னைப் பற்றியும் தன்னுடைய பாட்டியைப் பற்றியும் தெரிவித்திருந்தவை. தேவதாசி மரபில் வந்தவளே தானென்று அவர் எழுதியிருந்த பகுதிகள் தேவையில்லாமல் நீக்கப்பட்டதை நாகரத்தினம்மாவே கண்டுபிடிக்கிறார். 1905இல் மறுபதிப்பாக வந்த நூலையும் தன் கைக்குக் கிடைத்த பழைய ஓலைச்சுவடியை ஒப்பிட்டு, விடுபட்ட பகுதிகளைச் சேர்த்துப் பதிப்பித்திருக்கிறார். இதற்காக `ஒரு விபச்சாரி, இன்னொரு விபச்சாரியின் எழுத்தைப் பதிப்பித்திருக்கிறாள்' என்னும் வசையையும் வாங்க நேர்ந்திருக்கிறது.

வசையைப் பொழிந்த கந்துகூரி வீரசேலிங்கம் பந்துலு, அந்தக் காலத்தில் இலக்கிய விமர்சகராகவும் பெண்களின் உரிமைகளுக்குப் பாடுபடுவராகவும் அறியப்பட்டிருக்கிறார். காலந்தோறும் ஒருசிலர் இருப்பதும் இயங்குவதும்தான் இலக்கியத்தின் சுவாரஸ்யம்போல. விமர்சனத்துடன் நிறுத்தாலும் எப்படியாவது அந்நூலைத் தடைசெய்வதற்கு அவர் மேற்கொண்ட மூர்க்கங்களும் முயற்சிகளும் ஒன்றிரண்டல்ல. சாந்தவனத்தைவிடவும் ஆட்சேபிக்கத் தக்க வரிகளைக் கொண்டுள்ள `வைஜெயந்திவிலாசம்' எனும் நூலைத் தடுக்காதவர்,

முத்துபழநியையும் நாகரத்தினம்மாவையும் ஒருசேர எதிர்த்து, விமர்சித்ததை நீதிமன்றமும் ஆட்சியாளர்களும் ஏற்றதுதான் வேடிக்கை. சுதந்திரத்திற்கு முற்பட்ட காலங்களில் நிகழ்ந்த இந்தக் குளறுபடிகள், சென்னையின் முதல் மாகாண முதல்வராகப் பிரகாசம் வரும்வரை தீராமல் நீடித்திருக்கின்றன. நாகரத்தினம்மாவே பல்வேறு வகைகளில் முயற்சித்து, அந்நூலை எப்படியாவது வெளிக்கொணர்ந்து பரவலாக்கும் எண்ணத்துடன் பாடுபட்டிருக்கிறார். ஓர் இசையையோ ஓர் இலக்கியத்தையோ அதன் அடிப்படை சாராம்சத்தை உள்வாங்காமல் விமர்சிப்பவர்கள் அன்றைக்கும்

இருந்திருக்கின்றனர் என்பதுதான் ஒரே ஆறுதல். இராதிகா சாந்தவனத்தைத் தடைசெய்ய பிரிட்டன் சட்டவல்லுநர்கள், உலகச் சட்டங்களையெல்லாம் ஒப்புநோக்கினர் என்னும் செய்தியைப் படித்ததும் சிரிக்கத் தோன்றிற்று.

எழுத்து, சமூகத்தைச் சீரழித்துவிடும் என்பதும், மக்களையும் அவர்கள் பேணிக்காத்துவரும் ஒழுக்கத்தையும் பாழ்படுத்திவிடும் என்பதும் அதீதக் கற்பனையே அன்றி வேறில்லை. பயங்கரவாதத்தை ஒழிக்க அப்பாவி மக்கள்மீது இராணுவத்தை ஏவிவிடும் அரசுகள், பயங்கரத்திலும் பயங்கர கேடுகளைப் புரிவன. எளிய மக்கள், தம்முடைய ஏக்கங்களையும் எதிர்பார்ப்புகளையும் எழுதிக்கொண்டே இருப்பர். காகிதங்களுக்கு மட்டுமே அரசுகளால் தடை விதிக்க முடியும். கருத்துகளை ஒன்றும் செய்ய முடியாது.

அடைய முடியாத ஒன்றின்மீது வைக்கும் அன்புதான் பக்தியோ என்ற கேள்வியுடன் தொடங்கிய இப்பதிவை, அடைந்துவிட்ட ஆட்சியும் அதிகாரமும் பக்தியை முன்வைத்து நடத்தும் அன்பற்ற செயல்களுடன் இணைத்துப்பார்க்கையில் வேதனையளிக்கிறது. பக்தியென்பது மதமற்ற இரண்டு மனிதர்களுக்கு இடையே எப்போது பரவுமோ, அதை நானுமே அறியேன் பராபரமே.

அகக்கோலமும் அலங்கோலமும்

எத்தனைமுறை கேட்டாலும் அலுக்கவோ சலிக்கவோ செய்யாத பாடல்களென்று என்னிடம் ஒரு பட்டியலுண்டு. அப்பட்டியலில் பாபநாசம் சிவன் எழுதிய `பூமியில் மானுட ஜென்மம் அடைந்துமோர்' என்னும் பாடலும் ஒன்று. எம்.கே.டி பாகவதர் பாடி, நடித்த `அசோக்குமார்' திரைப்படத்தில் இடம்பெற்றது. 1941இல் வெளிவந்த அத்திரைப்படத்தில் மேலும் பல நல்ல பாடல்கள் உள்ளன. எனினும், இசையும் பாடியவிதமும் அப்பாடலில் அதி அற்புதம்.

பாடல்வரிகளை ஸ்வரங்களின் மடிப்புகளுக்கேற்ப எழுதுவதில் சிவனுக்கு நிகரில்லை. சொல்லவரும் கருத்தையொட்டியே வாக்கியங்களை அமைத்து, திரைப்பாடல்களையும் செவ்வியலாக்கியதில் அவரே முன்னோடி. அப்பாடல், பாவ புண்ணியங்களைக் கணக்கிட்டு வாழும்முறையை வகுத்துக்கொள்ளச் சொல்கிறது. எப்படி வாழ்ந்தால் நன்மையும் இன்பமும் கிடைக்கும் எனவும் கற்பிக்கிறது. முன்ஜென்ம வினையால் கிடைத்த இகவாழ்வை, சத்தியத்துடனும் சறுக்கல் இல்லாமலும் ஈடேற்றும்விதத்தை இசையுடன் கேட்கையில் என்னை நானே மறப்பதுண்டு. அதுவும், பாகவதரின் குரல் பாவனையைச் சொல்வதற்கே வார்த்தையில்லை. உட்கரைந்துபோதல் என்பது அதுதான்.

இரண்டு வார்த்தைகளுக்கிடையே எத்தனை நகாசு, எத்தனை நறுவுசு என வியந்துகொண்டே இருக்கலாம். முன்ஜென்மப் பயனால் விளைந்ததே பிறவி என்பதை 'உத்தம மானிடராய் பெரும் புண்ணிய நல்வினையால் உலகில் பிறந்தோம்' என்கிறார்.

புண்ணிய நல்வினையால் பிறந்தோமென்பதில், சென்ற பிறவியின் தொடர்ச்சியே இப்பிறவி என உணர்த்தும் அவர், அடுத்த வரியில் `சத்திய நியாய தயா நிதியாகிய / புத்தரைப் போற்றுதல் நம் கடனே' என்றும் சொல்கிறார். மிக நுட்பமாக இந்த இடத்தைப் புரிந்துகொள்ள வேண்டியிருக்கிறது. நல்வினையால் உலகில் பிறந்தோமென்பதும், சென்ற பிறவியில் செய்த பாவங்களால் மானுடப் பிறப்பெடுத்தோம் என்பதும் இந்துமதக் கோட்பாட்டிலிருந்து புரிந்துகொள்ளவேண்டியவை.

இந்துமதக் கோட்பாட்டை வலியுறுத்திப் பாட்டெழுதிய ஒருவர், அடுத்த அடியிலேயே புத்தரைப் போற்றும்படி ஏன் வேண்டிக்கொள்கிறார் என்பதுதான் கவனிக்கத்தக்கது. அதாவது, இந்துமதக் கோட்பாட்டை ஏற்பவரே ஆயினும், அல்லது ஏற்றுப் பின்பற்றுபவரே ஆயினும் அவர்கள் அனைவரும் புத்தரைப் போற்றும் கடமையிலிருந்து விலகக்கூடாது என்றிருக்கிறார். வெறும் திரைப்பாடல்தானே எனக் கடந்துவிடமுடியாத ஒரு செய்தி அப்பாடல்வரியில் இருப்பதாக எனக்குப் படுகிறது. எவ்வுயிர்க்கும் ஆன்மா இல்லையென்ற புத்தர், மறுபிறப்பு இல்லையென்று சொல்லவில்லை.

அழிவற்ற ஆன்மா இல்லையென்றால் எது மறுபிறப்பு எடுக்கிறது என்னும் கேள்வி எழலாம். இந்தக் கேள்விக்கான விடையைப் ப.இராமஸ்வாமியின் பௌத்த தருமம்' நூலிலிருந்து பெறமுடியும். அநித்தம், துக்கம், அநான்மா ஆகிய மூன்றுபற்றியும் எதன் அடிப்படையில் பௌத்தம் எழுப்பப்பட்டது என்பது பற்றியும் மிகத்தெளிவாக அந்நூலில் விவரித்திருக்கிறார். இந்துமதம், ஆன்மாவையும் மறுபிறப்பையும் வேதங்களைக் கொண்டு கட்டமைக்கிறது. ஆனால், புத்தமதமோ வேதங்களை ஏற்பதில்லை. ஆன்மாவையும் அது அழிவற்றது என்பதையும் நம்புவதில்லை. கூடுவிட்டுக் கூடுபாய்வதுபோல் ஓர் உடலுள் இருந்த ஆன்மா,

இன்னோர் உடலுக்குள் புகுந்துகொள்வதாகச் சொல்லவில்லை. மாறாக, ஐந்து கந்தகங்களால் ஆன உடல், அழிவிற்குப் பிறகு வேறோர் உயிராகவோ உருவாகவோ பிறப்பெடுக்கிறது என்கிறது. உருவம், குறி, நுகர்ச்சி, பாவனை, உணர்வு ஆகிய ஐந்துமே பௌத்தம் சொல்கிற கந்தகங்கள். இந்த ஐந்திற்கும் அழிவில்லை. அழிந்துபடும் உயிர், இயற்கையுடன் கலந்து மீளவும் பிறக்கிறது.

ஒருவகையில், இன்றைய அறிவியலுக்கு நெருங்கிவரும் தத்துவமே இது. எனவேதான் அம்பேத்கர் பௌத்தத்தைத் தழுவியிருக்கிறார். வர்ணாசிரமத்தை வலியுறுத்திய இந்துமதத்திலிருந்து வெளியேற விரும்பிய அம்பேத்கர் 'கடவுள், ஆன்மா, மறுபிறப்பு போன்ற நம்பிக்கைகள் குறித்து பிற மதங்கள் பேசிக்கொண்டிருக்க, புத்தமதம் மூடநம்பிக்கையையும் இயற்கைக்கு அப்பாற்பட்டதையும் எதிர்க்கும் புரிதலை, கருணையை, சமத்துவத்தைப் போதிக்கிறது' என்கிறார்.

தம்மைக் கடவுளாக வணங்கவோ வழிபடவோ சொல்லாத புத்தருக்கு, உலகைப் புனரமைக்கும் பெருங்கனவு இருந்திருக்கிறது. உலகத் தோற்றத்தைக் குறித்தே ஏனைய மதங்கள் எண்ணிக்கொண்டிருக்க, உலக மாற்றத்தை நோக்கி நகர்ந்த ஒரே மதம் பௌத்தம் என்பதுதான் அம்பேத்கர் உள்ளிட்ட அறிஞர்களின் புரிதல். வெவ்வேறு தளைகளால் பிணைக்கப்பட்ட மக்களைப் பௌத்தம் மட்டுமே விடுவிக்கும் என்று அவர்கள் நம்பியிருக்கின்றனர். அதே பௌத்தத்தைப் பின்பற்றும் சிங்கள அரசின் கொடுங்கோன்மையைச் சொல்வதற்கில்லை. எந்த மதமானாலும், அது ஆட்சியின் அச்சாணியாக மாறும்போது சர்ச்சைகளும் சங்கடங்களும் வந்துவிடுகின்றன.

புத்தரது போதனைகள் சமூக சீர்திருத்தங்களின் திரட்சி என்றுணர்ந்த அம்பேத்கர், 'நான் மேற்கொள்ள உள்ள பௌத்தம் பகவான் புத்தர் போதித்த கொள்கைகளின்படி இயங்கும். பண்டைய பௌத்த மதப் பிரிவுகளான ஹீனயானம், மகாயானம் ஆகியவற்றிற்கு இடையே ஏற்பட்ட கருத்து முரண்பாட்டில் என் மக்களை ஈடுபடுத்த மாட்டேன். என்னுடைய பௌத்தம் ஒருவகையான புதிய பௌத்தமாக அல்லது

'நவயான'வாக இருக்கும்' என்றிருக்கிறார். தமிழகத்தைப் பொருத்தவரை அயோத்திதாசரும் ம.சிங்காரவேலரும்கூட மாற்றத்துக்கான பாதையாகப் பௌத்தத்தையே கருதியுள்ளனர். இருவரிடமும் பௌத்தம் குறித்த புரிதல்கள் ஒரேமாதிரி இருக்கவில்லை. எனினும், சாக்கைய பௌத்த சங்கத்தின் வழியே அயோத்திதாசரும் மகாபோதி சங்கத்தின் வழியே சிங்காரவேலரும் பௌத்த மறுமலர்ச்சிக்காகப் பாடுபட்டிருப்பது தெரிகிறது. அயோத்திதாசர் 'தமிழ்ப்பௌத்தம்' என்கிற தளத்தில் இயங்கியதால் சிங்காரவேலருடன் முரண்படவும் நேர்ந்திருக்கிறது.

பௌத்தம் பற்றிய வரலாறு மற்றும் சிந்தனைகளை முன்னெடுத்த சிங்காரவேலரின் பார்வைகள் ஐரோப்பிய கல்வியின் பாதிப்பால் விளைந்தவையென்றும், அயோத்திதாசரின் பார்வைகள் தமிழ்ப் பண்பாட்டின் வெளிச்சமென்றும் வாதிடுபவர்கள் உண்டு. மாற்றுப் புராணங்களை உருவாக்கிய அயோத்திதாசர், ஒன்றுக்குக்கூடச் சான்றுகள் தரவில்லை. இந்துமதம் உருவாக்கிய புராணங்களுக்குச் சான்று தேடாதவர்கள், தமிழ்ப் பௌத்தத்திற்கு மட்டும் அத்தாட்சி கேட்பதா என்னும் திசையில் அக்கேள்வியின் பதில்கள் போகின்றன.

இவர்கள் இருவருடனும் இணைந்து செயலாற்றிய பேராசிரியர் இலட்சுமி நரசுவின் 'எசன்ஸ் ஆஃப் புத்திஸம்' என்கிற நூல் மிக முக்கியமானது. அந்நூல் குறித்துப் 'பௌத்தம் பற்றி வெளிவந்துள்ள நூல்களிலேயே இதுதான் மிகச்சிறந்த நூல்' என்று அம்பேத்கர் வியந்திருக்கிறார். பட்டாபி சீத்தாராமையா மூலம் கிடைக்கப்பெற்ற அந்நூலின் நான்காவது பதிப்பை அவரே வெளியிட்டார் என்பது குறிப்பிடத்தக்கது.

பௌத்தத்திற்கும் இந்துமதத்திற்கும் இடையேயான போட்டியில்தான் தீண்டாமையே உருவாதென அம்பேத்கர் எண்ணுகிறார். பிற்காலச் சோழர் காலமான கி.பி.11ஆம் நூற்றாண்டுவரை தமிழகத்தில் சாதியோ தீண்டாமையோ இல்லையென்று கல்வெட்டு ஆதாரங்கள் கிடைத்திருக்கின்றன. 'தீண்டாதார் யார்' என்னும் நூலில் அம்பேத்கரும்கூட இதுகுறித்து விரிவாக எழுதியிருக்கிறார். பௌத்தம்

தீண்டாமையை வலியுறுத்துவதில்லை. ஆனால், இந்துமதம் அதைத்தான் அடிப்படையாகக் கொண்டுள்ளது என்பதுதான் இரண்டுக்குமுள்ள வேறுபாடு. இந்த வேறுபாட்டில் இருந்தே இரண்டு மதங்களையும் அணுகியிருக்கின்றனர். குறிப்பாக, பெரியார் புத்தமதம் குறித்துக் கொண்டிருந்த அபிப்ராயங்களும் சிந்தனைகளும் விரிவாகப் பேசப்பட வேண்டியவை. பகுத்தறிவிற்கு இடமளிக்கும் மதமே பௌத்தம் என்பதை அவர் எங்கேயும் மறுக்கவில்லை. ஆனாலும், அவர் ஒட்டுமொத்த மதங்களுக்கும் எதிர்திசையில் நின்றே களமாடியிருக்கிறார்.

மதத்தின் பேரால் மக்களை வகைப்படுத்துவதையோ அம்மதங்கள் மக்களை ஆதிக்கம் செலுத்துவதையோ விரும்பாததால் சுயமரியாதை ஒன்றை மட்டுமே தூக்கிப் பிடித்திருக்கிறார். 1957இல் நடந்த மகாபோதி சங்கக் கூட்டத்தில் அவர் பேசிய உரை `புத்தநெறி' என்னும் தலைப்பில் நூலாக வந்திருக்கிறது. அதில், மதம் என்றாலே மடமை' என்னும் பொருள்படவே பேசியிருக்கிறார். அதற்கு இரண்டு ஆண்டுகளுக்கு முன்பே புத்தர் கொள்கைப் பிரச்சார மாநாட்டைக் கூட்டிய பெரியார், `பௌத்தத்தை ஒரு வாழ்வியல் நெறியாக மட்டுமே கொள்ளவேண்டும்' என்றிருக்கிறார்.

ஏனெனில், மதம் என்று கொண்டுவிட்டால் தோன்றிய காலத்தில் என்னென்ன தத்துவங்கள், கோட்பாடுகள் வரையறுக்கப்பட்டதோ அதை மாற்ற முடியாது. ஆனால், பௌத்தம் அப்படியன்று. அறிவுக்குப் பொருந்தாதவற்றை விலக்கிக்கொள்ளச் சொல்கிறது. காலத்திற்கேற்ற புரிதலுடன் மாறுதல் எதுவென்றாலும் சுவீகரிக்கிறது' என்றும் தெளிவுபடுத்துகிறார். இன்னும் ஒருபடி மேலேபோய் `பௌத்தத்தை மதம் என்பவர்கள், அதை வீழ்த்தும் சூழ்ச்சியுடையவர்கள்' எனவும் கண்டித்திருக்கிறார்.

இவ்வாறான வரலாற்று நடவடிக்கைகளுக்குப் பின்னிருந்துதான் `பூமியில் மானுட ஜென்மம் அடைந்துமோர்' பாடலை நான் புரிந்துகொள்கிறேன். இந்துமதம் ஏற்றுள்ள சதுர்வர்ணத்திற்குப் புத்தமதத்தில் இடமில்லை என்று தெளிந்தவரே பாபநாசம் சிவன். எனினும், ஒரே பாடலில் இரண்டு மதத்துக்குமான இணக்கத்தைத் தொட்டுக்காட்ட முனைந்திருக்கிறார். இன்றுள்ள அரசியல் பார்வையுடன்

ஒரு பழைய திரைப்பாடலை அணுகுவதில் சிக்கலுண்டு. ஒருவருடைய பாவமும் புண்ணியமும் மறுபிறவியில் அவருக்கே கிடைக்கும் என்பதுதான் வைதீக வசனம். அதையும் உள்வாங்கி, புத்தரையும் இப்பாடலில் கொண்டுவந்து இணைத்திருக்கிறாரே அதுதான் சிவனின் சாமர்த்தியம்.

ஆத்ம சுத்தியுடன் அன்பையும் அகிம்சையையும் பராமரிக்கத் தவறினால் பெற்றுள்ள ஜென்மமே நரகமென்றுதான் பாடல் சொல்கிறது. திராவிட இயக்கம் எழுச்சியுற்றிருந்த காலத்தில் இப்பாடல் வெளிவந்திருக்கிறது. இந்து சனாதன எதிர்ப்பைக் கையிலெடுத்த அவ்வியக்கம், இந்துமதத்திற்கு மாற்றாக பௌத்தத்தையே முன்வைத்துமிருக்கிறது. சொல்லப்போனால், இரண்டு மதங்களும் எதிரெதிர் என்னும் தோற்றமே அரசியல்ரீதியாக நிறுவப்பட்டுள்ளது. அப்படியிருக்கையில், `புத்தரைப் போற்றுதல் நம் கடனே' என்ற சிவனின் வாக்கியம், அரசியல் அற்றதெனக் கருதுவதற்கில்லை.

திரைப்பாடல்களில் இப்படி இடையிடையே வரக்கூடிய ஓரிரு வரிகளுக்குப் பின்னேயும் சமூக அரசியலின் தாக்கமும் ஆதிக்கமும் பொதிந்துள்ளன. மிகச் சமீபத்தில் திரையிசை ஆய்வாளர் வாமனன் எழுதிய `தமிழ்ச் சினிமா சொன்ன புத்தம் சரணம் கச்சாமி' என்னும் கட்டுரையை வாசிக்க நேர்ந்தது. தரவுகளைத் தவறில்லாமல் தரக்கூடியவர் என்பதால் அவர் எழுத்துகளை ஆர்வத்துடன் வாசிப்பவர்களில் நானும் ஒருவன்.

அக்கட்டுரையிலும் பலவிஷயங்களைப் பேசியிருக்கிறார். தமிழ்த் திரைப்படங்களில் எங்கெல்லாம், எப்படியெல்லாம் புத்தமதக் கருத்துகள் இடம்பெற்றுள்ளன என்பதை விவரித்துள்ள அவர், பிற்காலப் படங்களில் பௌத்தச் சிந்தனைகள் பிறழ்வாகக் கையாளப்பட்டுள்ளதையும் கவனப்படுத்தியிருக்கிறார். எனக்கோ தொடக்கத்திலிருந்தே புத்தரைத் தமிழ்த் திரைப்படங்கள் சரியாகச் சித்திரிக்கவில்லை என்றுதான் தோன்றுகிறது. 1939இல் வெளிவந்த `தியாகபூமி' திரைப்படத்திலும் புத்தரைப் பாபநாசம் சிவன் வரைந்திருக்கிறார். கே. சுப்ரமணியம் இயக்கத்தில் வெளிவந்த எழுத்தாளர் கல்கியின் கதை.கதைப்படி, வாழ்வு நெடுகிலும் தியாகங்களைச் செய்துவரும் தஞ்சை

மிராசுவான சம்பு சாஸ்திரி, அரும்பாடுபட்டுத் தன் மகளை ஒருவனுக்குத் திருமணம் முடித்துவைக்கிறார். திருமணம் செய்துகொண்டவன், குணக்கேடன். ஒழுக்கமற்ற நடத்தையால் மகளைத் துன்புறுத்துகிறான். பாடுகளைத் தாங்கமுடியாத மகள், ஒருகட்டத்தில் காணாமல் போய்விடுகிறாள். மகளைத் தேடியபடி பாடும் பாடலே அது. `தேடித்தேடி அலைந்தேனே / துயர் தீரவில்லை' என்னும் பல்லவி தாங்கிய அப்பாடல், செஞ்சுருட்டி இராகத்தில் அமைந்தது.

அப்பாடலில் 'சித்தம் இரங்காதோ ஸ்ரீ புத்தபெருமானே / உன்றன் சேயின் உலக மாயை அகல, சிந்தை தெளிய / சாந்தமடைய' என்பதாக வரிகளை வழங்கியிருக்கிறார். மேற்கூறிய அம்பேத்கரின் கூற்றுடன் இப்பாடல் வரிகளை இணைத்துப்பார்த்தால் புத்தரைக் கடவுளாக எண்ணியே சிவன் இப்பாடலையும் பாடியிருக்கிறார். சிவன் பாடுவதையும் எழுதியதையும் அப்படியே ஏற்றுப் பாராட்டியுள்ள வாமனன், கட்டுரையின் ஓரிடத்தில் மட்டும் குண்டலகேசி, மந்திரிகுமாரி போன்ற படங்கள் இந்துமதத்தை இழிவுபடுத்திக் கழகக் கொள்கையைப் பரப்பியது' என்று போகிறப்போக்கில் பொடி வைக்கிறார். அது, பொடியா வெடியா என்பதை மதப்பற்றுள்ளவர்களின் வசத்திற்கு விட்டுவிடலாம்.

மாற்றுச் சிந்தனைகளை வரவேற்கக் கூடியவரே அவர். என்றாலும், 'இழிவுபடுத்தி' எனும் சொல்லை ஏனோ தவிர்க்காமல் விட்டிருக்கிறார். சதுர்வர்ணக் கோட்பாட்டில் ஏகப்பட்ட இழிவுகளை மேற்கொண்ட ஒரு மதத்தைப் பகிரங்கப்படுத்துவதிலும் அம்பலப்படுத்துவதிலும் இழிவு எங்கே வருகிறது? பாபநாசம் சிவனே `புத்தரைப் போற்றுதல் நம் கடனே' என்று சொல்லியபிறகும், பௌத்தத்தைத் தம் அடையாளமாகக் காட்ட முனைந்தவர்களைக் காயவேண்டிய அவசியமில்லை.

திராவிட இயக்கத்தினர் சினிமாவில் கோலோச்சத் தொடங்கிய பின்பே புத்தரும் அவர்தம் கொள்கைகளும் திரைப்படங்களில் பரவலாகத் தென்பட ஆரம்பித்தன. கடவுளே இல்லையென்று தொடங்கிய திராவிட இயக்கம், முன்னேற்றத்தை உத்தேசித்து `ஒன்றே குலம், ஒருவனே தேவன்' என்றதைப் புரிந்துகொள்ள முடிகிறது. அந்த ஒரே

தேவன் `புத்தன்' என்றுதான் எம்.ஜி.ஆரும் தம் படங்களில் காட்ட முனைந்தார். கால ஓட்டத்தில் எல்லாக் கருத்துகளிலும் சாய்வுகளும் தேய்வுகளும் ஏற்படும் என்பதற்கேற்ப பெரியாரும் அண்ணாவுமே இன்று கடவுளாக்கப்பட்டுவிட்டனர் எனச் சொல்பவர்களும் உண்டு.

இதை மிகையாகவும் இழிவாகவும் எடுத்துக்கொண்டு கட்சி கட்ட வேண்டிய தேவையில்லை. திரைப்பாடல்களைப் பொருத்தவரை அந்தந்தக் காலத்தின் பதிவுகளாக அல்லது அந்தந்தக் காலத்து அரசியலைப் பிரதிபலிக்கின்றனவா என்றுதான் பார்க்கவேண்டும். அப்படிப் பார்த்தால் எத்தனையோ திரைப்பாடல்களில் தென்படும் இந்த அழகிய முரண்களை இரசிக்கலாம். `புத்தன் ஏசு காந்தி பிறந்தது / பூமியில் எதற்காக' என்பதுமுதல் `காஞ்சியிலே ஒரு புத்தன் பிறந்தான்' என்பதுவரை வியக்கவும் விவாதிக்கவும் நிறைய உண்டு.

சனாதன எதிர்ப்பைப் பெரிதாக்கவும் சமத்துவத்தை வலியுறுத்தவும் புத்தரின் போதனைகள், திராவிடக் கருத்தியலாளர்களுக்குத் தேவைப்பட்டுள்ளன. இந்த இடத்தில் ந. முத்துமோகன் எழுதிய `இந்தியத் தத்துவங்களும் தமிழின் தடங்களும்' என்னும் நூல்குறித்து அ.மார்க்ஸ் எழுதிய கட்டுரை குறிப்பிடத்தக்கது. `பௌத்தமும் பெரியாரியமும்' என்னும் தலைப்பில் மிக விரிவாக எழுதப்பட்டுள்ள அக்கட்டுரை கீற்று இணைய தளத்தில் கிடைக்கிறது. வரலாற்றின் சுழற்சிக்குத் தக்கவாறு திரைப்பாடல்களில் அரசியல் கருத்துகள் வெளிப்பட்டுள்ளன. வரையறுக்கப்பட்ட புரிதலுடன் அவை வெளிப்படவில்லை என்றாலும், அங்கொன்றும் இங்கொன்றுமாகச் சிலவற்றை இணைத்துப்பார்க்க இடமிருக்கிறது.

இடது, வலதாக இருக்கும் புள்ளிகளை இணைத்துப்பார்க்கையில் சிக்கல்கள் எழாமலில்லை. புள்ளிவைத்துப் போடும் எல்லாக் கோலத்திற்குமே சிக்குக்கோலம் என்றுதான் பெயர். கோடுகளின் கோவையில்தானே கோலமே பிறக்கிறது? அகக்கோலங்களைப் பார்க்கத் தெரிந்துவிட்டால் அலங்கோலங்களை எளிதாகக் கடந்துவிடலாம்.

குஜிலிப்பாட்டும் தேயிலைத் தோட்டமும்

குஜிலி என்றதும் விநோதமாகச் சிரிப்பவர்களை எனக்குத் தெரியும். எந்த ஒரு சொல்லுக்கும் மெய்யான அர்த்தம் தெரியும்வரை சிரிப்பதுதான் ஒரே பதில். குஜிலியை இரசக்குறைவான சொல்லாக்கியதில் தமிழ்ச் சினிமாவுக்கும் பங்குண்டு. வேற்றுமொழிக் கலப்பில் பிறந்த மிக நல்ல சொல்லான குஜிலி, இந்தியிலிருந்தோ உருதுவிலிருந்தோ வந்ததென்றும், அது குஜராத்தியர் குழுமித் தொழில் செய்த இடத்தைக் குறிப்பதென்றும் சொல்கின்றனர். குச்சிலியர், குச்சிரர் என்னும் சொல்லே மருவி, பின்னாட்களில் குஜிலியானதாகவும் கருதுகிறார்கள். ஒருகாலத்தில் குஜிலி பஜார்களாக இருந்தவையே தற்போது பர்மா பஜார்களாக அழைக்கப்படுகின்றன.

எது எப்படியோ, மக்கள் அதிகம் கூடும் குஜிலித் தெருவின் விசேஷங்களில் ஒன்று, பாட்டுப்புத்தகங்கள். `முச்சந்தி இலக்கியம்' என்னும் நூலில் `குஜிலித்தெரு' பற்றியும் `குஜிலி இலக்கியம்' பற்றியும் என் பிரியத்துக்குரிய ஆய்வாளர் ஆ.இரா. வேங்கடாசலபதி எழுதியிருக்கிறார். அக்கட்டுரையை வாசிக்கும்வரை நானுமே குஜிலிப்

பாட்டுப் புத்தகங்கள், ஒருமாதிரியான பொருள்தருபவை என்றே நினைத்திருந்தேன். ஏடாகூடமான விஷயங்களை எழுதி, இரகசியமாகப் பரிமாறிக்கொள்ளப்படும் நூலென்று எண்ணியதால் வெகுகாலமாக வாசிக்காமல் விட்டிருக்கிறேன். ஆனால், குஜிலி இலக்கியம் ஒருகாலத்தில் சக்கைப்போடு போட்டிருக்கிறது.

உள்ளூர் பிரச்சனைகளையும் உணர்த்தவேண்டிய செய்திகளையும் உடனுக்குடன் எழுதி, மக்களைக் கவர்ந்த அவ்விலக்கியத்திற்கு எதிர்ப்பும் ஆதரவும் ஒரே அளவில் இருந்திருக்கிறது. பாட்டுப்புத்தக வடிவிலமைந்த குஜிலி இலக்கியம் அல்லது முச்சந்தி இலக்கியம், நாட்டில் நிகழ்ந்த முக்கியமான வரலாற்றுச் சம்பவங்களுக்கு ஆவணமாகவும் ஆகியிருப்பது குறிப்பிடத்தக்கது. மெல்லிய தாளில், மலிவான அச்சில், பெரிய பெரிய எழுத்துகளில் சிறு நூல்களாக அச்சடிக்கப்பட்ட அவை, பெரும்பாலும் எட்டு முதல் பதினாறு பக்கங்கள் கொண்ட நூல்களாக வெளிவந்துள்ளன. தாது வருஷத்துப் பஞ்சத்தின் கும்மி, சென்னைப் பீப்பிள்ஸ் பார்க்கின் தீக்கோள் சிந்து, பஞ்சாப் படுகொலைச் சிந்து, மாப்ளாக் கலவரச் சிந்து என எத்தனையோ பாடல்கள், முகமும் பெயரும் அறியாதவர்களால் எழுதப்பட்டிருக்கின்றன.

நாளிதழ்களின் வரவுக்கு முன்புவரை குஜிலிப் புத்தகங்களே மக்களுடனான தொடர்புக்கும் பிரச்சாரத்திற்கும் பயன்பட்டுள்ளன. ஆகாசம்பட்டு சேஷாசலத்தின் வழியே எனக்குக் கிடைத்த குஜிலிப் புத்தகங்களில் பல சுவாரஸ்யமான செய்திகளும் குறிப்புகளும் கிடைத்தன. ஒன்றிரண்டில் விகாரமும் விபரீதமுமான பாலியல் கொச்சைகளும் இல்லாமல் இல்லை. பத்தொன்பதாம் நூற்றாண்டின் பிற்பகுதியில் தொடங்கிய குஜிலி இலக்கியங்கள், எளிய மக்களின் வாழ்வையும் சமூக நிகழ்வையும் பட்டவர்த்தனப்படுத்துகின்றன.

வாய்மொழியாகச் சொல்லப்பட்ட கதைகளையும் பாடல்களையும் எழுத்துவடிவில் வாசிக்கும்போது கலையும் இலக்கியமும் மக்களிடமிருந்தே தோன்றுவதை உணரலாம். மிகச் சமீபத்தில் 'தேயிலைத் தோட்டப் பாட்டு' என்னும் அரிய சிறுபிரசுரம் ஒன்று என் கைக்குக் கிடைத்தது. 1928இல் வெளிவந்த அப்பிரசுரத்தை கு.ஆ. கிருஷ்ணமூர்த்தி

முதலியார் வெளியிட்டிருக்கிறார். கே.டி.வேணுகோபால்தாஸ், டி.எம்.ஜன்னப்பா புலவர் ஆகிய இருவர் எழுதிய பாடல்கள் அப்பிரசுரத்தில் இடம்பெற்றுள்ளன. `வெள்ளையர் ஆட்சியில் ஒரு குற்றமும் இல்லை. எள்ளளவும் அவர்களால் தொல்லையில்லை' என்பதுபோலத் தொடங்கிய பாடல் வரிகளை வாசித்துத் துணுக்குற்றேன்.

சுதந்திரப்போராட்டம் உச்சம்பெற்றிருந்த சமயத்தில் வெள்ளையருக்கு ஆதரவாகவும் ஒருகூட்டம் பாடியிருக்கிறதே எனத் தோன்றிற்று. எல்லாக் காலத்திலும் விடுதலையை முன்னெடுப்பவர்கள் ஒருசிலரே என்பதில் சந்தேகமில்லை. ஒட்டுமொத்தச் சமூகமும் ஆதிக்கத்திற்கோ அதிகாரத்திற்கோ எதிராகக் கொடி பிடிக்கவேண்டுமென எண்ணுவதிலும் எதார்த்தமில்லை. ஒருசிலர் எழுப்பும் கோஷங்கள், காலத்தின் தேவையைப் பிரதிபலிக்கும்பட்சத்தில் கவனம்பெறுமென்பதே நியதி. தவிர, அப்பாடல்களின் ஆய்விலிருந்து மற்றொரு தகவலும் தெரியவருகிறது. அதாவது, அன்றைக்கிருந்த வெள்ளையர் ஆட்சியை எதிர்த்து எழுத முடியாமையால் ஆதரிப்பதுபோலக் காட்டியுள்ளனர் என்கின்றனர்.

வெளிநாட்டுக்கு ஆட்களை அனுப்பும் கங்காணிகள், ஆட்சிக்கு எதிராக எழுதுபவர்களைக் காட்டிக்கொடுப்பவர்களாக இருந்தமையாலும் இப்படியான வரிகள் இடம்பெற்றிருக்கலாம் என்னும் கருத்தும் உண்டு. கங்காணிக்கு எதிராக எழுதிவிட்டு, வெள்ளையர்களுக்கு ஒத்தூதுபவர்களை மக்கள் எப்படிப் பார்த்திருப்பார்கள் என்பது தனி விவாதம். முகப்பில் இராமஜெயமும், முதல் பக்கத்தில் சிவமயமும் பொறிக்கப்பட்டுள்ளன. நூலின் பிற்பகுதியில் சிட்டுக்குருவி லேகியத்திற்கான விளம்பரம் வந்துள்ளது. `இதில் குணமில்லாவிடில் வாங்கிய பணத்தை வாபீஸ் செய்யப்படும்' என்ற வரிகளை வாசித்துச் சிரிக்கலாம். வாபஸ் என்று வரவில்லை. `வாபீஸ்' என்றுதான் அச்சிடப்பட்டுள்ளது.

இராமஜெயமும் சிவமயமும் கொடுக்காத சக்தியைச் சிட்டுக்குருவி லேகியம் தருமென எண்ணியிருக்கிறார்களே அதுதான் அபாரம். துரிதஸ்கலிதம், சொப்பனஸ்கலிதம் என்றெல்லாம் ஆசையைத் தூண்டி, மக்களிடம் காசுபார்க்கும் கூட்டத்தின் வெளியீடோ என்று நினைத்துப் பிரசுரத்தை

வாசிக்காமல் விட்டால் ஏமாந்துவிடுவோம். ஏனெனில், பாடல்வரிகளில் கனமான செய்திகள் பகிரப்பட்டுள்ளன. வெள்ளையரின் ஆட்சிச் சிறப்புகள் சொல்லப்படும் அதேபாடல்கள், வெளிநாட்டுக்குக் கூலித் தொழில் செய்யக் கிளம்பியவர்களைத் தடுத்திருக்கின்றன. சாதியும் மதமும் சகல சௌக்கியத்தையும் தரக்கூடிய இம்மண்ணை விட்டுவிட்டு எங்கேயும் போய்விடாதீர்கள் என்றும் கெஞ்சுகின்றன.

இப்போதிருக்கும் நன்மைகளைவிட இன்னும்பல நன்மைகளைச் செய்ய ஆங்கில ஆட்சியர் காத்திருப்பதை `மன்னாதி மன்னர் புகழ் மகிமையுள்ள ஆங்கிலேயர் / அன்பான இந்தியா ஜனத்தைத் தங்கரெத்தினமே / அநியாயம் செய்யமாட்டார் பொன்னுரத்தினமே' எனப் பாடல் சொல்கிறது. டி.என். ஜன்னப்பா புலவர் எழுதிய அப்பாடல், ஓசையிலும் ஒழுங்கிலும் சட்டென்று நெஞ்சைக் கவ்வுகிறது.

கருத்தை எளிதாகக் கடத்திச்செல்லத் தங்கரெத்தினத்தையும் பொன்னுரெத்தினத்தையும் கையாண்டிருக்கிறார். மேலோட்டமாகப் பார்த்தால் சமூக அக்கறையுடன் எழுதப்பட்ட பாடல்வரிகளாகத் தோன்றும். ஆனால், அப்பாடல்வரிகளின் நோக்கம் அதுமட்டுமா என்பது கேள்விக்குறி. `ஆசநேச பாச விசுவாசமுள்ள நண்பரெல்லாம் / காசாசையாலேயல்லா தங்கரெத்தினமே / கங்காணி / கையில் சிக்கிக் கலங்கிறது பொன்னுரெத்தினமே' என்றும், `நல்லாயிருப்பானோ நாள் போகச் சாவானோ / எல்லோர்கள் சாபத்தினால் என்னகெதி ஆவானோ' என்னும் வரிகள், கங்காணிகளாகச் செயல்பட்டவர்களைச் சபித்திருக்கின்றன.

வழக்கு தமிழில் எழுதப்பட்டுள்ள பாடலே என்றாலும், வரிக்கு வரி தெறிக்கும் உண்மை உறுத்துகிறது. `வெளிநாட்டு வேலைக்குப் போவதாக எண்ணித் தேயிலைத் தோட்டங்களில் சிக்கிக்கொள்ளாதீர்கள்' என்பதுதான் பாடலின் சாரம். என்றாலும், கங்காணிகள் குறித்த வசவுச் சொற்களில் கண்ணியமில்லை. ஆட்சிக்கு எதிராகக் குரல்கொடுக்க தைரியமில்லாத புலவரீர்கள், கங்காணியை மட்டும் கடிந்துகொள்வதில் பிரச்சனையிருக்கிறது. தேயிலைத் தோட்டங்களில் சிக்கிக்கொண்டவர்கள், அடிப்படை மனித உரிமையைக்கூடப் பெறமுடியாமல் தவித்திருக்கிறார்கள் என்பது

தெரியாதவையல்ல. ஆனால், அதை எடுத்துச்சொல்லும்போது சாதிய வன்மமே வெளிப்பட்டுள்ளது. காசுக்காகவே கங்காணிகள் செயல்படுவதைக் `காப்பாற்றுவேனென்று சொல்லி காப்பித்தோட்டம் கொண்டுபோய் / சாப்பாட்டுக்குக் கஷ்டப்பட தங்கரெத்தினமே' என்று எழுதிய ஒருவர், அடுத்தவரியிலேயே `கங்காணி / சண்டாளன் துரோகம் செய்கிறான் பொன்னுரெத்தினமே' என்றிருக்கிறார்.

`சண்டாளன்' என்னும் பிரயோகத்திலிருந்து அன்றைய கங்காணிகள், எந்தச் சாதியைச் சேர்ந்தவர்கள் என்பதைப் புரிந்துகொள்ளலாம். எந்தச் சாதியிலிருந்தும் ஒருவர் மக்களுக்கு விரோதமாகவோ அவர்கள் வாழ்வைப் பகடையாக்கவோ கூடாதென்பதில் மாற்றுக்கருத்துக்கு இடமில்லை. அதேசமயம், அந்தத் துயரத்தை வெளிப்படுத்தும் சொற்களில் அவர்கள் அறிந்தோ அறியாமலோ சாதியம் பேணப்பட்டுள்ளதைக் கவனிக்க வேண்டும்.

அன்றைக்கிருந்த நிலவுடைமைச் சமூகத்தின் எச்சமே இம்மாதிரியான சொற்பிரயோகம் என்று எடுத்துக்கொண்டாலும், அவர்கள் மக்கள்மீது உண்மையான அக்கறை கொண்டவர்களா எனும் கேள்வி எழாமலில்லை. ஒரு படைப்பை நம்முடைய நோக்கத்திற்கேற்பப் புரிந்துகொள்வதும், ஏன் இதெல்லாம் அப்படைப்பில் வரவில்லையென்பதும் குறிப்பிட்ட படைப்பின்மீது கூடுதல் கவனத்தைக் குவிப்பது மட்டுமே. நான் விமர்சகனோ ஆய்வாளனோ அல்லன்.

அத்துடன், `செம' என்கிற திரைப்படத்தில் `சண்டாளி' என்னும் சொல்லைப் பல்லவியில் பயன்படுத்திக்கொள்ள இயக்குநரும் இசையமைப்பாளரும் விரும்பியபோது, அச்சொல்லின் மெய்யான பொருளை அவர்கள் அறிந்திருக்கவில்லை. அதை வெறும் சொல்லாகவே பார்த்தனர். ஒருமுறைக்குப் பலமுறை வாதாடியும் அதே சொல் பாடலில் இடம்பெற்றிருக்கிறது. என் பெயரில் இடம்பெற்றுள்ள பாடலிலும் சண்டாளி எனும் சொல் வந்துவிட்டதே எனும் வருத்தம், அப்பாடலைக் கேட்கும்தோறும் ஏற்படுகிறது. குறிப்பிட்ட சமூகத்தினரை இழிவுப்படுத்தப் பயன்பட்ட ஒருசொல், காலஓட்டத்தில் பொதுநிலைச் சொல்லாகத் திரிப்பதும் கவனிக்கத்தக்கது. வசவுச் சொற்களை அர்த்தம் தெரியாமல் உரையாடலின்

ஊடே உபயோகிப்பதில் சமூக உளவியல் பொதிந்திருக்கிறது. பரவலாக்கப்படும் இவ்வுளவியலின் வழியேதான் சாதி தன்னுடைய கட்டுமானத்தைக் கெட்டியாக வைத்திருக்கிறது. இந்த இடத்தில் பேராசிரியர் ஆ. சிவசுப்ரமணியத்தின் 'பஞ்சமனா, பஞ்சயனா' நூல் நினைவுக்கு வருகிறது. வெள்ளைத்துரைமார்களின் கட்டளைகளை நிறைவேற்றும் கங்காணிகள், எளிய மக்களுக்கு என்னென்ன நெருக்கடிகளைக் கொடுத்திருக்கிறார்கள் என்பது பற்றியும் அக்கங்காணிகளை மக்கள் எவ்விதம் எதிர்த்தார்கள் என்பதுபற்றியும் பாடல் வரிகளின் சான்றுகளுடன் அறிந்துகொள்ளலாம்.

சொந்த சமூக மக்களையே காசுக்காகக் கொடுமைப்படுத்தியதை ஈர இதயமுடையவர்களால் ஏற்க முடியாது. 'உன்னை நம்பித்தானே தேயிலைத் தோட்டத்திற்கு வந்தோம். நீயுமே காசுக்காக எங்களை வஞ்சித்து உறிஞ்சுகிறாயே' எனும் வேதனைகள் அப்பாடல்களில் கொப்பளிக்கின்றன. எல்லாப் பாடுகளையும் தாங்கிக்கொண்டு எப்படியாவது பிழைத்தால் போதுமென்று எண்ணிய மக்கள், உணவுக்கும் உயிருக்கும் போராடிய கண்ணீர்க் கதைகளையும் அந்நூலில் பேராசிரியர் ஆ. சிவசுப்ரமணியன் விவரித்திருக்கிறார். கூலித்தமிழன், தோட்டக்காரன் போன்ற சொற்களில் அவர்கள் அழைக்கப்பட்டதையும், வேலைக்கு வந்த மக்களை திட்டுவதற்காகவே வெள்ளைத்துரைமார்கள் தமிழைத் தப்பும் தவறுமாகக் கற்றுக்கொண்டதையும் நூலில் ஆய்ந்திருக்கிறார்.

இலங்கை மலையகத்தைத் தேயிலைத் தோட்டமாக்கியதில் தமிழர்களின் பங்கு அதிகம். அதற்கு முன்பு அங்கே வசித்தவந்த பூர்வக் குடிகளை நிலமில்லாமல் ஆக்கிய வெள்ளையரின் தந்திரங்கள், கங்காணிகள் மூலமே நிறைவேற்றப்பட்டிருக்கின்றன. 1935இல் வெளிவந்த புதுமைப்பித்தனின் 'துன்பக்கேணி' கதையும் இதையொட்டியே எழுதப்பட்டுள்ளது.

இலக்கியப் பதிவாகக் கருதத்தக்க அக்கதையில், சாதீயக் குறியீடும் சொல்லாடல்களும் வந்தமைக்காகப் பாடத் திட்டத்தில் இருந்தே நீங்கப்பட்ட வரலாறும் பலருக்குத் தெரிந்திருக்கலாம். குஜிலிப் பாட்டிற்கு வருவோம். முதல் பாடலை எழுதியுள்ள வேணுகோபாலதாஸ், பாரதியின்

`கரும்புத் தோட்டத்திலே' மெட்டில் எழுதியிருக்கிறார். கொத்துக்கொத்தாக எளிய மக்கள், பஞ்சம் பிழைக்கவும் வாழ்வைத் தேடியும் கிளம்பிய வரலாற்றைச் சொல்லவந்த அவர், இந்திய தேசத்தின் அருமை பெருமைகளையெல்லாம் பட்டியலிட்டிருக்கிறார். பூரான், குளவி, நட்டுவாக்கிளி, தேள், அட்டைப்பூச்சி ஆகியவற்றில் கடிபட்டு நோவதைவிட, இங்கேயே அடிமை வாழ்வையாவது வாழுங்கள் என்றுதான் அவரும் சொல்ல வருவது. தோட்டத் தொழிலுக்கு இங்கிருந்து கிளம்பியவர்கள், கூலிக்காக மட்டுமா புறப்பட்டார்கள் என்பதை அப்பாடல்கள் சொல்லவில்லை.

சாதி இழிவிலிருந்தும் பொருளாதாரக் கஷ்டத்திலிருந்தும் விடுபடவே அடித்தட்டு மக்கள் அம்முயற்சியில் இறங்கியிருக்கிறார்கள். ஆனால், இவ்விரு புலவரீர்களும் வசதியாக ஒன்றை மறைத்து, இன்னொன்றை மட்டுமே காட்டுகிறார்கள். `இந்தியா ஒய்யாரம் சொன்னால் எங்கும் கெம்பீரம் பேஸ் பேஸ்' என்றொரு பாடல். அது, ஆண்டிப்பண்டாரம் வர்ணமெட்டில் எழுதப்பட்டது. வாசித்த மாத்திரத்தில் வரிகள் இதயத்திற்கு இடம்பெயர்கின்றன. ஏற்கெனவே இருந்தவை தொலைந்துபோக, புதியவை நுழைகின்றன என்பதுதான் பாடலின் மைய இழை.

காலமாற்றத்தை வரவேற்பதுபோலவே வருத்தத்தையும் வெளிப்படுத்தும் நுட்பமான உத்தி. மூடநம்பிக்கை அற்றுவிழுந்து நாகரிகம் நுழைவதை வேணுகோபாலதாஸ் கவனித்திருக்கிறார். மேலை உலகங்களின் சந்தையை நோக்கி இந்தியாவும் நகர்வதை வெவ்வேறு உவமைகளில் சொல்லியிருக்கிறார். `மூக்குக் கண்ணாடியாச்சு / முன்னோர்கள் பேஷன்போச்சு / வாக்கிங் ஸ்டிக் கையிலெடுத்து வகையுடனே நடக்கலாச்சு' என்ற வரியை இரசித்து வாசித்தால் அடுத்த வரி `விபூதி நாமம் போச்சு / விகசிதமான பொட்டுகளாச்சு / சீமான்கள் நெற்றியிலே சிகப்பு கருபு சாந்துண்டாச்சு' என்னும் வரிகள் வருகின்றன.

கருப்பு என்பதுதான் எழுத்துப்பிழையாக `கருபு' என்று வந்திருக்கிறது. விபூதி, நாமத்திற்கு எதிராக அப்போதே சிகப்பும் கருப்பும் வந்துவிட்டதை உணரலாம். குஜிலிப் பாடல்களின் அம்சங்களில் ஒன்றாக எழுத்துப்பிழைகளையும்

ஏற்க வேண்டியிருக்கிறது. இப்பிரசுரத்திற்குப் பின்னுள்ள காலச்சூழலையும் அறிவது அவசியம். ஒருபக்கம் தேயிலைத் தோட்டங்களுக்கு வேலைக்குப் போகாதீர்கள் எனும் அறைகூவல். இன்னொருபக்கம் இந்து மதத்திலிருந்தும், கிராமத்திலிருந்தும் வெளியேறாமல் சாதிய இழிவை நீக்க முடியாதென்னும் பெரியாரின் பிரச்சாரம். இரண்டுக்கும் இடையிலுள்ள தொடர்பிலிருந்தே ஏனையவற்றை யோசிக்கத் தோன்றுகிறது. வெளிநாட்டவர்க்கு இங்குள்ள பிரச்சனைகளைக் கொண்டு சொல்ல, அதாவது நால்வருணத்தையும் தீண்டாமையையும் எடுத்துச்சொல்ல அதே ஆண்டில் `ரிவோல்ட்' ஆங்கில இதழைப் பெரியார் ஆரம்பித்திருக்கிறார்.

இதழை வெளியிடுவதற்கு முன்பு ஒருமுறை கல்கத்தாவிலிருந்து வந்த கோஸ்வாமியைச் சென்னையில் சந்தித்திருக்கிறார். அப்போது அவரிடம் `சென்னை மாகாணத்தில் தெருவில் நடக்கக் கூடாதவர்களும், கோவிலுக்குள் போகக் கூடாதவர்களும், தொடக்கூடாதவர்களும், நிழல்மேல் படக்கூடாதவர்களும் இருக்கின்றார்களே, அவர்களைப் பற்றித் தங்கள் அரசியல் திட்டத்தில் என்ன கவலை எடுத்துக் கொண்டிருக்கின்றீர்கள்' என்று கேட்டிருக்கிறார்.

அதற்குக் கோஸ்வாமி ஆச்சர்யத்துடன் 'அப்படி ஒன்று இருப்பதாக எனக்கு இதுவரை தெரியவே தெரியாது. இது உண்மையா' எனக் கேட்டிருக்கிறார். பல தேசங்களையும் தத்துவங்களையும் அறிந்த ஒருவருக்கே இங்கே நடந்துவரும் பிரச்சனைகள் கண்ணிலும் படவில்லையென்பதால் ஆங்கில ஏடு அவசியமாகிறது என்றிருக்கிறார்.

அதே காலகட்டத்தில்தான் குஜிலிப் புத்தகங்கள் வேறொரு காரியத்தைச் செய்து வந்திருக்கின்றன. பெருவாரியான மக்களின் சிந்தனைப் போக்கை மாற்றியதில் அவற்றுக்கும் பங்குண்டு. முகமும் பெயரும் அறியாதவர்கள் எழுதினார்கள் என்பதால் அப்பாடல்களை ஒதுக்கிவிடுவது உசிதமில்லை. பிரச்சினைகளின் தீவிரத்தை மடைமாற்ற ஒவ்வொருவரும் சமூக அக்கறையாளராகக் காட்டிக்கொள்ளும் நிகழ்வுகள், இன்றும் தொடர்கின்றன. சனாதன எதிர்ப்பைப் பேசினால் உடனே, கருஞ்சட்டைகளின் போதாமையான மேற்கோள்களை எடுத்து வீசுவதும், அடித்தட்டு மக்களின் முன்னேற்றத்துக்கு

இடதுசாரிகள் எதுவுமே செய்யவில்லை என்பதும் அப்படியான அணுகுமுறைகளின் நீட்சியே. விமர்சனங்களுக்கு அப்பாற்பட்ட நபர்களோ தத்துவங்களோ இல்லையென்பதிலும் பார்க்க, விமர்சிப்பவரின் யோக்கியதாம்சம் முக்கியத்துவம் பெறுகிறது.

ஒரு பிரச்சினையோ சிக்கலோ எழும்போது அப்போதைய மனநிலையும் சமூகநிலையும் என்னவென்று ஒப்பிட்டு முடிவுக்கு வருவதே அறம். ஒருபக்கத்தைப் பார்க்கவும் படிக்கவும் துணியாமல், மறுபக்கத்திற்கு வக்காலத்து வாங்குபவர்கள் வரலாற்றில் இதுவரை கிழிந்த பக்கங்களாகவே ஆகியிருக்கின்றனர். குஜிலிப் புத்தகங்கள் இப்படி உடனுக்குடன் தயாரிக்கப்பட்டவை. ஒருபக்கத்தை மட்டும் ஓங்கி ஓங்கி ஒலித்தவை. வட்டார அளவிலான கவனிப்பையும் விற்பனையையும் கருத்திற்கொண்டவை.

மாறாக, அவற்றிற்கொரு விரிந்த பார்வை இருந்ததாகத் தெரியவில்லை. உணர்ச்சிவசப்பட்ட மக்களை மேலும் உணர்ச்சியின் வசத்திலேயே வைத்திருக்க மட்டுமே அவை உதவியிருக்கின்றன. பிரச்சினைகளின் ஒருபக்கத்தைக் கவனப்படுத்தியவை என்னும்விதத்தில் அவற்றை ஏற்கலாமே தவிர, அதற்குமேல் அப்புத்தகங்கள் செய்தது ஒன்றுமில்லை. தேயிலைத் தோட்டப்பாடலைக் கேட்டு எத்தனைபேர் தம் பயணத்தை மறுபரிசீலனை செய்திருப்பர் என்பதும் யோசனைக்குரியது. குஜிலிப் புத்தகங்களின் இடத்தைத் திரைப்பாடல்கள் எடுத்துக்கொண்டதால் அவற்றின் தேவைகள் முடிந்ததாகச் சொல்லப்படுகிறது.

அதே தேயிலைத் தோட்டப் பாட்டில், ஓரிடத்தில் ‘கள்ளுப்பட்டை பிராந்திகளும் கலந்துகுடிக்கலாச்சுதே / கட்ஸீஸ் கிட்னி என்றுமே கரிவகைத் தின்னலாச்சு / கருத்துடனதை ஒழித்திடுவீர் / காந்தி சொல் வாக்கியமமிர்தமென்பீர்’ என்னும் வரிகளும் இடம்பெற்றுள்ளன. மதுவிலக்கையும் தேச விடுதலையையும் சொல்லியுள்ள அப்பாடல், காந்தியின் வாக்கை அமிர்தமென்று உரைத்திருக்கிறது. என் கேள்வி, காந்தியை முன்னிறுத்திய ஒருவர், வெள்ளையர் ஆட்சியை ஆதரித்தும் எழுதுவாரா என்பதுதான். ரொம்பவும் சுவாரஸ்யங்களை அளித்த தேயிலைத் தோட்டப் பாட்டை வாசித்ததும் உடனே ‘எரியும் பனிக்காடு’ நூல்தான் என்

நினைவுக்கு வந்தது. ஏனெனில், வேணுகோபாலதாஸூம் ஜன்னப்பா புலவரும் சொல்லாத பல தகவல்கள், எழுத்தாளர் இரா.முருகவேள் மொழிபெயர்ப்பில் வந்துள்ள எரியும் பனிக்காட்டில் இருக்கின்றன.

தேயிலைத் தோட்டத் தொழிலாளரின் அவலவாழ்வைச் சொல்லும் பி.எச்.டேனியலின் 'ரெட் டீ' நாவலையே `எரியும் பனிக்காடு' எனும் பெயரில் முருகவேள் தந்திருக்கிறார். நாற்பதுகளில் வால்பாறை காரமலை எஸ்டேட்டிற்கு மருத்துவ அதிகாரியாக வந்த டேனியல், அப்போது அங்கே நிலவிய சமூகச் சூழலையும் வாழ்வியல் துயரங்களையும் கருணையின் கண்களால் பார்த்திருக்கிறார். நாவல் 1920களைக் கதைக்களமாகக் கொண்டிருக்கிறது. தேயிலைத் தோட்டங்களுக்கு ஏன் அடித்தட்டு மக்கள் போனார்கள் என்பதுதொடங்கி, அங்கே அவர்கள் அனுபவித்த துன்பங்களின் பின்னணியில் எவையெவை இருந்தன என்பதுவரை தெளிவாக அந்நாவலில் சொல்லப்பட்டிருக்கிறது. டேனியல், தேயிலைத் தோட்டத் தொழிலாளர்களுக்குச் சங்கம் கண்டவர் என்னும் பெருமையும் உண்டு. சரீர மருத்துவராகவும் சமூக மருத்துவராகவும் ஒரேநேரத்தில் செயல்பட்டிருக்கிறார்.

ஒவ்வொரு அத்தியாயத்தின் முகப்பிலும் அவர் காட்டியுள்ள அறிஞர்களின் மேற்கோள்கள், அசாத்தியமான புரிதலையும் நம்பிக்கைகளையும் வழங்குகின்றன. `ஏழைகளின் விம்மல் கவனிக்கப்படுவதே இல்லை. சர்வாதிகாரத்தின் ஒவ்வொரு மட்டத்திலுமுள்ள விலங்குகளாலும் அவர்கள் வதைக்கப்படுகிறார்கள்' என்னும் ஆலிவர் கோல்ஸ்மித்தின் வரியைக் குறிப்பிட்டுத் தொடங்கினால், அதன்பிறகு அவ்வத்தியாயத்தில் வரும் சம்பவங்கள் அதை நோக்கியே நகர்கின்றன.

தேர்ந்த வாசிப்புடனும் தெளிந்த சிந்தனையுடனும் எழுதப்பட்ட மிகச்சிறந்த நாவல்களில் அதுவும் ஒன்று. 1969இல் வெளிவந்த அந்நூலுக்கு முன்னுரையாக அப்போதைய குடியரசுத் தலைவர் வி.வி.கிரி, சில வார்த்தைகளைப் பகிர்ந்திருக்கிறார். 'நூலில் வரும் கதாபாத்திரங்கள் வேண்டுமானால் கற்பனையானவையாக இருக்கலாம். ஆனால் ஆசிரியர் விவரித்துள்ள நிலைமைகள் தோட்டங்களில்

உண்மையில் நிலவியவைதாம். இந்தத் தோட்டங்கள் ஒருகாலத்தில் படுமோசமாக நிர்வகிக்கப்பட்டவை. அவற்றில் பணி புரிந்த தொழிலாளர்களுக்கு நல்ல வாழ்க்கையைக் கொடுக்க மிக மிகக் குறைவான முயற்சியே எடுக்கப்பட்டது' என்றிருக்கிறார். தொழிலாளர்களின் மேன்மைக்குப் பாடுபட்ட டேனியல், நாவலின் ஊடாக அக்காலத்தில் நிலவிய சாதிய ஒடுக்குமுறைகளையும் தொட்டுக்காட்டியவிதமே என்னைக் கூடுதலாகக் கவனிக்க வைத்தது.

வெறும் பொருளாதாரத் தேவைகள் முன்னிட்டு காடுகளுக்கும் மலைகளுக்கும் மக்கள் இடம்பெயரவில்லை என்பதை அந்நூலில் திரும்பத் திரும்பச் சொல்லியிருக்கிறார். கங்காணிகளின் சூழ்ச்சியும் அச்சூழ்ச்சிக்குப் பின்னுள்ள அரசியலும்கூட அலசப்பட்டிருக்கிறது. நாவலின் முதன்மைப் பாத்திரமான கருப்பனை ஒரு கங்காணி நைச்சியமாகப் பேசித் தோட்ட வேலைக்குப் பணிய வைப்பான்.

அந்த இடத்தில் வரும் உரையாடல், `இங்கபாரு, நாய்க்கமாரும், தேவமாரும் நாயைவிடக் கேவலமா நம்மை நடத்துறானுவ. அதனால சாமிக்குக் கோபம் வந்து மழையே இல்லாமப் போச்சு. ஆனா தொரைக நம்ம மாதிரி மாட்டுக்கறி திங்கறாங்க, நம்ம சாதிக்காரவுகதான அவங்களுக்கு சோறு சமைக்காக. நம்மகூடச் சமமாப் பழகறாங்க. அவுங்க அப்படி இருக்கிறதால சாமியும் அவுகமேல பாசமா இருக்கு. வருசம் பூரா எஸ்டேட்டில மழை பெய்யுது. நெலம் செழிப்பா இருக்கு. எல்லா நாளும் வேலை கெடக்கு' என்று வரும்.

சாதி இழிவிலிருந்தும் தப்பிக்க வழிசொல்லும் கங்காணிதான் ஜன்னப்பா புலவருக்குச் சண்டாளனாகத் தெரிகிறான். கங்காணிகளும் மோசடிப் பேர்வழிகளே என்பது வேறு விஷயம். கருப்பன், வள்ளி ஆகிய இருவரின் வாழ்க்கைச் சித்திரமே நாவல். எனினும், அதில்வரும் உரையாடல்கள் சமூகத்தைப் பிரதிபலிக்கின்றன. உடை அரசியல், உணவரசியல் என்றெல்லாம் இன்றைக்குப் பேசுகிறோமே அதெல்லாம் அன்றே பேசப்பட்டுள்ளன. நாவலில் `என்னிக்காவது ஆடு, மாடு செத்துப்போனாத்தான உனக்கு இங்கே கறி கெடைக்கும். ஆனா எஸ்டேட்டில ஒவ்வொரு வாரமும் நமக்காகவே நல்லா கொழுத்த

மாடுகளையும், பசுக்களையும் வெட்டுதாங்க. எங்கெயோ கண்காணாத எடத்துக்குப் போறம்னு நெனச்சுக்காதலே. அங்கிருக்கிற கூலியாளுகள்ல பாதிபேரு திருநெல்வேலி, மதுர, இராமநாதபுர ஜில்லாக்காரங்கதான். ஒன்னு ரெண்டு பேரைத் தவிர, எல்லாரும் நம்ம சாதிக்காரங்கதான்' என்ற வரிகளை வாசித்தவுடன் கண்ணீர் பெருகிற்று.

வெள்ளைத்துரைமார்கள் கல்வியையும் மருத்துவத்தையும் கிறிஸ்தவத்தின் பெயரால் கொண்டுவந்ததாகவும், அதனால் அடித்தட்டு மக்கள் மேலேறியதாகவும் சிலர் எழுதுகிறார்கள். அதிலும் ஒருபாதி உண்மை உண்டு. எனினும், முதலாளிகள் எப்போதுமே முதலாளிகள்தாம். அவர்கள் கிறிஸ்தவ முதலாளிகள் என்பதால் ஏசுவினிடத்தில் விசுவாசம் உடையவர்கள் என நம்ப வேண்டியதில்லை.

கிறிஸ்மஸுக்கு இரண்டு நாள் விடுமுறை அளித்துவிட்டு, ஏனைய நாள்களில் அவர்களும் சித்திரவதைச் செய்பவர்களே என்றுதான் டேனியல் குறிப்பிடுகிறார். இதற்குமேலும் துன்புறுத்தலுக்கு ஆளான மக்களின் வேதனைகளை விவரித்து எழுதும் மனநிலை எனக்கில்லை. அந்நாவலை வாசிக்கும்போது அடைந்த துக்கத்தைக் கெட்ட கனவாக மறக்கவே விரும்புகிறேன். வெறும் மருத்துவராக அல்லாமல், புறக்கணிக்கப்பட்ட மக்களின் வாழ்வையே வரலாறாக எழுதியவர் என்னும்முறையில் அவரை வணங்கத் தோன்றுகிறது. அவர் எழுதியதும் முழுமையான வரலாறு அன்று. ஆனால், நாம் நம்முடைய வரலாற்றை எந்தத் திசையிலிருந்து பார்க்கவும் படிக்கவும் வேண்டுமெனத் தெரிந்துகொள்ள உதவியிருக்கிறார்.

நம்பிக்கையின் கீற்றுபோல் அந்நாவலில் வரும் ஒரே ஒரு கதாபாத்திரமான ஆபிரகாமும் இறுதி இலக்கான விடியலைத் தருவதில்லை. தனிநபர்களின் முயற்சிகள், பெரும்பாலும் தோற்றுவிடுவதுதானே நிஜம்.? நம்பிக்கையழிந்த மக்களின் கனவுகளும் கடந்த காலங்களும் எரியும் பனிக்காட்டின் சாம்பல் சுவடுகளில் நசிந்துள்ளன. ஓராயிரம் ஆபிரகாம்களின் வருகையைத்தான் நாவல் வலியுறுத்துகிறது. வெள்ளைத்துரைமார்களும் கங்காணிகளும் எடுத்தெறியும் வசவுச் சொற்களில் கூனிக்குறுகும் வள்ளியும் கருப்பனும்

விழுந்துவிட்ட படுகுழியிலிருந்து கடைசிவரை மீள்வதில்லை. வெறுமையும் சோகமும் கவ்விய வாழ்வையே அவர்கள் அனுபவிக்கிறார்கள். உழைப்பு, பாலியல், பொருளாதாரம், சூழலியல் என நான்குவகைச் சுரண்டலையும் டேனியல் அந்நாவலில் காட்டியிருக்கிறார். புனைவென்றாலும் நாவலில் வரக்கூடிய காட்சிகளும் சம்பவங்களும் இட்டுக்கட்டியவை அல்ல. இந்தியாவின் பல பகுதிகளில் இம்மாதிரியான எஸ்டேட்டுகளில் மருத்துவ அதிகாரியாகப் பணிபுரிந்த டேனியல், கள ஆய்வின் வழியாகவும் மக்களின் நேரடி வாக்குமூலத்தின் மூலமுமே நாவலை எழுதியிருக்கிறார்.

வாழ வழியற்றுத் தோட்டத்தில் சிக்கிக்கொண்ட கருப்பனும் வள்ளியும் நாவல் நெடுகிலும் கதறிய கதறல் இப்போதும் என் காதுகளில் கேட்கிறது. ஆயிரத்து எண்ணூறுகளில் வந்த பஞ்சத்தை முன்னிட்டு இலங்கை உள்ளிட்ட பல நாடுகளுக்குத் தமிழர்கள், தோட்டத் தொழிலாளியாகப் போயிருக்கின்றனர்.

போகும்வழியிலேயே மரித்தவர்களும், போன சுவடே தெரியாமல் அழிந்தவர்களும் எத்தனையோ இலட்சமிருக்கலாம். பேதுருவின் பெருமையைக் குறித்தெல்லாம் லக்சர் கொடுப்பவர்கள், எந்த மதமாவது ஏழை எளிய அடித்தட்டு மக்களை முழு விடுதலையை நோக்கி நகர்த்தியிருக்கிறதா எனச் சொல்வதில்லை. இன்னொருபுறம், வேப்பிலையடிக்கும் கருத்தியல் பூசாரிகள் சதா தத்துவ இயலுக்குத் தாம்பூலம் தூக்குகிறார்கள். அவர்கள் அரையணா முக்காலணா ஆராய்ச்சிக்கு அப்பால் நயாபைசாவுக்கும் பயன்படுவதில்லை என்பதுதான் வேடிக்கை.

எரியும் பனிக்காடும் தேயிலைத் தோட்டப் பாடல்களும் இரண்டு விஷயங்களைத் தெரிவிக்கின்றன. ஒன்று, எளியவர்கள் வாழத் தகுதியற்ற நிலமே இது. மற்றொன்று, சாதியும் அதன் வழியே வந்துசேர்ந்த ஏழ்மையும் பல தலைமுறைகளாக மூடி மறைக்கப்பட்டு வருகின்றன. இன்றும் அடித்தட்டு மக்கள், தேயிலைத் தோட்டங்களில் போதாத கூலியுடனும் புழுங்கிச்சாகும் பொழுதுடனும் அட்டைப்பூச்சிகளால் உறிஞ்சப்படுகிறார்கள். 1996இல் நிகழ்ந்த மாஞ்சோலைத் தோட்டத் தொழிலாளர் போராட்டத்தை 'நதியின் மரணம்' ஆவணப்படத்தில் காணலாம். ஆர்.ஆர். சீனிவாசன்

பதிவு செய்த அவ்வாவணப் படத்தைப் பார்த்த அன்று தேனீரில் அடித்த இரத்த வாடை இன்னமுமே என் மூச்சிலிருந்து விலகவில்லை. அதேபோல தவமுதல்வன் இயக்கிய `பச்சை ரத்தம்' படத்திலும் தேயிலைத் தோட்டத் தொழிலாளர்களின் வாழ்வியல் சோகங்கள் பதியப்பட்டுள்ளன. தவமுதல்வனின் முன்னெடுப்புகள் இன்னமும் தொடர்கின்றன. சொல்லப்போனால், கணக்கிற்குள்ளேயே வராத இலட்சோப இலட்ச மனிதர்களின் குருதியையும் வேர்வையையுமே தேனீராக தினமும் பருகிக்கொண்டிருக்கிறோம்.

எரியும் பனிக்காடு நாவலை மையமாக வைத்தே `பரதேசி' திரைப்படம் வந்தது. எனினும், நாவலின் சாராம்சம் திரையில் தத்ரூபப் படவில்லை. உணர்வுகளைப் காட்சிப்படுத்துவதில் காட்டிய அக்கறை, அம்மக்களின் அரசியல் மற்றும் சாதியப் பின்புலம் சார்ந்த பதிவுகளில் வெளிப்படவில்லை எனும் விமர்சனம் உண்டு.

சாதி, பொருளாதாரம் என்னும் இரண்டு நெருக்கடிகளையும் சந்திக்கும் அடித்தட்டு மக்கள், அவ்விரண்டிலிருந்தும் விடுதலை பெறுவதே முழுமையான நிம்மதியைத் தரும். வர்க்கவிடுதலையும், வர்ணவிடுதலையும் சேர்ந்தே நிகழ்வதற்கான சாத்தியங்களை யோசிக்காமல், அவரவர்க்குக் கருத்தையும் ஆய்வையும் மேற்கொண்டிருப்பதில் பயனில்லை. எரியும் பனிக்காட்டின் இறுதி அத்தியாயத்தில் டேனியல் `ஒடுக்கப்பட்டவர்களின் கண்களில் நான் கண்ணீரைக் கண்டேன். அவர்களைத் தேற்றுவார் யாருமில்லை, வல்லமை ஒடுக்குபவரின் பக்கமிருந்தது' என்ற பைபிளின் வாசகத்தைக் குறித்திருப்பார்.

இப்போதும் வரலாற்றை எழுத முனைபவர்கள், ஒடுக்குபவர்களின் ஓரக்கண் அசைவிற்கே காத்திருக்கிறார்கள் என்பதுதான் துயரம். இந்நாளைய வரலாற்று வாசிப்பாளர்கள், குஜிலி எழுத்தாளர்களைவிடச் சிக்கலானவர்கள். ஏனெனில், அவர்கள் தேனீரில் திருநீற்று வாடையைத் தேடிக்கொண்டிருக்கிறார்கள். எனக்கு, குஜிலி என்றதும் சிரிப்போ தேனீர் என்றதும் உற்சாகமோ இப்போதெல்லாம் வருவதே இல்லை.

காதலும் காதா சப்த சதியும்

திருமணமான பெண் தன்னுடைய இரண்டு கைகளையும் உயர்த்தியபடியே தெருவில் நடந்துபோவதைப் பார்த்த மக்கள், 'இவளுக்குப் பைத்தியம் பிடித்துவிட்டதோ' எனப் பேசிக்கொள்கிறார்கள். காரணம் புரியாமல் எதையாவது பேசிச் சிரிப்பதும், ஏகடியம் செய்வதும் மக்களின் இயல்புதானே? உண்மையில், பொருள் ஈட்டுவதற்குப் பிரிந்துசென்ற கணவனை எண்ணியும் ஏங்கியுமே அவள் அப்படி ஒரு நடவடிக்கையில் ஈடுபடுகிறாள். ஏக்கத்தில் உடல்மெலிந்த அவள், கைகளை மேலே உயர்த்தி நடப்பதன்மூலம் கைவளையல்கள் கழன்று கீழே விழாமல் பார்த்துக்கொள்கிறாள் என்கிறது பிராகிருத இலக்கியம். சற்றே மிகையாகத் தோன்றினாலும் காதலும் அதுதரும் உணர்வுகளும் அப்படிப்பட்டவைதாம்.

எழுபதுகளில் வெளிவந்த 'குறள்வழி பிராகிருத இலக்கிய இன்பம்' என்னும் நூலில் இரா.மதிவாணன் விவரித்துள்ள அக்காட்சி, ஒரு பெண் தன் கணவன்மீது கொண்டிருந்த அன்பைக் காட்டுவது. இன்றைக்கு ஒருபெண், கணவனின் வருகையை உத்தேசித்துக் கைகளை உயர்த்திக்கொண்டே நடந்ததாகக் கவிதையோ பாடலோ எழுதினால் அது பெண்ணைச் சிறுமைப்படுத்துவதாகவும் பிற்போக்காகவும் கருதப்படும். பழைய இலக்கியங்களில் இப்படியான

பதிவுகளே மிகுதி. எனக்கு அப்பாடல்களையும் காட்சிகளையும் இரசித்துப் பகிர்வதில் சிக்கலில்லை. அறிவுக்கு அப்பால் செல்லச் செல்லத்தான் கலைப்படைப்பின் நுட்பங்கள் பிடிபடுகின்றன. கைகளை உயர்த்திக்கொண்டே நடக்கிறாள் என்பதைக் கணவனின் வருகையை விரைவுபடுத்தக் கடவுளை வேண்டுகிறாள் எனவும் எடுத்துக்கொள்ளலாம்.

அப்பெண் கைவளையல்கள் கீழே விழுவதை அபசகுனமாகக் கருதுகிறாள் எனவும், கணவனால் அணிவிக்கப்பட்ட கைவளையல்களைக் காப்பதே கற்பின் கடமையென எண்ணுவதாகவும் பல்வேறு விதங்களில் அர்த்தப்படுத்தலாம். எது ஒன்றையும் எப்படி எடுத்துக்கொள்கிறோம் என்பதில்தான் இருக்கிறது. அகத்தில் பார்க்க வேண்டியதை அறிவாலும், அறிவால் பார்க்கவேண்டியதை உணர்ச்சியாலும் புரிந்துகொள்ள முயல்வதால் விளையும் விபரீதங்கள், இலக்கியப் பிரதிகளுக்கு எதிரானவை.

எத்தனையோ நூற்றாண்டுகளுக்குமுன் எழுதப்பட்ட அகப்பாடல்கள், இன்றைய சூழலுக்கும் சுவைக்கும் ஏற்றவாறு பொருள் தருவதை வியப்பவர்களில் நானும் ஒருவன். வீரத்தையும் வெற்றியையும் முதன்மைப்படுத்தும் புறப்பாடல்களும் அவ்விதமே என்றாலும், அகப்பாடல்கள் கிளர்த்தும் உணர்வுகள் அலாதியானவை. ஒருவருடைய தனிவாழ்வில் அவர் அகத்திற்கும் புறத்திற்கும் எத்தகைய மதிப்பை அளிக்கிறாரோ அதைப் பொருத்தே இணக்கமும் இடைவெளியும் அமைகின்றன. என்றாலும், அகமென்பது அந்தரங்கத்துடன் உரையாடுவது; உற்றுணரும் சந்தர்ப்பங்களை வழங்குவது; சிறிய அளவிலான தேடலிலேயே கண்டடைய முடிவது. அத்துடன் அது, காதலுடனும் காமத்துடனும் நம்மை நாமே தரிசித்துக்கொள்ள உதவுவது.

அகப்பாடல்கள், ஓர் ஆணுக்கும் பெண்ணுக்கும் இடையேயான பிரியங்களை, பிணக்குற்றுப் பேசாதிருக்கும் தருணங்களை, கூடிமுயங்கும் குளிர்பொழுதுகளை நினைவில் இருத்திக்கொள்ள ஏதுவானவை. பிறரிடம் பகிரத் தயங்கினாலும், அப்பாடல்கள் வழங்கும் அதி அற்புத நுண்ணுணர்வுகள் விசேஷம் பொருந்தியவை. காலத்திற்குத் தக்கபடி புரிதலிலும் பொருளிலும்

மாறுபாடுகளைக் கொண்டுவிடும் புறப்பாடல்களுக்குச் சில வரையறைகள் உண்டு. அகப்பாடல்கள் அப்படியில்லை. எந்தச் சட்டகத்திற்குள்ளும் நிற்க வேண்டிய அவசியம் அவற்றுக்கில்லை. வயதையும் வரம்பையும் கடந்த ஓர் உச்சத்தைத் தொடும் சாதுர்யம், புறத்தைவிட அகத்திற்கே அதிகமும் வாய்க்கிறது. நிபந்தனைகளற்ற அன்பினால் ஒருவர் இன்னொருவரைத் திருப்தி மட்டுமா படுத்துகிறார் என்பதிலிருந்து வாழ்வை அணுகுவதே வரம்.

என்னை எனக்கு யாரென்று காட்டிய இலக்கியங்களை ஏதோ ஒரு வழியில் மற்றவர்க்குக் கடத்திவிடும் ஆர்வத்தில் காதலும் கலந்திருக்கிறது. அத்துடன், வாசித்த நூல்களை ஏணியாக்கி இன்றுநான் பெற்றுள்ள பிரியங்களை எல்லோரும் பெறவேண்டுமென்பதே என் ஆவல். தெலுங்கு அகநானூறு எனக் கருதப்படும் `காதா சப்த சதி' நூலை இருபதாண்டுகளுக்கு முன் என் நண்பரும் கவிஞருமான ஸ்ரீரங்கம் மோகனரங்கனே அறிமுகப்படுத்தினார்.

லௌகீகத் தேவைகளின் பொருட்டு அங்குமிங்கும் அலைந்து அல்லல்பட்டுக்கொண்டிருந்த என்னிடம் `நீங்கள் ஏன் இன்னும் காதலிக்கவில்லை' என்னும் கேள்வியுடன் அவர் வழங்கிய அந்நூலை, ஒருவித அதீதத் தீவிரத்துடன் வாசித்த நினைவுகள் இன்னமும் மங்கவில்லை. எப்பொழுதும் தாடியுடன் ரிஷிபோலக் காட்சியளிக்கும் மோகனரங்கன், என் ஆரம்பகால இலக்கிய முயற்சிகளுக்குத் துணைபுரிந்தவர். வாசிப்பில் காதலுடைய அவருக்கு, எந்தப் பெண்மீதும் காதலே வராமல் போனதென்று நம்பத்தான் வேண்டும். நூல்குறித்த ஆர்வத்தை ஏற்படுத்த அக்கேள்வியை அவர் கேட்டிருக்கலாம். என்றாலும், 'இந்நூலைப் பரிந்துரைக்கும் உங்களுக்காவது காதல் வாய்த்ததா' எனக் கேட்காதது வருத்தமில்லை.

திரைப்பாடல் எழுதத் தொடங்கியிருந்த காலக்கட்டத்தில் அவர் வழங்கிய அந்நூல் பலவிதங்களில் எனக்குப் பயன்பட்டிருக்கிறது. காதல் பாடல்களை எழுதுவதற்கு உந்தியெழும் உணர்வுகள் முக்கியம். காட்சியையும் சூழலையும் இயக்குநரோ இசையமைப்பாளரோ விளக்கினாலும், மேலதிகக் கற்பனைக்கு இலக்கியங்களே இட்டுச்செல்கின்றன.

வெறுமனே வாசிப்பது மட்டும் போதாது. எந்த இலக்கியப் பிரதியை வாசித்தாலும் அதன் அடர்த்தியை உணர்ந்து பதித்துக்கொள்ளவும் பகிர்ந்துகொள்ளவும் ஒருவராவது தேவை. அந்த வகையில் மோகனரங்கன், ஏராளமான பழந்தமிழ் நூல்களைப் பற்றியும் அந்நூல்களின் வழியே தெரியவரும் விஷயங்களைப் பற்றியும் மணிக்கணக்காக என்னுடன் உரையாடியவர்.

ஹெர்மன் ஹெஸ்ஸேயின் சித்தார்த்தாவையும், மனுதர்ம சாஸ்த்திரத்தையும் தமிழில் மொழிபெயர்த்த திருலோக சீதாராமின் ஏனைய படைப்புகளையும் வாசிக்கத் தூண்டியவர். பாரதி, பாரதிதாசன் பாடல்களை மனப்பாடமாகப் பாடிப் பரப்பிய ஒருவராகத் திருலோக சீதாராம் இருந்தது பற்றியும், `சிவாஜி' இதழ்மூலம் அவர் மேற்கொண்ட இலக்கிய முன்னெடுப்புகள் பற்றியும் அவரிடமிருந்தே தெரிந்துகொண்டேன். வாசித்த செய்திகளையும் பாடல்களையும் அவர் அளவுக்கு இலாவகமாக எடுத்துச்சொல்லும் தன்மை எல்லோருக்கும் வசப்படாது. அவருடன் பல மைல்கள் பேசிக்கொண்டே நடந்திருக்கிறேன். எனக்குத் தோன்றும் சந்தேகங்களைத் தயங்காமல் கேட்டிருக்கிறேன். குறிப்பாக, காதா சப்த சதியில் இடம்பெற்றுள்ள பாடல்கள் குறித்த உரையாடல்கள் மிக நீண்டவை.

அந்நூலை ஆக்கி அளித்துள்ள பன்மொழிப் புலவர் மு.கு. ஜகந்நாதராஜாவைப் பலருக்குத் தெரிந்திருக்கலாம். அவர் வேற்றுமொழி இலக்கியங்களைத் தமிழில் மொழிபெயர்த்து வழங்கியவர்களில் மிக முக்கியமானவர். `ஆந்திரநாட்டு அகநானூறு' என்னும் தலைப்பில் இரா.மதிவாணனும் `சாலிவாஹனம்' என்னும் பெயரில் த.நா.குமாரசாமியும் சில பாடல்களை காதா சப்த சதியிலிருந்து மொழிபெயர்த்திருந்தாலும் மு.கு. ஜகந்நாதராஜாவின் பெயர்ப்பே பிரசித்தி பெற்றது.

காரணம், சந்த ஒழுங்குகளைக் கணக்கிட்டு நம்முடைய சங்கப் பாடல்களின் வடிவில் வழங்கிய ஆற்றல் அவருடையது. `தமிழும் பிராகிருதமும்' என்னும் தலைப்பில் அவர் எழுதிய ஆய்வு நூல், பரந்துவிரிந்த அவருடைய மொழிப் புலமையைப் புரிந்துகொள்ள உதவும். `காதா சப்த சதி' என்பது பிராகிருத மொழியில் எழுதப்பட்ட எழுநூறு பாடல்கள் அடங்கிய

தொகைநூல். கி.மு. இரண்டாம் நூற்றாண்டைச் சேர்ந்த அந்நூல், ஆந்திர நாட்டை ஆண்ட சாதவாகன மன்னன் ஹாலன் என்பவரால் தொகுக்கப்பட்டிருக்கிறது. `காதா' எனில் ஈரடிச் செய்யுள். எழுநூறைப் பிராகிருதம் `சப்தசதி' என்கிறது. காதா சப்த சதி நூலிலுள்ள பல பாடல்கள், நம்முடைய சங்கப்பாடல்களை ஒத்துள்ளன.

கருத்தமைவிலும் காட்சியிலும் ஒத்துவரக்கூடிய சில பாடல்களை முன்வைத்து, அந்நூல் தமிழிலிருந்து பிரதியெடுக்கப்பட்டிருக்கலாம் எனும் ஐயத்தைத் அக்காலத்துத் தமிழறிஞர்கள் வைத்துள்ளனர். அவ்வையம் நியாயமானதே என்றாலும், தமிழ் மரபுக்கும் மதிப்பீட்டிற்கும் ஒத்துவராத வேறுசில பாடல்களும் அதே நூலில் இடம்பெற்றுள்ளதை ஜகந்நாதராஜாவும் சிலம்பொலி சு. செல்லப்பனும் சுட்டிக்காட்டி ஐயங்களை நீக்கியுள்ளனர்.

ஒன்றேபோல் இன்னொன்று இருப்பதாலேயே இரண்டும் ஒன்று என்று வாதிடுவது ஆய்வுக்கும் அறிவுக்கும் பொருந்துவதில்லை. தமிழ் மரபிற்கு ஒத்துவராதவை என்று அவர்கள் இருவரும் சுட்டிக்காட்டும் பாடல்கள், காமச்சுவை நிரம்பியவையாக இருக்கின்றன. பகிர முடியாததையும் சொல்லக்கூசும் உணர்வுகளையும் அம்பலப்படுத்துகின்றன. `பொருந்தாக் காமம்' என்று தமிழில் நாம் பகுத்து வைத்துள்ள வகைமையைவிடவும் கூடுதலான அந்தரங்கத்தைப் பேசுவனவாக உள்ளன. படுக்கையறைக் காட்சிகளையும் பட்டவர்த்தனப்படுத்துகின்றன.

பிறன்மனை நோக்காமையே பேராண்மை என்னும் புரிதலுக்கு நேர் எதிரான தன்மையைத் தருகின்றன. தமிழில் அப்படியான பாடல்களே இல்லை என்பதில்லை. எதை எழுதினாலும் அல்லது தொகுத்தாலும் ஓரளவுக்குமேல் எல்லைமீறுவதைத் தமிழ் எழுத்துமுறையும் தொகுப்புமுறையும் தவிர்த்திருக்கின்றன. எது எல்லை என்கிற கேள்வியைத் தற்காலத் தமிழிலக்கியவாதிகள் கேட்டுப் பாலியல் சார்ந்த பதிவுகளைத் துணிச்சலுடன் எழுதுவதைக் கவனிக்கலாம். பாலுறுப்புச் சொற்களைப் பயன்படுத்துவதே புரட்சிகர எழுத்துமுறையாகப் பார்க்கப்படும் சூழலும் இங்குண்டு. பாலியல் சார்ந்த பதிவுகளைப் படைப்பதும் படிப்பதும்

சமூகக் குற்றம்போலக் கருதி, அவற்றை முற்றாக விலக்குவதற்குப் பின்னே அரசியலும் வைதீக மரபும் இல்லாமல் இல்லை. மனத்தடை இல்லாமல் ஒரு பாலியல் எழுத்தைப் படித்துப் பகிரக்கூடிய பக்குவத்தில் நம்மில் எத்தனைபேர் இருக்கிறோம்? எழுத்தாளர் கி.ராஜநாராயணன் 'வயது வந்தவர்களுக்கு மட்டும்' என்னும் குறிப்புடன் வெளியிட்ட நாட்டுப்புறக் கதைகளைப் பற்றி பொதுவெளியில் பேசுபவர்கள் அதிகமில்லை. ஆனால், ஆரம்பத்திலேயே பிராகிருதம் இந்த மனத்தடைகளை உடைத்து எறிந்திருக்கிறது.

பிராகிருதமெனில் 'முன்பே செய்யப்பட்டது' என்றும், சமஸ்கிருதமெனில் 'செம்மைப்படுத்தப்பட்டது' என்றும் சொல்கிறார்கள். சமஸ்கிருதத்தின் வெகுஜன வடிவமே பிராகிருதமென்பதை பலர் ஏற்பதில்லை. மக்கள் மொழியில் எழுதப்பட்டுள்ள காதா சப்த சதி, கட்டுப்பாடற்ற இச்சைகளைப் பேசுகின்றது. அத்துடன், வெகுஜன இரசனைக்கும் நுகர்வுக்கும் கற்போ அதன் கோட்பாடுகளோ ஒரு பொருட்டே இல்லை எனும்விதத்தில் அமைந்துள்ளது.

துய்த்தலே பிரதானமென்று ஆனபிறகு நெறியோ பிறழ்வோ சமூகச் சங்கடத்தை ஏற்படுத்துவதில்லை. ஒருவகையில் இடது, வலதாகக் கற்புக் கோட்டை வரைந்தால் ஏனைய மொழிகள் வலப்பக்கமும், தமிழ்மொழி இடப்பக்கமும் நிற்பதை அறியலாம். மு.கு.ஜகந்நாதராஜாவும் செல்லப்பனாரும் கற்புக் கோட்பாட்டின் அடிப்படையில் நின்றே காதா சப்த சதியின் தொகுப்புமுறையைப் பார்க்கிறார்கள். அவ்விதம் ஒரு பாடலையோ படைப்பையோ அணுகும்போக்கு சரியா, தவறா என்பதற்குள் நான் போகவில்லை. தமிழின் சிறப்பாகச் சொல்லப்படும் ஒன்றை, கூராய்வு செய்யாமல் உள்ளதை உள்ளவாறு பகிர்ந்துகொள்ளவே முயற்சிக்கிறேன்.

காதா சப்த சதியில் இடம்பெற்றுள்ள பெண் வர்ணனைகளும், பெண்ணின் இச்சைகளும் ஒளிவு மறைவில்லாமல் பகிரப்பட்டுள்ளன. தமிழ்ப் புலவர்கள் அப்படியெல்லாம் எழுதவே இல்லை எனச் சொல்வதற்கில்லை. நம்முடைய சங்கப் பாடல்களின் அசலான தொகைவடிவம் தற்போது கிடைத்துள்ளவை மட்டும்தானா என்பதை முழுமையாக ஆராயும்பொழுதே பதில் கிடைக்கும். எழுதப்பட்ட

பாடல்கள் கைக்குக் கிடைத்தும் அவை தொகுப்புக்கு உரியனவாக இல்லையெனத் தவிர்த்திருக்கவும் வாய்ப்புண்டு. சிற்றிலக்கியங்களில் மிகுதியாகக் காமமும் இச்சையும் பாடல்களாக ஆக்கப்பட்டுள்ள நிலையில், அதற்கு முன்பே எழுதப்பட்ட சங்கப் பாடல்களில் ஒரு சிலவற்றைத் தவிர ஏனைய அனைத்தும் பரிசுத்தப் படைப்பாக அமைந்திருப்பது எப்படி எனத் தெரியவில்லை.

தொகைநூல்களைப் பொருத்தவரை அவற்றைத் தொகுப்பவரின் அல்லது தொகுக்கும் குழுவின் கருத்தியல் இடையீடுகள் கவனத்துக்குரியவை. தொகைநூல் ஆக்கம் குறித்துத் தமிழறிஞர் அ. பாண்டுரங்கனின் 'தொகையியல்' நூலில் இதுபற்றிய கூடுதல் விவரங்களைப் பெறலாம். 2008இல் வெளிவந்த அந்நூல், தற்போதும் கிடைக்கிறது.

புதுவையில் வசிக்கும் அ.பாண்டுரங்கனின் ஆய்வுக் கட்டுரைகள் பலவற்றைப் பேராசிரியர் கா. சிவத்தம்பி பாராட்டியிருக்கிறார். பருத்த கச்சைகள் பற்றியும் சோழியாய் விரிந்த அல்குல் பற்றியும் தமிழிலக்கியத்தில் பதிவுகள் உண்டு. என்றாலும், அம்மாதிரியான பதிவுகளை மிகுதியாகக் காதா சப்த சதி கொண்டிருக்கிறது. களவியல் பதிவுகளில் முறைதவறிய உறவுகளைக் கூடக் காணமுடிகிறது. கருத்திருக்கும் முலைக்காம்புகளை விவரித்து எழுதப்பட்டுள்ள பாடல்கள், உவமைகளின் உச்சம் எனலாம்.

பிள்ளைப்பேற்றுக்குப் பிரிந்திருந்த மனைவி, கணவனை மறுபடியும் எப்போது கூடுவோம் எனக் கவலைப்படுவதால் அவள் சார்பாகக் காம்புகள் கருத்துவிட்டன என்பதெல்லாம் நான் வேறெங்கும் வாசிக்காதது. 'என் பாவாடையின் முடிச்சிக்காய்த் துழாவிய போது / ஏற்கெனவே அவிழ்க்கப்பட்டிருந்தது கண்டு வெட்கினான் / நானோ, ஒரு நகை நகைத்து அவனை ஆரத்தழுவினேன்' என்றொரு கவிதை காதாவில் இடம்பெற்றுள்ளது. அதேபோல 'தோழி, என் மெல்லிய பாவாடை / என் தொடைகளின் வியர்வையில் ஒட்டிக்கொண்டது / அவன் துழாவியபோது நான் நகைத்தேன்' என்னும் கவிதையும் அந்நூலில் வருகிறது. வேறு எங்கேயும் வாசித்தறியாத ஒரு நுட்பமான பதிவைக்

காதா சப்த சதியில் மட்டுமே காண முடிந்தது. முதலிரவு முடிந்த மறுநாள் பெண்ணுடையில் கறைபடிந்திருக்கிறதா என ஆண் வீட்டார் ஆராய்வது பற்றிய பாடல் அது. திருமணத்திற்கு முன்பே அவள் கன்னிமை கழிந்தவளா, இல்லையா என்று சோதித்திருக்கின்றனர். இன்றும்கூட இம்மாதிரியான சோதனைகள் நிகழாமலில்லை. 'ஆனந்த படம்' எனும் பெயரில் முதலிரவு அழைக்கப்பட்டிருக்கிறது. நெடுநாள் களவில் ஈடுபட்டுவந்த தலைவனும் தலைவியும் திருமணம் செய்துகொள்கிறார்கள்.

வழக்கம்போல் திருமணம் முடிந்த மறுநாள் சோதிப்பார்களே என்றுணர்ந்த தலைவி, முதலிரவு உடையை வழங்காமல் அதற்கு மாற்றாக அவளே தயாரித்த செம்பட்டாடையைக் கொடுக்கிறாள். ஆடையைப் பார்த்த ஆண் வீட்டாரும் தோழிகளும் திகைத்துவிடுகிறார்கள். சர்ச்சை பெரிதாக விரிவதற்குள் தலைவன் தலையிட்டு, அவளுடைய கன்னிமை கழிந்ததற்குத் தானே பொறுப்பென்று சொல்லிப் பிரச்சனையைத் தீர்ப்பதாகப் பாடல் முடிகிறது.

ஓரிடத்தில் ஒருவனுக்கு ஒருத்தி என்னும் கற்புக் கோட்பாட்டை காதா சப்த சதி வலியுறுத்துகிறது. மற்றோர் இடத்தில் 'தோழிகளெல்லாம் தலைவிக்குத் தேள் கடித்ததாகச் சொல்லிக் கணவனுக்குத் தெரியாமல் கைத்தாங்கலாக மருத்துவக் கள்ளக்காதலனிடம் கூட்டிப்போயினர்' என்கிறது. ஒருபாடலில் தலைவியே தலைவனை அவன் விரும்பும் இன்னொரு பெண்ணிடம் அழைத்துப்போனாள் எனவும் வருகிறது. அவ்விதம் தலைவனின் விருப்பத்தை உணர்ந்து அழைத்துவந்த தலைவியை அந்தப் புதுப்பெண்ணோ பரத்தையோ பாராட்டியதாகவும் பாடல் சொல்கிறது.

யார் எதை இரசிக்கிறார்களோ அதை அவர்கள் இரசித்துக்கொள்ளட்டும் என ஹால மன்னன் நினைத்திருக்கிறான். அவனே அந்நூலைத் தொகுத்திருக்கிறான். எழுநூறு பாடல்களையும் அவன் அணுஅணுவாக அனுபவித்துத் தொகுத்ததுபோல் இருக்கிறது. புலவர்களை மதித்துப் பொன்னும் பொருளும் வழங்கிய அவன், 'கவிவத்சலன்' என்னும் பெருமையைப் பெற்றிருக்கிறான். அவனுமே

சிறந்த புலவனாக இருந்தபடியால் தொகைநூல் முயற்சியில் இறங்கியிருக்கலாம் எனக் கருதப்படுகிறது. அதைவிட, நான்கு பாடல்களைத் தொகுப்பில் இணைத்துக்கொள்ள நான்கு கோடித் தங்க நாணயங்களைத் தந்ததாகவும் ஒரு வரலாறு இருக்கிறது. `இந்திய மொழிகளில் ஒப்பிலக்கணம்' நூலில் வாசித்த இத்தகவல் உண்மையெனில் மகிழத்தக்கது.

எல்லா நிலைகளுக்கும் எல்லா மனிதர்களுக்குமான பாடல்களைத் தொகுத்த ஹாலன், பிறிதொருவர் பாடலைத் தன் பெயரில் வெளியிட்டுக் கொண்டதாகவும் செய்தி உண்டு. எல்லாவற்றையும் தாண்டி அப்பாடல்கள் தமிழ் இலக்கியத்திற்கு மிகமிக நெருக்கமானவையாக அமைந்திருக்கின்றன.

காதாவின் ஒவ்வொரு பாடலும் ஏதோ ஒருவகையில் நம்முடைய தமிழ்ப் பாடல்களுடன் பொருந்திப் போவதைக் காலத்தின் கொடை என்றே சொல்ல வேண்டும். `அன்புடை நெஞ்சம் தாம் கலந்தனவே' என்கிற செம்புலப் பெயல் நீரார் பாடலைக் குறுந்தொகையில் காணலாம். `என்னுடைய தாயும் உன்னுடைய தாயும் உறவில்லை. என்னுடைய தந்தையும் உன்னுடைய தந்தையும் உறவில்லை. ஆனாலும்கூட வானத்தில் இருந்து பொழிகிற மழை, மண்ணுடன் கலந்து அந்நிறத்திற்குத் தன்னை எப்படி மாற்றிக்கொள்கிறதோ அப்படித்தான் நம்முடைய உறவும் பிரிக்கமுடியாமல் பிணைந்திருக்கிறது' எனச் சொல்லக்கூடிய அப்பாடலுக்கு நிகராகக் காதா சப்த சதியிலும் ஒரு பாடல் இருக்கிறது. திரிலோசனன் என்பவர் எழுதிய பாடல்.

முன்பின் அறிமுகமோ முன்னெச்சரிக்கையோ இல்லாமல் பிறப்பதே காதலென்பதை அப்பாடல் மூலமும் அறியலாம். அத்துடன், அன்பையும் அழகையும் எப்படிப் புரிந்துகொள்வது என்பதையும் அப்பாடல் உணர்த்துகிறது. ஒரு பெண்ணோ ஆணோ காதல் கொள்வதற்கு அழகு முக்கியமா என்கிற கேள்வியும் அப்பாடலில் தொக்கி நிற்கிறது. அன்பு செலுத்துவதற்கு அழகு ஒருபோதும் காரணமாக இருப்பதில்லை. `எது கிடைத்ததுவோ அது துய்த்திடுக / இலவணம் சிற்றூர் இவண் பெற லரிதே / எழிலோய்! சுவைகொள் இலவண மிருந்தும் / நேயமிலாது நேர்ந்தென் பயனோ?' என்னும்

பாடல்வழியே தெரியவரும் பக்குவம் பரவசமூட்டுகிறது. பார்த்த உடனே காதல் வருவதற்கு அன்பு காரணமா, அழகு காரணமா என்கிற கேள்வி ஒருபுறம் இருந்தாலும், அழகைவிட அன்பே முக்கியமென்பதைக் காதா சப்த சதியும் அடிக்கோடிடுகிறது. காட்சியை விவரித்துக் கருத்தை உணர்த்துவதுதான் காதாவின் தனித்துவம். அன்புடை நெஞ்சம் தாம் கலந்தனவே என நேரடித் தன்மையைக் குறுந்தொகை கொண்டிருக்கிறது. ஆனால், காதாவோ எதையுமே நேரடியாகச் சொல்வதில்லை. ஒரு காட்சியை வரைந்து, அக்காட்சியின் வழியே சொல்லவேண்டியதைச் சூசகமாகச் சொல்கிறது.

உதாரணமாக, நகரத்திலிருந்து கிராமத்திற்கு வரக்கூடிய தலைவன், அங்கே ஒரு பெண்ணைப் பார்க்கிறான். பார்த்ததும் அவளை அவனுக்குப் பிடித்துவிடுகிறது. நகரத்துப் பெண்ணைப்போல ஆடையோ அணிகலனோ கூடுதல் அலங்காரமோ இல்லாதபோதிலும் கிராமத்துப் பெண்ணிடம் வெளிப்படும் கபடமற்ற அன்பில் கரைந்துபோகிறான். ஆனாலும், அவனுக்குள் இவள் வாழ்வு மொத்தத்திற்கும் ஒத்துவருவாளா என்னும் சந்தேகம் எழுகிறது. அதை வாய்திறந்து அவன் கேட்கவில்லை. என்றாலும், உடனிருக்கும் தோழிக்கு அவன் தயங்குவது புரிந்துவிடுகிறது.

நகரத்து அழகு நளினமே ஆனாலும், கிராமத்து அழகைப் போல் அது உண்மையில்லாதது என உணர்த்த விரும்புகிறாள். எப்படி உணர்த்துகிறாள் என்பதில்தான் திரிலோசனின் திறமை வெளிப்படுகிறது. தயக்கத்துடன் உணவருந்த அமர்ந்த தலைவன், பதார்த்தங்களைத் தோழி பரிமாறியதும் உப்பு போதவில்லையே என்கிறான். உடனே தோழி 'ஐயா இது கிராமமென்பதால் உப்பு கிடைப்பது அரிது. ஆனால், உப்பைவிட, உடலுக்கும் உயிருக்கும் ஊறுசெய்யாத நெய் எளிதாகக் கிடைக்கும்' என்கிறாள். உப்பு, நெய் ஆகிய இரண்டு சொற்களும் உள் அர்த்தம் கொண்டவை.

உப்பை வடமொழியில் 'லவணம்' என்பர். இலவணமென்ற சொல்லுக்கு அழகென்னும் பொருளும் உண்டு. அதேபோல, நெய் என்ற சொல்லுக்கு நேயமென்றும் அன்பென்றும் இருபொருள்கள் இருக்கின்றன. தோழி என்ன சொல்ல வருகிறாளென்றால் அழகைவிட அன்பே

கிராமத்திலிருக்கிறது என்பதைத்தான். ‘உப்பை அதிகமாகத் தேடும் உனக்கு, அதைவிட அவசியமான நெய்யை என் தோழி வைத்திருக்கிறாள்’ என்கிறாள். அழகைக் காட்டிலும் அன்பு மிகுதியாக உள்ள என் தோழியை ஏற்றுக்கொள் என்பதையும் அவ்வார்த்தைகளின் வழியே தெரிவிக்கிறாள். கவர்ந்திழுக்கும் அழகைவிட, காலத்திற்கும் தேவையான அன்பே காதலுக்குரியது என்கிறாள்.

உவமையும் கற்பனையும் ஒரு பாடலை எந்த அளவுக்கு உயர்த்துமென்பதைச் சொல்ல வேண்டியதில்லை. இரண்டுமூன்று வாக்கியங்களில் பூலோகத்தின் புதிர் முழுவதையும் உவமைகளாலும் கற்பனைகளாலும் அவிழ்த்துவிடமுடியும். மனிதகுல வரலாற்றில் காதலின் பங்கே அதிகம். பாவ புண்ணியங்களை வரையறுத்த மதநூல்கள் எதுவென்றாலும் அவை அனைத்துமே காதலிலிருந்தே தொடங்குகின்றன.

ஒன்றேபோல் இன்னொன்று அமைவதால் இரண்டும் ஒன்றில்லை என்ற எண்ணத்தை விடுத்து, ஒன்றிலிருந்துதான் இன்னொன்று பிறக்கிறது என்பதையும் மறுப்பதற்கில்லை. தொடர்புக்கும் தொடர்ச்சிக்கும் இருக்கக்கூடிய மிகச்சிறிய வித்யாசத்தை எப்போது உணர்கிறோமோ அப்போதுதான் இலக்கியத்தின் ஆச்சர்யங்கள் பிடிபடுகின்றன.

ஆற்றில் இறங்கிக் குளித்துக்கொண்டிருக்கும் பெண்ணைப் பார்த்த இளைஞன், ஆசை மீதுர அவனும் அதே ஆற்றில் மற்றொரு கரையில் இறங்கி நீரை அள்ளிப் பருகுகிறான். அவள் மஞ்சள் பூசிக் குளித்ததால் நீரின் நிறமும் சுவையும் மாறியிருக்கிறது. ஆனாலும், அவன் அதை ஒரு பொருட்டாகக் கருதாமல் ஓடிவந்த நீரை உள்ளங்கையால் ஏந்திக் குடிக்கிறான். அந்த நேரத்தில் தன்னுடைய தோழியிடம் அவள், `அந்தோ ஒருவன் நீரை அள்ளிப் பருகுகிறானே அவன் என் இதயத்தைப் பருகுவதுபோல இருக்கிறது’ என்கிறாள்.

இக்காட்சியை மு.கு. ஜகந்நாதராஜா `அன்னாய்! யான் நீராடுங் காலை / அழகன் வந்தங் காற்றி லிறங்கி / மஞ்சட் கைப்புநீர் வாரிக் குடித்தென் / நெஞ்சம் பருகி நீங்கல் போன்றான்’ என்று பெயர்த்திருக்கிறார். காதாவைப் பொருத்தவரை முதலடி 12 மாத்திரையும், இரண்டாம் அடி

18 மாத்திரையும், மூன்றாம் அடி 12 மாத்திரையும் நான்காம் அடி 15 மாத்திரையும் கொண்டு அமைய வேண்டும். அந்த அளவைக் கனக்கச்சிதமாக அமைத்து எழுதியுள்ள அழகைக் கவனிக்காவிட்டால் ருசியில்லை. மாத்திரை அளவுகளைக் கணக்கிட்டே மொத்த நூலையும் எழுதி, ஒவ்வொன்றின் கீழேயும் விளக்கவுரைகளைத் தந்திருக்கிறார். மேற்கூறிய காட்சியை நினைவூட்டும் பாடல் ஒன்று இயக்குநர் ஷங்கரின் 'ஜீன்ஸ்' திரைப்படத்தில் இடம்பெற்றிருக்கிறது. 'அன்பே அன்பே கொல்லாதே' என்னும் பல்லவி தாங்கிய அப்பாடலை வைரமுத்து எழுதியிருக்கிறார்.

அப்பாடலின் இறுதி வரிகள் ஏறக்குறைய இதே மாதிரியான தொனியை உடையவை. 'பால் வண்ணப் பறவை குளிப்பதற்காக / பனித்துளி எல்லாம் சேகரிப்பேன் / தேவதை குளித்த துளிகளை அள்ளித் / தீர்த்தம் என்றே நான் குடிப்பேன்' என்னும் வரிகளே அவை. மஞ்சள் கலந்த நீரானாலும் அது காதலியின் உடலைத் தழுவியதால் ருசியுடையதாக ஹாலன் எழுதியதற்கு மாற்றாக வைரமுத்துவும் சிந்தித்திருக்கிறார். சொல்லப்போனால் ஹாலனைவிட வைரமுத்து ஒருபடி மேலேபோய் எழுதியிருக்கிறார்.

திருக்கமண்டலத்தில் சேரும் நீரே தீர்த்தமென்று சொல்லப்படும். ஆனால், வைரமுத்துவோ தேவதை குளித்த நீரையே தீர்த்தமாக்கித் திகைக்க வைத்திருக்கிறார். வைரமுத்துவும் ஹாலனும் ஒரே காலத்தவரோ ஒரே தேசத்தவரோ இல்லை. ஆனால், இருவரும் ஒரே சிந்தனையை அல்லது கற்பனையை எட்டிப்பிடித்திருக்கிறார்கள். காலங்கள் மாறினாலும், காட்சிகளும் மாறினாலும் காதலைப் பற்றிச் சிந்திக்கும்போது எல்லாக் கவிஞர்களும் ஒரே புள்ளியில் வந்துசேர்வதே அக இலக்கியங்களின் அற்புதம்.

காதா சப்த சதியைப் புதுக்கவிதை வடிவில் தந்திருக்கும் சுந்தர் காளியும், பரிமளம் சுந்தரும் இந்த இடத்தில் குறிப்பிடத்தக்கவர்கள். அன்னம் வெளியீடாக வந்துள்ள அந்நூலும் வாசிக்கத் தக்கது. யாப்பு வடிவில் மு.கு. ஜகந்நாதராஜா எழுதியுள்ள பாடல்களிலும் பார்க்க, சுந்தர்காளியும் பரிமளமும் புதுக்கவிதையில் தந்திருக்கும் கவிதைகள் எளிய புரிதலில் இதயத்தைத் தொட்டுவிடுகின்றன.

மாத்திரை அளவிற்கேற்பச் சொற்களைப் பிரயோகிக்காமல், ஒரு பாடல் என்ன உணர்வைக் கடத்த விரும்புகிறதோ அதை அப்படியே தந்திருக்கின்றனர். மூலநூலில் எழுநூறு பாடல்கள் இருந்தாலும், ஐநூற்று மூன்று பாடல்களை மட்டுமே மு.கு.ஜ. பெயர்த்திருக்கிறார். ஒரே பொருளுடைய பிற பாடல்களைத் தவிர்த்தும், தமிழிலக்கிய மரபிற்கு ஏற்றதைத் தேர்ந்தும் கொடுத்திருக்கிறார். உறவுகளின் பிறழ்வைச் சொல்லக்கூடிய பாடல்கள் சிலவும் அவற்றில் இல்லாமல் இல்லை.

பிராகிருதத்தைக் காட்டிலும் தமிழ்ப் பண்பாட்டின் கூறுகள் உயர்ந்தன எனக் காட்டுவதற்காக அவர் அப்பாடல்களை இணைத்திருக்கலாம். சுந்தர்காளியும் பரிமளமும் பெயர்த்துள்ள நூலில் 251கவிதைகள் இடம்பெற்றுள்ளன. `பாரேன், அவன்மீது அவள்கொண்ட கோபம் / விரலிடுக்கில் நழுவும் மணல்போல் / ஒரு மெல்லிய பெருமூச்சில் கரைந்து போவதை' என்று சுந்தர்காளியும் பரிமளமும் பெயர்த்துள்ள அதே பாடலை ` காதலன் மீதே கடுஞ்சினத்தாலே / ஊடல் கூர்ந்தோள் உறுதி மிகினும் / பையத் தளர்ந்து பாழா கிடுமே / கைப்பிடி யிறுக்கிய குறுமண லொத்தே ' என்பதாக மு.கு. ஜகந்நாதன் தந்திருக்கிறார்.

ஓசையையும் மாத்திரை அளவுகளையும் கணக்கிடாமல் எழுதும்முறையையே நவீன இலக்கியவாதிகள் விரும்புகின்றனர். பழந்தமிழ் இலக்கியப் பரிச்சயத்தை அறவே ஒதுக்கிவிட்ட அவர்களுக்குப் படிமமும் குறியீடும் இயல்பாக இருந்தாலன்றி அப்பாடலையோ கவிதையையோ வாசித்து உணர்வதில் சிக்கல் ஏற்படுகிறது. சுந்தர்காளியும் பரிமளமும் நவீன கவிதைகளை உள்வாங்கி, அவற்றுக்கு மிக நெருக்கமாக வரக்கூடிய காதாக்களைப் பெயர்த்துள்ளதைப் பாராட்ட வேண்டும். 'ஊரே தீப்பற்றி எரிந்த பின்னும் / நெருப்பின்றி வாழ முடியுமா என்ன' என்றொரு கவிதையின் இறுதி வரியை அமைத்துள்ளனர்.

என்ன தவறுசெய்தாலும் அவனைப் பொறுத்துக்கொண்டு வாழ்வதே சரி என எண்ணும் ஒருத்தியின் மனப்பதிவாக வந்துள்ள அக்கவிதை, பல்வேறு திறப்புகளைக் கொண்டது. குடும்ப அமைப்பிற்குள் வாழ முற்படும் ஒருபெண், சகித்தலையும் எஞ்சியுள்ள வாழ்நாளுக்காக எல்லாவற்றையும்

ஏற்றுக்கொள்ளவேண்டிய கட்டாயத்தையும் தெரிவிக்கிறது. மிகச்சிறிய வரிகளில் இப்படி ஏராளமான தெறிப்புகளைக் காதாக்களில் பார்க்க முடிகிறது. புதிதாக வந்துள்ள காதா சப்த சதியை இன்றைய நவீன கவிதைகளுடன் ஒப்பிட்டு விவாதிக்கலாம்.

ஒரு மொழியின் வளர்ச்சி, காலந்தோறும் அது கைக்கொள்ளும் மாற்றத்தினால் விளைவதே என்னும் நம்பிக்கை எனக்குண்டு. இலக்கண மீறல்களையும் சேர்த்தே சொல்லுகிறேன். இறுக்கமான கட்டுப்பாடுகளையும் வடிவங்களையும் தளர்த்தத் தயங்கிய எந்தமொழியும் மக்களிடம் செல்வாக்குப் பெறுவதில்லை. தமிழைப் பொருத்தவரை அது, எந்தக் காலத்திலும் தன்னுடைய வழிமுறைகளையும் வரையறைகளையும் விடாப்பிடியாகப் பிடித்துக்கொண்டு தொங்கியதில்லை. புழக்கத்தில் கண்டடையும் சொற்களை எழுத்திலும் இலக்கியத்திலும் இணைத்திருக்கிறது.

சங்க காலத்தில் பயன்படுத்திய சொற்கள், கால ஓட்டத்தில் வேறு பொருளைக் கொடுத்தாலும் அவற்றையும் உரிய அர்த்தத்தில் இருத்திக்கொள்ளும் சாமர்த்தியம் தமிழுக்குண்டு. இந்த நெகிழ்வினால் ஆக விரைவில் தமிழ்மொழி அழிந்துவிடுமோ எனச் சிலர் பயந்தாலும், அதுவே தமிழை மேலும் மேலும் உயிர்ப்புடையதாக வைத்திருக்கிறது. அதைப்போல வடிவ மாற்றங்களும் ஒரு மொழியை எந்தவிதத்திலும் பாதிப்பதில்லை 'அவள் எவ்வளவுதான் அதன் மடியைப் பீச்சினாலும் / இடையனின் கைகளைக்கூட நனைக்காத / கட்டுக்கடங்காத பசு / பாரேன், இப்போது குடங்குடமாய்ப் பால் கறப்பதை' என்றொரு கவிதை, சுந்தர்காளியின் பெயர்ப்பில் வந்திருக்கிறது.

இந்தக் கவிதையை வாசித்த மாத்திரத்தில் எனக்கு 'நாச்சியார் திருமொழி' நினைவுக்கு வந்தது. 'வாங்கக் குடம் நிறைக்கும் வள்ளல் பெரும் பசுக்கள்' என்று ஆண்டாள் எழுதியுள்ள அதே தொனிதான் இதிலும் தென்படுகிறது. பிராகிருதத்தைத் தமிழ்ப்படுத்தி வாசிக்கிறோமா இல்லை தமிழையே எளிமைப்படுத்தி வாசிக்கிறோமா என்கிற தோற்றமே எஞ்சியது. கண்ணனை நினைத்துக் கறந்தால் குடம் குடமாய்ப் பால் நிறையுமென்று ஆண்டாள்

சொல்வதைப் பக்தியெனப் புரிந்துவைத்திருக்கிறோம். கண்ணனை மட்டுமல்ல, காதலை நினைத்து யார் கறந்தாலும் பசுவின் காம்பில் பால்மிகும் என்றே காதா சப்த சதி சொல்கிறது. பசுவையும் தாயையும் முன்வைத்து வரக்கூடிய இன்னொருகவிதை `வயது முதிர்ந்த பசுவும்கூடக் / கறக்கிறவனின் கைப்பட்டால்தான் பால்கொடுக்கும் / மகனே, பார்த்தாலே பால்கொடுக்கும் பசுவை / இங்குதான் காண்பாய்' என்று வரும். ஒருகுழந்தை பசியுடன் பார்த்தாலே தாயின் மார்பு சுரப்பதை இதைவிடவும் அழகாக வேறு எங்கேனும் இருக்கிறதா எனப் பார்க்கவேண்டும்.

இன்னொரு கவிதை, `கட்டிலறையில் கலவியிலிருக்கையில் / காதல் மகனே ஆனபோதிலும் / அநாவசியமாய் அழுது கரைந்தால் / எந்தத் தாய்தான் அவனைச் சபிக்கமாட்டாள்' என்கிறது. தாய்மையைக் கேள்விக்கு உட்படுத்துவதுபோல இக்கவிதை அமைந்திருந்தாலும், எதார்த்தத்தில் ஒரு பெண் எப்படி எண்ணுவாளோ அதையே எழுத்தாகப் பார்க்க முடிகிறது. தாய்மையைத் தமிழ்ச்சமூகம் வைத்திருக்கும் உயரத்தில் நின்றுகொண்டு இக்கவிதையை வாசித்தால் அதிர்ச்சி ஏற்படலாம்.

காதலின் மிகை உணர்ச்சிகளுக்கு நிகராகத் தவிப்புகளையும் வேதனைகளையும் காதாவில் காணலாம். `நின்நினை வுடனே நேரும் சாவின் / மீண்டும் நினையே மேவுதல் வெறுமென' என்றொரு பாடல். நான் இறக்கும்போதும் உனையே நினைப்பதால் அடுத்த பிறவியிலும் இதே வேதனைத் தொடருமோ எனக்கேட்கும் இடத்தில் அன்பின் இறுக்கத்தை அறிய முடியும். இறக்கும்போது ஒருவர் எதை நினைக்கிறாரோ அதை அடுத்தபிறவியில் அடைவர் எனும் ஐதிகத்தை அனுராகன் என்பவர் காதலாக மாற்றி எழுதியிருக்கிறார் என்னை அதிகமும் கவர்ந்த பாடல் ஒன்றுண்டு. காதலன் தண்ணீர் வேண்டுமென்று காதலியின் வீட்டில் வந்து கேட்கிறான்.

அவளுடைய தாயும் அவனுக்குத் தண்ணீரைத் தருவிக்கும்படி சொல்கிறாள். தண்ணீர் சொம்பினை எடுத்துக்கொண்டு வாசலுக்கு வரும் காதலி, அவன் கைகளை ஏந்தச் சொல்லி ஊற்ற ஆரம்பிக்கிறாள். அதீத தாகமென்று

நீரைக் கேட்டவன், ஊற்றும் நீரைப் பருகாமல் அவள் முகத்தையே பார்த்துக்கொண்டிருக்கிறான். அவளுக்கும் அது புரிந்துவிடுகிறது. உடனே அவள் நீரூற்றும் வேகத்தைக் குறைத்துக்கொள்கிறாள்.

மிக மெதுவாக நீரை ஊற்றும்போதே அவன் கூடுதலாகத் தன்னைப் பார்க்கமுடியும் என்று அவள் கருத, அவனோ விரல்களின் இடைவெளியில் நீரைச் சிந்தவிடுகிறான். இப்படியே ஒருவரை ஒருவர் பார்த்துக் கொண்டுத் தாகத்தைத் தீர்த்தனர் என அப்பாடல் முடியும். `இன்னும் பார்த்துக்கொண்டிருந்தால் என்னாவது / இந்தப் பார்வைக்குத்தானா பெண்ணானது' என்னும் திரைப்பாடலை இத்துடன் இணைத்துப் பார்க்கலாம். `விரல் நெகிழ் விட்டு மேற்கண் கொண்டு / புனல்பரு கிடும்வழிப் போக்கனைக் கண்டு / தண்ணீர்ப் பந்தலில் தங்கும் மங்கையும் / மெலிந்தநீ ரொழுக்கை மேலும் குறைத்தாள்' என்ற பிராத்துமகன் பாடலை மு.கு.ஜ. பெயர்த்திருக்கும் அழகே அழகு.

சாராம்சம் குறையாமல் ஒரு மொழியிலிருந்து இன்னொரு மொழிக்குப் பெயர்ப்பது எளிதில்லை. இரண்டு மொழிகளையும் உணர்ந்து பெயர்ப்பதைவிட, அவ்விரண்டு மொழிகளையும் இலக்கண சுத்தத்துடன் கற்றுச் சுவை குன்றாமல் பெயர்த்திருப்பதுதான் பெரிதிலும் பெரிது. காதலனுக்குக் காதலி தண்ணீர் கொண்டுதரும் அழகிய காட்சி ஒன்றைக் கபிலரும் எழுதியிருக்கிறார். கலித்தொகையில் இடம்பெற்றுள்ள அப்பாடல், காதா சப்த சதியைத் தாண்டிய இரசனையைத் தருவது. காட்சிப்படி, யாரோ ஒருவன் வாசலில் வந்து தண்ணீர் கேட்கிறான்.

அடுக்களை வேலையில் இருக்கும் அன்னை, மகளைக் கூப்பிட்டு `இறைஞ்சிக் கேட்பவனுக்கு இந்த நீரைக் கொண்டுபோய் கொடு' என்கிறாள். அவளும் தண்ணீருடன் வாசலுக்குப் போகிறாள். போனால் அவன் ஏற்கெனவே அவளுக்குத் தெரிந்தவன்; அவளும் அவள் தோழியும் விளையாடியபோது குறுக்கே புகுந்து குறும்பு செய்தவன்; அவர்கள் கட்டிய மணல் வீட்டைக் கலைத்துப்போட்டவன்; காதல் மிகுதியில் எதை எதையோ பேசியவன்; எங்கே போனாலும் விடாமல் துரத்துபவன்; வீடுவரைக்கும்

வந்துவிட்டானே என யோசிக்கிறாள். அவளுக்கும் அவனைப் பிடித்திருக்கிறது. ஆனாலும், அதைக் காட்டிக்கொள்ளாமல் நீர்ச் சொம்பை நீட்டுகிறாள். வாங்கிக் குடித்தவன் அதுதான் சமயமென்று கைகளைத் தொட்டு இழுக்கிறான். அவளுக்கோ அச்சம்.

என்ன செய்வதென்று தெரியாமல் கத்திவிடுகிறாள். அவள் எழுப்பிய ஓசை அடுக்களையில் நின்றிருக்கும் அன்னையின் காதில் விழுகிறது. ஏதோ நடந்துவிட்டதோ எனப் பதறிய தாய், அங்கிருந்தபடியே `என்னடி சத்தம்' என்கிறாள். பதிலுக்கு மகள், `உண்ணும் தண்ணீரால் விக்கினான்' என்று சமாளிக்கிறாள். நடந்ததைச் சொல்லாமல் நடக்காத ஒன்றைச் சொல்கிறாளே என அவனுக்கு அவள்மேல் காதல் மிகுந்துவிடுகிறது. இப்பாடலுக்குச் `சங்க நூற் காட்சிகள்' நூலில், கி.வா.ஜகந்நாதன் எழுதியுள்ள குறிப்புரையும் இரசிக்கத்தக்கது.

நினைவுகளின் ஊடே விரியும் காட்சிகளே காதலுக்கான அடர்த்தியைக் கூட்டுகின்றன. சங்கப் பாடல்களின் வாக்கிய அமைப்புகளை உள்வாங்கிக்கொள்வதில் சிரமம் இருந்தாலும் கி.வா.ஜ. போன்றோரின் உரைகளையேனும் வாசித்து அவற்றைக் காட்சிகளாக மனத்தில் பதித்துக்கொள்ள வேண்டுகிறேன். காகித எழுத்துகளைக் காட்டிலும் காட்சிகளுக்குச் சக்தி அதிகம்.

பழந்தமிழ்ப் பாடல்களின் வழியே விரியும் காட்சிகள், காதலை உச்சாணிக் கொம்பில் ஏற்றுபவை. எவ்வளவுதான் ஒரு பெண் தன் காதலை மறைத்துக்கொண்டாலும் அது, வெளிப்பட வேண்டிய நேரத்தில் தெரிந்துவிடுமென்பதை `அன்னாய்! இவனொருவன் செய்தது காண்' என்றேனா, / அன்னை அலறிப் படர்தர, தன்னை யான், / உண்ணு நீர் விக்கினான்' என்றேனா, அன்னையும் / தன்னைப் புறம்பு அழித்து நீவ, மற்று என்னைக் / கடைக்கண்ணால் கொல்வான் போல் நோக்கி, நகைக் கூட்டம் / செய்தான், அக் கள்வன் மகன்' என்று கபிலர் எழுதியுள்ளதில் `நகைக்கூட்டம்' என்னும் சொல், என்னை அதிகமும் ஈர்ப்பது. அதேபோல `உண்ணுநீர் விக்கினான்' என்பது. விக்கினால் நீரைப் பருகுவது வாடிக்கை. ஆனால், அவளோ நீர் குடிக்கும்போது

விக்கினான் என்கிறாள். தாயிடம் மறைக்க விரும்பிய பெண், 'நீர் விக்கிற்று' எனச் சொல்வது இருக்கிறதே அதுதான் காதலின் உளவியல். 'எங்கவீட்டுப் பிள்ளை' திரைப்படத்தில் எம்.ஜி.ஆருக்கு வாலி எழுதிய 'நான் தண்ணீர்ப் பந்தலில் நின்றிருந்தேன் / அவள் தாகமென்று சொன்னாள்' பாடல் ஞாபகத்திற்கு வந்தால் அதற்கு நான் பொறுப்பில்லை.

நீரைப் பற்றி எழுதிவிட்டதால் நெருப்பைப் பற்றியும் காதாவில் இடம்பெற்றுள்ள குறிப்பைச் சொல்லாமல் விடுவது முறையில்லை. தீப்பெட்டிகள் இல்லாத அந்தக் காலத்தில் அரணிக் கட்டையை உரசுவதாலும், சிக்கிமுக்கிக் கல்லைத் தட்டுவதாலுமே தீயை உண்டாக்கினர் என்பது தெரிந்ததுதான். ஒரு வீட்டில் நெருப்பிருந்தால் அதில் கொஞ்சம் கங்கு வாங்கி, அடுத்துவீட்டு விளக்கையோ அடுப்பையோ பற்றவைப்பது வழக்கம். அதுபடி, அடுத்தவீட்டுப் பெண் கங்கு கேட்டு வந்திருக்கிறாள். தலைவியோ முகம் பார்த்துத் தராமல் விளக்கைக் கொடுத்தாள் என்றொரு பாடல் சொல்கிறது. ஏன் அவள் முகம் திருப்பி விளக்கைக் கொடுத்தாளெனில், கணவனைப் பிரிந்த அவள், அவனை எண்ணியெண்ணி அழுதுகொண்டே இருக்கிறாளாம். கையில் விளக்கை நீட்டும்பொழுது அழும் கண்ணீர் விளக்கில் பட்டு அணைந்துவிடுமோ என்றஞ்சியே முகம் பார்க்காமல் கொடுத்தாள் என்கிறது அப்பாடல்.

இந்தக் கற்பனையை வாசித்த உடனே 'உழந்துழந்து உண்ணீர் அறுக விழைந்திழைந்து / வேண்டிய யவர்க் கண்ட கண்' எனும் திருக்குறள் நினைவுக்கு வருவதைத் தடுக்கமுடியாது. மனைவியைப் பிரிந்து வேற்றூரில் தங்கியிருக்கும் தலைவன், மனைவி ஊரில் இருந்து வருபவனைப் பார்த்து 'என் மனைவி எப்படியிருக்கிறாள்' என்கிறான். அதற்கு அவன் 'பார்த்தேன், மணிக்கொருமுறை அழுது வடிகிறாள்.

அப்போது அவள் சிந்தும் கண்ணீரில் ஆடை நனைகிறது. கொஞ்சநேரத்தில் உன்னை நினைத்துப் பெருமூச்சு விடுகிறாள். உடனே, நனைந்த ஆடை காய்ந்துவிடுகிறது' என்கிறான். காதாவில் வரக்கூடிய பெண்ணும், குறளில் வரக்கூடிய பெண்ணும் பிரிவில் ஒரே மாதிரி அழுகிறார்கள். நீரும் தீயுமாக நிகழும் வாழ்வை, அகப்பாடல்கள் வஞ்சகமில்லாமல்

வரித்துள்ளன. எத்தனையோ நூற்றாண்டுகளுக்குமுன் எழுதப்பட்ட அகப்பாடல்கள், இன்றைய சூழலுக்கும் சுவைக்கும் ஏற்றவாறு பொருள் தர நீர், நிலம், காற்று, ஆகாயம், தீ என்கிற ஐம்பூதங்களும் உதவுகின்றன. 'காதல் கொண்டிருந்தால் அல்லது காதலுடன் கலந்திருந்தால் / நீங்கள் ஒருபோதும் / மரணத்தை உணரமாட்டீர்கள்' என ஜலாலுதீன் ரூமி எழுதுவார்.

உண்மையில், காலத்தின் வேகத்திற்கேற்ப கருத்துகள் மாறினாலும், சிந்தனைகள் செழுமையடைந்தாலும் காதல் உணர்வுகள் நித்தியமானவை. இரண்டு கைகளையும் ஏந்தியபடியே தெருவில் நடந்த பெண்ணைப்போல நானுமே இரண்டு கைகளையும் இதயத்தையும் விரித்து இலக்கியத்தை ஏந்திக்கொள்ள எண்ணுகிறேன். எந்தமொழியில் காதல் கவிதை எழுதப்பட்டாலும், அது எனக்காக எழுதப்பட்டதுபோலவே தோன்றுகிறது. காதா சப்த சதியில் இடம்பெற்றுள்ள இன்னுமொரு கவிதை, 'நீண்டநாள் வாழ வேண்டுமெனில் / காதலைப் பிரிந்து போகச்சொல் / அப்போது ஒருநாள் ஒருயுகமாக நீளும்' என்கிறது. வாழ்வதற்குக் காதலிக்கலாம். வாழ்ந்துகொண்டே இருக்க, காதல் கவிதைகளை வாசிக்கலாம்.

ஆற்றுவெள்ளம் நாளை வர

சிற்றிலக்கியங்களில் அதிகமும் என்னைக் கவர்ந்த 'முக்கூடற்பள்ளு' பற்றிச் சொல்வதற்கு நிறைய உண்டு. பதினேழாம் நூற்றாண்டைச் சேர்ந்த அந்நூல், உழவையும் அத்தொழிலை வாழ்வாகக் கொண்டோரையும் துல்லியமாகக் காட்டுவது. அதிலும், அப்பாடல்களில் வரக்கூடிய ஓசையும் பிரயோகமுறையும் அசாத்திய அம்சமுடையவை. டி.கே.சி.யும் இன்னபிறரும் அப்பாடல்களுக்கு நயம் சொல்லி வியந்திருக்கின்றனர்.

எனக்கு அவற்றில் இடம்பெற்றுள்ள உவமைகளில் சில அடிக்கடி நினைவுக்கு வரும். குடும்பனின் மீசை பற்றி ஓர் உவமை, 'செம்மறிக்கிடாயின் கொம்புபோலக் கருத்த மீசை' என்றும் 'கருப்புக் கத்திரிக்காயைப் போன்ற கன்னம்' என்றும் வருவதைப் பலமுறை யோசித்துச் சிரித்திருக்கிறேன். செம்மறிக்கிடாயின் கொம்பை நினைக்கையில் சுரதா எழுதிய மற்றொரு உவமையைச் சொல்லத் தோன்றுகிறது. அவர், 'படுத்திருக்கும் வினாக்குறிபோல் மீசை' என்றிருக்கிறார். 'முக்கூடற் பள்ளு' என்னும் நூல், திருநெல்வேலி ஜில்லாவில் சீவலப்பேரி என்று வழங்கும் முக்கூடலில் கோவில் கொண்டிருக்கும் அழகர்மீது பாடப்பட்டது எனச் சொல்லப்படுகிறது. தாமிரபரணி, சிற்றாறு,

கயத்தாறு ஆகிய மூன்றும் கலக்குமிடமே முக்கூடல். அழகர்மீது பாடப்பட்டுள்ளதால் அது, வைணவத்தை முதன்மைப்படுத்துவதாகக் கருதுவதற்கு இடமில்லை. சைவத்திற்கும் வைணத்திற்கும் இடையே நிகழ்ந்த சமயப்பூசலில் இரண்டையும் ஏற்றுள்ள பொதுத்தன்மையே அதன் பலம். மூத்தபள்ளி, இளைய பள்ளி, குடும்பன், பண்ணைக்காரன் என நால்வரைச் சுற்றியே கதையின் போக்கு அமைந்திருக்கும். என்றாலும், உழவு குறித்த வர்ணிப்புகளே மிகுதி. குடும்பர்களின் வாழ்நிலையை விவரிக்கும் பகுதிகளில் அக்காலத்தைய சமூக அரசியலைப் புரிந்துகொள்ளலாம். சொற்கள், சோழியைப்போலச் சுழற்றிவிடப் பட்டிருக்கும்.

இப்பவும் பள்ளிக்கூடத்தில் மனப்பாடச் செய்யுளாகச் சொல்லித்தரப்பட்ட `ஆற்று வெள்ளம் நாளை வரத் தோற்றுதே குறி / மலையாள மின்னல் ஈழ மின்னல் சூழ மின்னுதே / நேற்றும் இன்றும் கொம்பு சுற்றி காற்றடிக்குதே / கேணி நீர்ப்படு சொறித்தவளை கூப்பிடுகுதே / சேற்று நண்டு சேற்றில் வளை ஏற்றடைக்குதே' என்னும் வரிகள் இன்னமும் மறக்கவில்லை. மக்கள் மொழியைப் பிரதிபலித்தாலும் யாப்பமைதியை உள்வாங்கிய அப்பாடல்கள், இசைத்தன்மையுடையவை. இராகமிட்டுப் பாடினால் எங்கேயும் தளையோ சீரோ தட்டுவதில்லை. அதுமட்டுமன்று, வந்துவிழுந்திருக்கும் வார்த்தைகளில் சிறு சிராய்ப்பும் ஏற்படாது.

இந்த இடத்தில் பள்ளுப்பாடல்கள் குறித்து விரிவான ஆய்வை மேற்கொண்ட இருவர் நினைவுக்கு வருகிறார்கள். ஒருவர், மு. அருணாசலம். மற்றொருவர், நா.வானமாமலை. இருவருடைய நூல்களின் வழியே அறிந்த பள்ளு இலக்கியத்தின் சுவை ஒருபுறமிருந்தாலும், அவ்விலக்கியத்தை அரசியலுடன் எப்படிப் பார்க்கவேண்டுமெனப் பேராசிரியர் கோ.கேசவன் கற்பித்திருக்கிறார். 'பள்ளு இலக்கியம் - ஒரு சமூகவியல் பார்வை' என்கிற அவருடைய நூல், சிற்றிலக்கியங்கள் முன்வைத்த அரசியலைப் பேசுபவை.

மிகமிக ஆழமான தேவையான சான்றுகளுடன் எழுதப்பட்டுள்ள அந்நூலின் பிரதிகள் தற்போது கிடைக்கின்றனவா எனத் தெரியவில்லை. இலக்கியங்களை வைத்துக்கொண்டு வரலாற்று ஆய்வுகளை மேற்கொள்வது

உசிதமில்லை என்று அவரே நூலில் ஓரிடத்தில் சொல்லிவிட்டு, அக்காலத்தைக் கணக்கிட சுவடிகளையும் கல்வெட்டுகளையும் ஆதாரமாக அளித்திருக்கிறார். இன்றும் அடித்தள மக்களின் வரலாறுகளைச் சில ஆய்வாளர்கள் எழுதுகின்றனர். ஆனால், அவர்கள் எவரிடமும் காணப்படாத தத்துவ தரிசனத்தைக் கோ.கேசவனிடம் பார்க்கலாம். `மண்ணும் மனித உறவுகளும்' என்கிற அவருடைய ஒருநூல், ஆய்வுத்தளத்தில் எத்தகைய அதிர்வலைகளை ஏற்படுத்தின என்பது தெரியாததில்லை.

அவரே ஒருமுறை ஆய்வுமுறைகளைக் குறித்து வேதனைப்பட்டிருக்கிறார். அதாவது, 'ஒரு இலக்கியத்தை விமர்சிக்கும் போது, அந்த இலக்கியம் தோன்றிய சமூகத்தின் புறநிலை எதார்த்தத்தையும், மனோபாவத்தையும் காண்பது மிகவும் அவசியம். இது தவிர்க்க இயலாதவாறு சமூகச் சூழலை சொல்வதில் முடிந்து விடுகிறது'. மேலும், `இலக்கியம் என்பதைக் குறிப்பிட்ட தன்மையிலும், சமூகம் என்பதைப் பொதுத்தன்மையிலும் காண வேண்டும். எனவே, இலக்கியத்தை விமர்சிக்கும் போது, இந்த இரண்டின் இணைவு நிலையைச் சுட்டிக்காட்ட வேண்டும்' என்றிருக்கிறார்.

கேசவனின் விமர்சனக் கொள்கைகள்மீது சிலருக்கு மாற்று அபிப்ராயங்கள் இருக்கலாம். அதுபற்றிப் பெரிதாக எடுத்துக்கொள்ள வேண்டியதில்லை. ஏனெனில், அவர் காலத்தில் அவரால் முன்வைக்கப்பட்ட பார்வைகள் அப்போது வாசகப் பருவத்திலிருந்த என் போன்றோரை ஊக்கியிருக்கின்றன. அவர் அமைத்துத்தந்த வழித்தடங்களில் பயணித்த கிளையாறுகள் வற்றியதாகத் தெரியவில்லை. எந்த ஆய்வையும் அப்படியே ஏற்கவேண்டிய அவசியம் இல்லை. நடத்தப்பட்ட ஆய்வை முற்றிலும் வேறுவிதமாக எடுத்துச்செல்லவும் இடமுண்டு. ஆய்வென்றாலே மாறுதலுக்குட்பட்டுதானே? `தெளிந்தான்கண் ஐயுறவுவையும்' குறள் சொல்லாமலில்லை.

கோ.கேசவனின் 'கதைப்பாடல்களும் சமூகமும்' என்கிற சின்னஞ்சிறு நூல், எனக்குள் ஏற்படுத்திய தாக்கத்திற்கு அளவே இல்லை. அவர் நூல்களைத் தேடித்தேடி வாசித்த காலம் ஒன்றுண்டு. அத்துடன், மக்கள் விடுதலையைப் பிரதான இலட்சியமாகக் கொண்டிருந்த இயக்கங்களுக்கு ஓர் உந்துவிசையாகச் செயல்பட்டவர்களில் அவரும் ஒருவர்.

அவருடைய எல்லா நூல்களுமே இடது சிந்தனைகளை முன்வைப்பவைதாம். எனினும், இலக்கியத்தை மிக நுட்பமாக விளங்கிக்கொள்ள அவை உதவின. சிற்றிலக்கியங்களையும் கதைப்பாடல்களையும் அவரளவுக்கு அரசியல் பார்வையுடன் முன்வைத்தவர்கள் ஓரிருவர் மட்டுமே. அவரின் தனித்துவமென்று எனக்குப்படுவது, வெறும் அழகியல் நுகர்வாக அவருடைய ஆய்வுக் கட்டுரைகள் அமைந்ததே இல்லை. ஒடுக்கப்பட்டோரின் விடுதலைக் குரல்களே அவருடையவை. அவர் ஆய்வுமுறை குறித்து `தாழ்த்தப்பட்டோர் இருவகையான ஒடுக்குமுறைகளை எதிர்கொள்கின்றனர். ஒன்று, வர்க்க ஒடுக்குமுறை. மற்றொன்று, சமூக ஒடுக்குமுறை. ஒன்றைக் கழித்துவிட்டு இன்னொன்றை மட்டும் முதன்மைப்படுத்துவதன்மூலம் ஒரு சகாயமும் இல்லை' என்பதே அவர் தீர்மானம்.

இன்றோ பல ஆய்வுகள் சுயசாதிப் பெருமிதத்தை முன்வைப்பனவாக உள்ளன. மாற்றுப் புராணங்களைச் சான்றாகவும், சமய எதிர்ப்பே தலித் விடுதலையின் மூலக்கண்ணியெனவும் புரிந்துகொள்ளப்படுகின்றன. இது மிகச் சிக்கலானதும் பிரச்சினைகளைத் தட்டையாக அணுகுவதும் என்ற நிலையையே ஏற்படுத்தும். எது ஒன்றையும் ஆழ்ந்து கிரகித்துக்கொள்ளும் அடிப்படை அறத்தையும் அறிவையும் தத்துவங்களே தருகின்றன. ஒருசில மேற்கோள்களின் வழியே கண்டடையும் உண்மைகளை, ஆய்வாகவும் தீர்வாகவும் கொள்வது அபாயகரமான விளைவுகளையே உண்டாக்கும்.

அரசியல் அதிகாரத்தைக் கைப்பற்ற எண்ணும் முனைப்புகள், ஆய்வுகளை மட்டுமல்ல உண்மைகளையே கேள்விக்கு உட்படுத்திவிடும். தமிழில் விமர்சனமுறைக்கென்று நீண்ட நெடிய பாரம்பரியமுள்ளது. பழம் உண்டு, விதை சிந்திய விற்பன்னர்கள் பலபேர் இருக்கிறார்கள். ஏதோ ஒன்றைக் குறியாகக்கொண்டு நிகழ்த்தப்படும் ஆய்வு, காலவெள்ளத்தை எதிர்கொள்ளுமெனும் நம்பிக்கை எனக்கில்லை.

அடித்தள மக்களின் வரலாறுகள், நாட்டார்ப் பாடல்களின் வழியேயும் எழுதப்படுவது வரவேற்கத்தக்கவை. ஆனாலும், அவற்றை எழுதுபவர் தெளிந்த மனநிலையும் போதிய அரசியல் பார்வையும் உடைவராக இருத்தல் முக்கியம்.

இல்லையெனில், மூலப்பத்திரத்தில் உள்ளவற்றை என்னவென்றே வாசிக்காமல், சொத்து என்னுடையதென வழக்கிற்குப் போன கதையாகிவிடும்.

வழக்கென்று வந்துவிட்டால் அபிப்ராயங்களோ அபிலாசைகளோ சாட்சிகளாக மாறுவதில்லை. நிறுவ வேண்டிய நீதிக்கும் உண்மைக்கும் ஆதாரங்கள் அவசியம். ஏறக்குறைய நாற்பதுக்கும் மேற்பட்ட பள்ளு நூல்கள் இருந்ததாக அறிய முடிகிறது. 'ஞானப்பள்ளு, திருவாரூர்ப் பள்ளு, குருகூர்ப் பள்ளு, சிவசயிலப் பள்ளு, வைசியப்பள்ளு, வடகரைப் பள்ளு, திருமலை முருகன் பள்ளு, சீகாழிப் பள்ளு எனப் பள்ளுப் பாடல்களின் தொகுப்புகள் கிடைக்கின்றன. ஈழத்தில் கிடைத்துள்ள கதிரமலைப் பள்ளுவே முதல் பள்ளுப்பாடல்கள் தொகுப்பு என்பவர்களும் உண்டு.

இன்னமுமே எது முந்தையது, எது பிந்தையது என்னும் கணக்குப் பிடிபடவில்லை. அத்தனையும் ஒரேமாதிரியான அமைப்பினையும் சொல்முறையையும் உடையவனா என்றால் அதுவும் இல்லை. ஒவ்வொன்றும் ஒவ்வொருவிதத்தில் சிறந்துள்ளன. எந்தப் பள்ளு நூலை எடுத்துக்கொண்டாலும், பண்ணையில் வேலை செய்யும் அடிமைமுறையும் அம்முறைக்குள்ளே வாழ நிர்ப்பந்திக்கப்பட்டுள்ள மக்களின் பாடுகளும் சொல்லப்பட்டுள்ளன. மூத்த பள்ளிக்கும் இளைய பள்ளிக்கும் இடையே எழும் பிரச்சனைகளை மையமிட்டே கதையின் போக்கு சென்றாலும், அதிகாரத்தைக் கேள்வி கேட்கும் பதிவுகளே அப்பாடல்களின் உள்ளீடு.

குடும்பனின் பிரச்சினையைத் தீர்ப்பவனாகப் பண்ணையத் தலைவனே முன்வைக்கப்படுகிறான். உழவுக்காட்டில் ஒழுங்காக வேலைசெய்யாத குடும்பனைத் தண்டிப்பவனாகவும் கண்டிப்பவனாகவும் அவனே இருக்கிறான். குடும்பனின் சமயப் பின்புலத்தைவிட, பண்ணையத் தலைவனின் சமயத்தை விதந்தோதும் இடங்கள் கவனிக்கத் தக்கவை. எனவேதான், சமயப்பெருமையைப் பேசும் பிரபந்த வகைகளில் ஒன்றாகப் பள்ளுவையும் வைத்திருக்கின்றனர் என ஆய்வாளர்கள் சொல்கிறார்கள். முக்கூடற்பள்ளுவில் என்னை வெகுவாகக் கவர்ந்த இன்னொரு விஷயம், அதில் இடம்பெற்றுள்ள நெல்வகைகளின் பெயர்கள். தமிழகத்தில் எத்தனை வகையான

நெல்கள் சாகுபடி செய்யப்பட்டன என்பதற்கான விபரங்கள் அதிலுள்ளன. அதேபோல, எத்தனை வகையான மாடுகள், உழவுக்குப் பயன்படுத்தப்பட்டன என்னும் தகவலும் கிடைக்கின்றன.

சித்திரக்காலி, வாளாண், சிறை மீட்டான், மணல்வாரி, செஞ்சம்பா, கருஞ்சூரை, சீரகச்சம்பா என நெல்வகைகளை அடுக்கிக்கொண்டே போகலாம். அத்துடன், ஜல்லிக்கட்டுப் போராட்டம் சென்னை மெரீனாக் கடற்கரையில் நடந்த நேரத்தில் 'குடைக் கொம்பன், செம்மறையன், குத்துக் குளம்பன், மேழை, குடைச் செவியன், குற்றாலன், கூடு கொம்பன், வடர்ப்புல்லை, கரும்போரான், மட்டைக்கொம்பன், கருப்பன், மஞ்சள் வாலன் என மாடுகளின் பெயர்களைச் சொல்லவும் அதுவே பயன்பட்டது. வாழ்விலிருந்தே இலக்கியம் உருவாகிறது. எனினும், அவ்வாழ்வியல் கலாசாரத்தையும் பண்பாட்டையும் உள்ளடக்கியே அமைகிறது.

ஒரு மொழியும் அம்மொழியைப்பேசும் இனமும் எதன் அடிப்படையில் குழுவாக அல்லது சமூகமாக இணைந்துவாழத் தொடங்கின என்பதை வைத்துத்தான் வரலாறுகள் எழுதப்படுகின்றன. முக்கூடற் பள்ளுவில் விவரிக்கப்பட்டுள்ள உழவுக் கருவிகளின் பட்டியல் நீளமானது. அதேபோல, என்னை ஆச்சர்யத்தில் ஆழ்த்தும் மற்றொரு சங்கதி, கருநாடக இசைக்குப் பொருந்துமாறு அமைக்கப்பட்டுள்ள பாடல் வரிகள். சங்கராபரணம், காம்போதி, பந்துவராளி, மத்யமாவதி, நாட்டை, மோகனம் எனப் பல இராகங்கள் பயிலப்பட்டுள்ளன. குறிப்பாக, மத்யமாவதி இராகத்தை முதன்மையாகக் கொண்டு பல பாடல்களைப் பாடமுடியும் என்கின்றனர்.

எது மத்தியமாவதி இராகமென ஊகிக்க 'மஞ்சள் மகிமை' திரைப்படத்தில் இடம்பெற்ற 'ஆகாய வீதியில் அழகான வெண்ணிலா' என்னும் பாடலைச் சொல்லலாம். அடுத்து, வார்த்தைகளின் ரீங்கரிப்புகள் இருக்கின்றனவே அவை தனிரகம். உதாரணமாக 'உள்ளத்தில் ஊசலிடும் உல்லாசப் பார்வைவிழி / கள்ளத்தினால் இரும்பும் கல்லுங் கரையாதோ? / வெள்ளத்திலே துயில் மெய்யழகர் முக்கூடற் / பள்ளத்தியார் அழகு பார்க்க முடியாதே' என்ற வரிகளைக்

கவனிக்கலாம். ஊஞ்சலிடும் என்பதற்குப் பதிலாக, `ஊசலிடும்' என்னும் சொல்லாட்சி கூடுதல் இரசனைக்குரியது. மூத்தபள்ளியும் இளையபள்ளியும் தத்தமது ஊரின் சிறப்பைச் சொல்லிக்காட்டும் ஓரிடம் விசேஷமானது.

வடகரையைச் சேர்ந்த மூத்த பள்ளி ‘கறைபட்டுள்ளது வெண்கலைத் திங்கள் / கடம்பட்டுள்ளது கம்பத்து வேழம் / சிறைபட்டுள்ளது விண்ணெழும் புள்ளு / திரிபட்டுள்ளது நெய்படும் தீபம் / குறைபட்டுள்ளது கம்மியர் அம்மி / குழைபட்டுள்ளது வல்லியம் கொம்பு / மறைபட்டுள்ளது அரும்பொருட் செய்யுள்' என்று பெருமையை வெளிப்படுத்தியதும் அதற்குச் சற்றும் குறைவில்லாத வகையில் இளைய பள்ளி தம்மூரின் அருமைகளை அடுக்குகிறாள்.

அவள் தென்கரையைச் சேர்ந்தவள். கறைபட்டுள்ளது வெண்கலைத் திங்களுக்கு மாற்றாகக் ‘காயக் கண்டது சூரிய காந்தி /கலங்கக் கண்டது வெண்தயிர்க் கண்டம் / மாயக் கண்டது நாழிகை வாரம் / மறுகக் கண்டது வான்சுழி வெள்ளம்' என்றிருக்கிறாள். அதைவிட, மூத்த பள்ளி தம்முடைய ஊரைப் பற்றி வரைந்திருக்கும் மற்றொரு சித்திரமே என்னை அதிகமும் கவர்ந்தது.

ஓசையுடன் பாடிப்பார்த்தால் வார்த்தைகள் சந்தத்திற்கு வழுக்கி விழுந்திருக்கின்றன. `கொண்டல் கோபுரம் அண்டையில் கூடும் / கொடிகள் வானம் படிதர மூடும் / கண்ட பேரண்டம் தண்டலை நாடும் / கனக முன்றில் அனம் விளையாடும் /விண்ட பூமது வண்டலிட்டு ஓடும் / வெயில் வெய்யோன் பொன்எயில் வழி தேடும் / அண்டர் நாயகர் செண்டலங் காரர்' எனப் பாடல் முடியும்வரை ஒருவித உச்சாடன சொல்லாட்சியை இரசிக்கலாம்.

ஒரு பள்ளி சைவத்தையும் மற்றொருத்தி வைணவத்தையும் முன்நிலைப்படுத்துவதாக அமைந்துள்ள பாடல்கள், புலவரின் சமத்காரம். இந்த உரையாடல் தன்மையிலமைந்த பாடல்களில் கவித்துவத்திற்குப் பஞ்சமேயில்லை. ஒருபாடலை வாசித்தால் அதுபோல நாமும் எழுதிப் பார்க்கலாமே என்னும் அளவுக்கு ஆர்வம் மேலிடும். மூத்தபள்ளிக்கும் இளைய பள்ளிக்கும் இடையிலே சிக்கிக்கொண்ட குடும்பனின் பரிதவிப்புகள்,

இன்னும் ஒருபடி மேலான ருசியுடையவை. பார்வைக்குச் சக்களத்திச் சண்டையைப்போலத் தோற்றம்தரும். ஆனால், அந்தச் சண்டைகளுக்குள்ளேதான் மெலிதிலும் மெலிதாகச் சமூக விமர்சனங்கள் வைக்கப்பட்டுள்ளன. இந்த விமர்சனங்கள் எங்கிருந்து முளைக்கின்றன என்பது பற்றியே கோ.கேசவன் தீவிரமாக ஆய்ந்திருந்தார். விஜயநகரப் பேரரசின் ஆட்சிக்குப் பிறகே சிற்றிலக்கிய வகைகள் வந்துள்ளன.

அதிலும், பள்ளுப் பாடல்கள் நிலமற்ற வேளாண் தொழிலாளர்களைப் பற்றியவை. சங்க இலக்கியத்தில் காட்டப்படும் உழுகுடி மரபிற்கும், சிற்றிலக்கியத்தில் வரக்கூடிய வாழ்வியல் தன்மைக்கும் மிகப்பெரிய வித்தியாசத்தைக் காணமுடியும். உழவைப் பெருமையாகக் கருதிய அதே விவசாயிகளுக்குப் பிற்காலங்களில் ஏற்பட்ட அவலத்தை அறிந்துகொள்ள பள்ளுப் பாடல்கள் ஒன்றுதான் சரியான சாட்சியம்.

வேளாண் தொழிலாளர்களை அதட்டியும் மிரட்டியும் வேலை வாங்கப் பண்ணைக்காரன் என்றொருவன் பள்ளுப்பாடல்களில் வருகிறான். நிலவுடமையாளனுக்கும் குடும்பனுக்கும் இடையே இருப்பவன். இவனுடைய பண்பற்ற நடத்தைகளும் பாலியல் அத்துமீறல்களும் விவரிக்க முடியாதவை. ஒருகாலத்தில் பண்ணைக்காரர்களாக இருந்தவர்களே பின்னர் ஜமீன்தார்களாகவும் மிராசுதாரர்களாகவும் ஆகியிருக்கிறார்கள். காலச்சுழற்சியில் பெருநிலக்கிழார்களான அவர்கள் செய்த அட்டூழியத்திற்கு அளவில்லை. பண்ணையடிமை முறையைத் தோற்றுவித்து, தமக்குக் கிடைத்த அதிகாரத் திமிரை எல்லாமட்டத்திலும் பிரயோகித்திருக்கின்றனர்.

பண்ணைக்காரனைக் கோபத்துடன் விவரிக்கும் இடத்தில் மட்டிவாய், சட்டித்தலை, சால்வயிறு, மந்திமுகம் என்றே பள்ளிகள் திட்டியிருக்கின்றனர். பள்ளியின் வார்த்தையில் சொல்வதென்றால் குரங்குமுகமுடைய நிலக்கிழார்களின் அராஜக உச்சம் எதுவெனில், தம்மிடம் வேலை பார்க்கும் உழுகுடிகளின் முதல் இரவைக்கூடத் தீர்மானிக்கும் இடத்திற்குப் போனதுதான். நிலக்கிழார்களும் மிராசுதார்களும் காவிரி பாசனப் பகுதிகளில் நடத்திய மனித உரிமை மீறலையும் சாதிய நரவேட்டைகளையும் எதிர்த்த போராட்டங்கள் ஒன்றிரண்டல்ல.

பள்ளுப்பாடல்களின் தொடர்ச்சியாக வீரபத்திரவாத்தியாரால் எழுதப்பட்ட 'இராமாயணக்கும்மி'யையும் கவனிக்கலாம். பத்தொன்பதாம் நூற்றாண்டில் வந்துள்ள சிறுநூல் அது. கம்பருக்குச் சடையப்ப வள்ளலைப்போல் வீரபத்திரருக்கு மதுக்கூர் நிலக்கிழார் துரைசாமி கோபாலகர் இருந்துள்ளார்.

அனுமன் சீதையைத் தேடிக்கொண்டு இருட்டில் போவதுபோல ஒரு காட்சி. அக்காட்சியை விவரிக்க 'பண்ணையடிமைகளை அடைத்துவைக்கும் அறைபோல் இரவு இருந்தது' என்றிருக்கிறார். வெறுமனே இதையெல்லாம் உவமையாகவும் உருவகமாகவும் வியப்பதில் பயனில்லை.

பல இலட்சம் ஏக்கர் நன்செய் நிலங்கள், கோவில் பார்ப்பனர்களுக்கு உடையனவாக இருந்திருக்கின்றன. அந்த நிலங்கள் அவர்கள் கைகளுக்கு எப்படிப் போயின, யாரால் தானமாகக் கொடுக்கப்பட்டன என்பவையெல்லாம் தனிவரலாறு. ஆனால், அவற்றில் உழைத்தவர்கள், தலித் மக்கள். பண்ணையார்களின் சொல்லை அப்படியே நிறைவேற்ற கார்வாரிகள் இருப்பார்கள். கார்வாரிகள் மூலமே சாட்டையடி, சாணிப்பால், கீழ்ப்பாய்ச்சிப் போடுதல் என்னும் தண்டனைகள் வழங்கப்பட்டுள்ளன.

பண்ணையார்களும் கார்வாரிகளும் இந்துமதத்தினர். எனினும், அதே மதத்தின் கீழ்நிலையிலுள்ள தலித்துகளை அவர்கள் மனிதர்களாகவும் பார்த்ததில்லை என்பதுதான் கொடூரம். அடித்தள மக்கள் வரலாற்றை இந்தப் புள்ளியிலிருந்தே தொடங்க வேண்டும். மதமும் சாதியும் வர்க்கநிலையில் புரியும் வினைகளை விட்டுவிட்டு, மக்கள் விடுதலையைப் பேசுவதில் அர்த்தமில்லை.

பிரச்சினைகளை ஒட்டுமொத்தமாக அணுகி, அதற்கானத் தீர்வுகளை நோக்கி நகர்வதே சாமர்த்தியம். அப்படியல்லாமல் துண்டுதுண்டாக அல்லது பகுதிபகுதியாக அடித்தள மக்களின் விடுதலையைப் பேசுவதோ எழுதுவதோ, மதமோதலுக்கும் சாதிமோதலுக்கும் மட்டுமே வழிவகுக்கும். இலக்கியங்களில் வாழ்க்கையும் வரலாறும் இணைந்தே இருக்கின்றன. வாழ்வையும் வலியையும் தவிர்த்த வரலாறுகள், பல்கலைக்கழக அலமாரிகளில் குப்பைகளாகக் குவியுமே

அன்றி, விடுதலைக்கோ மாற்றத்திற்கோ வழிசமைக்க வாய்ப்பில்லை. களத்தைக் கருத்திற்கொள்ளாத இலக்கியமும் வரலாறும் நேர விரயம். இறுதியாகவும் நினைவுக்கு வரும் ஒருவரி, ஆற்றுவெள்ளம் நாளைவர தோற்றுதே குறி.

ரூப்புதேராவும் கருத்தடையும்

இந்தித் திரையிசைப் பாடல்கள், தமிழகத்திலும் கொடிகட்டிப் பறந்த காலம் ஒன்றுண்டு. இளையராஜாவின் வருகையால் ஏற்பட்ட தமிழ்த்திரையிசை மறுமலர்ச்சியைக் குறித்து யார் எழுதினாலும் இத்தகவலைத் தவிர்ப்பதில்லை. அப்படி என்னதான் இளையராஜா தமிழ்த் திரையிசையில் புதுமையைப் புகுத்திவிட்டாரென ஒருசிலர் குமைந்தாலும், விருதுகளுக்கு அப்பால் அவர் வெற்றியையும் சாதனையையும் தாண்டிச்செல்ல இன்னமும் ஒருவர் வரவில்லை என்பதுதான் உண்மை. எந்தெந்தவிதத்திலெனப் பின்னர் எழுதலாம்.

இப்போதைக்கு இந்தித்திரையிசையின் ஒழுங்கையும், உணர்வுகளுக்கு இடையே ஊடாடும் தன்மையையும் பகிரத் தோன்றுகிறது. இந்திமொழித் திணிப்பையும் இந்தித்திரையிசை இரசிப்பையும் குழப்பிக்கொள்ள வேண்டியதில்லை. ஒரு பாடலோ இசையோ நம்மை ஈர்ப்பதற்கு எத்தனையோ காரணங்கள் இருக்கின்றன. இதுதான் அல்லது இதுமட்டும்தான் காரணமென்று அறுதியிட்டுச் சொல்வது கலாபூர்வ அணுகுமுறைக்கு ஊறு விளைப்பது. அதிலும் திரைப்பாடல்களைப் பொருத்தவரை, இசையும் வரிகளும் எந்த அளவுக்கு நம்மை ஈர்க்க உதவுகின்றனவோ அதே அளவுக்கு அத்திரைப்படமும்

பங்குபெறும் நடிகர்களும் ஈர்க்கும் விசையாகிறார்கள். உதாரணமாக 1969இல் வெளிவந்த 'ஆராதனா' திரைப்படத்தில் 'ரூப்பு தேரா மஸ்தானா' என்றொரு பாடல். இப்பொழுதும் பலருடைய விருப்பப்பட்டியலில் இடம்பெற்றுள்ள அந்தப் பாடலை ஆனந்த் பக்ஷி எழுதியிருக்கிறார். ஷர்மிளாதாகூரும் இராஜேஷ்கன்னாவும் மிக நெருக்கமாக நடித்ததும்கூட அப்பாடலின் வெற்றிக்குக் காரணமென்று சொன்னாலும், ஆனந்த் பக்ஷியின் அழகான பதங்களை ஒதுங்கிவிட முடியாது.

பாடலில் முதல்வரியை 'உன் வடிவம் மயக்கக்கூடியது / என் காதல் பித்தானது / தவறு நடந்துவிடக்கூடாது நம்மால்' என ஆரம்பித்து, 'போதையூட்டும் இரவு, சுகமான சூழல் / இந்த இடம் பூராவும் போதையில் உள்ளது / இந்த இலாகிரியான காலநிலை / மேலும் கிளர்ச்சியூட்டுகிறது' என்று எழுதியிருப்பார். கஸல் கண்ணிகளைப்போல இறுதிச் சொல்லில் ஒரு முத்தாய்ப்பை வைத்துள்ள இம்முயற்சியை, தமிழ்த் திரைப்பாடலிலும் கொண்டுவர முயன்றிருக்கிறேன்.

தமிழ்த் திரைப்பாடலில் இத்தகைய உத்திகளை மேற்கொள்வதில் சில சங்கடங்கள் உள்ளன. இசையின் இடைவெளியில் அர்த்தத்தைப் பரிமளிக்கச்செய்ய, உருதுக் கவிதைகளில் உட்கரைய வேண்டும். அதாவது, நேரடியாக உருதுக்கவிதைகளைக் கிரகிக்கும் ஆற்றல் தேவை. ஒருவேளை கவிக்கோ அப்துல்ரகுமான் திரைப்பாடலை எழுதச் சம்மதித்திருந்தால் இம்மாதிரியான ஆக்கங்கள் கிடைத்திருக்கலாம். இந்தப் பாடலில் அடுத்தடுத்து வரக்கூடிய பத்தியில் ஆனந்த் பக்ஷி, திரைப்பாடலின் தரைத்தளத்தை மேலேற்றியிருக்கிறார்.

இரண்டு உவமைகளைச் சொல்லிவிட்டு மூன்றாவதாக வேறொரு பரிமாணத்தைக் காட்ட, 'கண்ணும் கண்ணும் / எப்படிச் சந்தித்துக் கொள்கின்றனவென்றால் / புயலில் சிக்கித் தவிப்பவர்களைப் போல / அலைகள் கரையுடன் மோதுவதைப்போல' என்று எழுதியவர், சின்ன இசைமௌனத்தைப் பிரயோகித்து இந்த 'உலகம் நம்மைத் தடுக்கிறது' என்கிறார். ஒரு திரைப்பாடலின் உச்சமென்பது, இசையின் இடைவெளியை இட்டு நிரப்புவதன்று. ஒவ்வொரு இடைவெளியிலும் சௌந்தர்யங்களைக் கிளர்த்துவது.

ஷர்மிளாவின் கண்களில் பரவிய தாபகந்தகத்தை, இராஜேஷ்கன்னாவின் இதயத்திற்கு மடைமாற்றி `தூரத்திலேயே இரு அருகில் வராதே / ஆனால் இந்த மனதுக்கு எப்படி இதைப் புரிய வைப்பது?' எனச் சல்லிசாகத் தப்பித்துவிடுகிறார். ஒவ்வொரு பத்தியிலுமுள்ள இறுதிச் சொற்களைக் கோத்துப்பார்த்தால் அதுவே கவித்துவத் தருணங்களைக் காட்டிவிடும். `தவறு நடந்துவிடக்கூடாது / இந்த உலகம் நம்மைத் தடுக்கிறது / இந்த மனதுக்கு எப்படி இதைப் புரியவைப்பது' என்பவற்றை இணைத்துப்பார்த்தால் அம்மூன்றுமே காதலுக்கான சொல்லாட்சிகளாகத் தெரிகின்றன.

அகத்தில் தொடங்கி புறத்தைத் தொட்டு மறுபடியும் அகத்திலேயே முடிந்துவிடுகிறது. எதிரே ஓர் அழகிய காதல் சம்பவிக்கும்பொழுது மனது படுகிறபாடு இருக்கிறதே அதை எவ்விதம் விவரிப்பதெனத் தெரியவில்லை. அன்புணர்ச்சியின் ததும்பலை இசையிலும் வெளிப்படுத்திய எஸ்.டி பர்மனும் பாடிய கிஷோர்குமாரும் செய்துள்ள அற்புதங்கள், தனித்த ருசி.

இப்பாடலும் படமும் வெளிவந்து பெருவெற்றி பெற்ற சூழலில் `சிவகாமியின் செல்வன்' என்னும் தலைப்பில் தமிழில் மீளாக்கம் செய்திருக்கிறார்கள். சிவாஜியும் வாணிஸ்ரீயும் நடித்த அப்படத்திற்கு எம்.எஸ்.விஸ்வநாதன் இசையமைத்திருக்கிறார். `எத்தனை அழகு கொட்டிக்கிடக்குது / எப்படி மனதைத் தட்டிப்பறிக்குது' எனப் புலமைப்பித்தன் வரிகளை வழங்கியிருக்கிறார். இரண்டு பாடலில் எது சிறந்ததெனப் பட்டிமன்றம் நடத்த வேண்டியதில்லை.

யாருக்கு எதுபிடிக்கிறதோ இரசிக்கலாம். பர்மனைவிட, எம்.எஸ்.வி என்பதோ எம்.எஸ்.வியைவிட, பர்மன் என்பதோ மொழிப் பிரச்சனையில் போய்தான் முட்டி நிற்கும். வரிகளில் `உதட்டுக் கனிக்குள் இருக்கும் சிவப்பு / விழிக்குள் நடக்கும் விருந்தைப் படைக்கும் / செந்தாழம்பூ மலரவும் / சிந்தாமல் தேன் பருகவும் / ஒரே சுகம் தினம் தினம்' என்பவை என்னை ஈர்த்தவை. சொற்களைத் தேர்ந்து பயன்படுத்தும் புலமைப்பித்தன், மெட்டின் சுழிவைக் கருதி `அம்மம்மா உடலெங்கும் சிலிர்க்குது / ஆனாலும் அச்சம்தான் தடுக்குது' என்றிருக்கிறார். `தவறு நடந்துவிடக்கூடாது நம்மால்' என்று

ஆனந்த் பக்ஷி எழுதியதற்கும் இதற்குமுள்ள நுட்பமான அணுகுமுறையில் வித்யாசம் இருக்கிறது. காட்சிப்படுத்தலில் `ரூப்பு தேரா' உயருமிடமும் `எத்தனை அழகு' தோயுமிடமும் இதுதான். வரிகளைக் கேட்கும்போது நம்முடைய உள்ளுணர்வின் கதவுகள் இயல்பாகத் திறக்கவேண்டும். ஒரு பூ பூப்பதைப்போல ஆனந்த் பக்ஷி கடந்திருக்கிறார்.

இந்தித் திரையுலகில் இப்பாடலுக்குப் பிறகே அவர் அறியப்படும் பாடலாசிரியராக ஆகியிருக்கிறார் என்பது குறிப்பிடத்தக்கது. ஒப்பீட்டளவில் தமிழ்ப்பாடலின் இசையும் வரிகளும் மோசமில்லை. என்றாலும், காட்சிப்படுத்தியிருப்பது அத்தனைச் சிலாக்கியமில்லை. காதல் பாடலில் தென்பட வேண்டிய உடல்மொழி, ஏனோ உக்கிரப்பட்டு உறுத்துகிறது. சிவாஜியும் வாணிஸ்ரீயும் மிகத் தேர்ந்த நடிகர்கள், அப்படியிருந்தும் இந்தப் பாடலில் அவர்கள் தம் ஒளியைப் பிரதிபலிக்கவில்லை. மாறாக, இருவருமே பாடலுக்குத் தேவையற்ற விநோதரசத்தை வெளிப்படுத்தியிருக்கின்றனர்.

ஒரு திரைச்சீலையின் அசைவைப்போல அமையவேண்டிய தாபத்தை, காற்றே அறைந்துசார்த்தும் ஜன்னல் கதவாகக் காட்டியிருப்பது, அலுப்பூட்டியது. அப்பாடலை அவ்விதம் அமைக்க எத்தனையோ காரணமிருக்கலாம். ஆனாலும், நெருங்கிய காதல் பாடலில் ஒருவர், இன்னொருவரை பலவந்தப்படுத்துவது மாதிரியா காட்சியை நகர்த்துவது? ரூப்புத் தேரா பாடல் வெளிவந்த சமயத்தில் தமிழகத்தின் பட்டித்தொட்டியெங்கும் அப்பாடல் அமர்க்களப்பட்டிருக்கிறது.

எந்த அளவுக்கு என்றால், இளையராஜாவின் மூத்த சகோதரர் பாவலர் வரதராஜன் அதே மெட்டில் காங்கிரஸை எதிர்த்துப் பாடும் அளவுக்கு எனலாம். அப்போது காங்கிரஸ் அரசு, மக்கள் தொகையைக் கட்டுப்படுத்தக் கருத்தடை சாதனங்களைப் பரவலாக அறிமுகப்படுத்தியிருக்கிறது. காங்கிரஸ் மந்திரிகள் பலபேரை அத்துமீறல்களை, மக்கள் விரோத நடவடிக்கைகளைத் தம் பாடலில் கண்டித்த பாவலர், இந்தப் பாடலில் `லூப்புதரான் சரிதானா / மாட்லேன்னா விடுறானா' என்பதுபோலப் பாடியிருக்கிறார். அரசு கொண்டுவரும் எந்தத் திட்டத்தையும் விமர்சிப்பதே கம்யூனிஸ்ட்டுகளின் வேலை என அன்றைக்கும் ஒருசில

அதிகப்பிரசங்கிகள் சங்கடத்தையும் சர்ச்சைகளையும் கிளப்பியுள்ளனர். `பார்த்தீர்களா, கம்யூனிஸ்டுகளை அவர்கள் எல்லாக் காலத்திலும் இப்படித்தான் இருந்திருக்கிறார்கள்' என இனியும் விவாதத்தை ஆரம்பிக்ககூடும். அந்தக் காலத்தின் அரசியலும் புரிதலும் என்னவாக இருந்தன என்பதற்குள் நுழைவது அவரவர் விருப்பம். உடனே, விஞ்ஞானத்திற்கு எதிரானவர்களாகக் கம்யூனிஸ்டுகளைச் சித்திரிக்கும் முயற்சியில் எனக்கு உடன்பாடில்லை. பாவலரின் அல்லது பாவலர் சார்ந்த கட்சியின் அப்போதைய புரிதல் பிழையாகவும் இருந்திருக்கலாம்.

நிரூபிக்கப்படாத உண்மைக்காக ஓர் இயக்கம் குரல் கொடுப்பதும் பின் திருத்திக் கொள்வதும் பகுத்தறிவிற்கு முரணில்லை. காலம் முழுவதும் காங்கிரஸை எதிர்த்துக் களமாடிய கம்யூனிஸ்டுகளை விமர்சிப்பவர்கள், கருத்தடை குறித்த புரிதல் காந்திக்கு எப்படியிருந்தது என்பதைத் தெரிந்துகொள்வது அவசியம். அவருமே கருத்தடைக்கு எதிராக இருந்தார் என்றுதான் இராமச்சந்திர குஹா தம்முடைய `காந்தியின் வாழ்க்கை' நூலில் எழுதியிருக்கிறார். ஆயிரத்துக்கும் மேற்பட்ட பக்கங்களைக் கொண்ட அந்நூலில் காந்தியின் பெண்ணுரிமை மற்றும் பிரம்மச்சரியம் பற்றிய புரிதல்கள் விரிவாகப் பதிவாகியுள்ளன.

காந்தியின் செயலாளர்களில் ஒருவரான மகாதேவ தேசாயின் குறிப்பை வைத்தே அப்பகுதியை எழுதியதாக குஹா தெரிவிக்கிறார். *1936*இல் இந்தியாவுக்கு வந்த மார்கரெட் செங்கர், கருத்தடைச் சாதனத்தைப் பரவலாக்குவது பற்றிக் காந்தியுடன் பலமுறை உரையாடியிருக்கிறார். அமெரிக்காவின் பிறப்புக் கட்டுப்பாட்டுச் செயலாளரும் பாலியல் மருத்துவருமான அவர், எப்படியாவது காந்தியைத் தம் யோசனைக்குப் பணிய வைக்கவும் எண்ணியிருக்கிறார்.

அன்றைக்குக் காந்தியின் பேச்சுக்குக் கீழ்ப்படியும் மக்கள் எல்லாத் தரப்பிலும் இருந்தபடியால் அவர்மூலம் இப்பிரச்சாரத்தை மேற்கொண்டால் காரியம் பலிதமாகும் என நினைத்திருக்கிறார். ஆனால், காந்தியோ இறுதிவரை சம்மதிக்கவில்லை.மார்கரெட் `பாலியல் விடுதலை பெற்றவர்களாகப் பெண்கள் தம்மை உணரக் கருத்தடையே

சிறந்தவழி' என எவ்வளவோ வாதிட்டும், காந்தியிடம் பலிக்கவில்லை. மாறாக, `பெண்கள் தம் கணவன்மார்களின் பாலியல் இச்சைகளை எதிர்க்க வேண்டும்' என்றிருக்கிறார். அதேபோல, `ஆண்களும் தம் மிருகத்தனமான ஆசைகளைக் கட்டுப்படுத்த வேண்டும்' என்றவர், பிடிதளராமல் பேசியிருக்கிறார். அவரைப் பொருத்தவரை பாலுறவு என்பது இனப்பெருக்கத்திற்கு மட்டுமே என்பதுதான். அவர் உணர்ந்த அல்லது உணர்த்த விரும்பிய பிரம்மச்சர்யமும் இல்லறக் கோட்பாடுகளும் அத்தகையன.

காந்தியின் வார்த்தைகளை ஏற்காத மார்கரெட், `பெண்களுக்கும் ஆசைகள் உண்டு. ஆண்களைப் போலவே பெண்களும் சில நேரங்களில் பாலுறவு கொள்ளவேண்டும் என்று விரும்புவார்கள்' என்றதெல்லாம் நூலில் வருகின்றன. இந்த உரையாடலில் இருவருமே மிக முக்கியமான செய்திகளைப் பகிர்ந்திருக்கிறார்கள். `ஒன்றாக வாழும் இருவர், ஆண்டுக்கு ஓரிரு முறை மட்டுமே பாலுறவு கொள்ள வேண்டும் எனவும் தம்மைத் தாமே கட்டுப்படுத்தி, குழந்தைக்காக மட்டுமே உறவு கொள்ள வேண்டும் என்கிறீர்களா?' என்று மார்கரெட் கேட்டிருக்கிறார். அப்போதும் விடாப்பிடியாகப் `பாலுறவில் இச்சையைத் தாண்டி ஒன்றுமில்லை' என்றே சொல்லியிருக்கிறார்.

அத்துடன், `காமத்தைத் தவிர்த்த பிறகே கஸ்தூரிபாயை ஆன்ம ரீதியாக அணுக ஆரம்பித்தேன்' எனப் பகிர்ந்திருக்கிறார். மனத்தைக் கட்டுக்குள் வைக்க முடியாதவர்களை அவரால் புரிந்துகொள்ள முடிந்ததா என்பதற்குள் போக எனக்கு விருப்பவில்லை. ஆனால், அவர் தீர்மானமாக ஒன்றை நம்பிவிட்டால் அதை சாத்தியப்படுத்த முயன்றிருக்கிறார். காந்தியின் பார்வையில் `கருத்தடைச் சாதனங்கள் இச்சையை நியாயப்படுத்துபவை' அவ்வளவுதான்.

இதே கருத்தை இதற்குமுன்னும் அவர் பலமுறை தெரிவித்ததாக 'Gandhi: The Years That Changed the World, *1914–1948*' என்ற நூலில் குஹாவே குறிப்பிட்டிருக்கிறார். காந்தியின் பிரம்மச்சர்யச் சோதனைகள் சர்ச்சைக்குள்ளானவை. ஒருவிதத்தில் அவர் பெயருக்கே களங்கம் ஏற்படுத்தியவை. அந்த நீள் வரலாற்றை அறிந்தும் ஆய்ந்தும் சொல்வதற்கு

இது இடமில்லை. நான் சொல்ல நினைத்தது, ஒருபாடலும் அது எழுப்பும் விவாதமும் எதுவரை செல்கிறது என்பதுதான். வெற்றிபெறும் ஒவ்வொரு பாடலுக்குப் பின்னாலும் ஒரு செய்தியோ கருத்தோ பொதிந்திருக்கிறது.

விரும்பிக்கேட்டாலும் விட்டேத்தியாகக் கேட்டாலும் இந்தச் செய்திகளும் கருத்துகளும் இரசமானவை. உண்மையில், எந்த விவாதமும் ஒரே நேரத்தில் முடிந்துவிடுவதில்லை. அது, காலத்திற்கேற்ப வெவ்வேறு வடிவில் வெளிப்பட்டுக்கொண்டே இருக்கிறது. இந்திப் பாடல்களைத் தமிழில் பெயர்த்தளித்த ஆசிப் மீரானுக்கும், இலதா அருணாசலத்திற்கும் என் ஆழ்ந்த நன்றியும் அன்பும்.

இப்போது இந்திய ஒன்றியத்தில் மக்கள் தொகையைக் கட்டுப்படுத்தியதால் தமிழகத்திற்கு வரவேண்டிய ஜி.எஸ்.டி பங்குத்தொகை குறைந்துவிட்டதாகச் சமீபத்தில் ஒரு அறிக்கையை வாசித்தேன். ஒருபாடலின் விவாதத்தை எங்கிருந்தும் தொடங்கலாம். அதேபோல, ரூப்பு தேரா மஸ்தானாவிலிருந்தும் அரசியலை ஆரம்பிக்கலாம். பாட்டைத் தவிர்த்தாலும், அரசியலைத் தவிர்க்க முடியுமா என்ன?

நவீன நாலடியார்

பிறமொழிப் படைப்புகளை ருசிகுறையாமல் தமிழுக்குக் கொண்டுவரும் படைப்பாளர்களில் பேராசிரியர் சு.ஆ.வெங்கடசுப்புராயநாயகர் முக்கியமானவர். புதுச்சேரியில் பிரஞ்சுமொழிப் பேராசிரியராகப் பணியாற்றிவரும் அவருடைய நூல்களை ஒன்றுவிடாமல் வாசித்துவிடுவது என் வழக்கம். அதற்குக் காரணம், எந்த நூலையும் ஒரேமூச்சில் படித்துவிடத் தூண்டும் அவரது சரளமான மொழிநடை.

சமயத்தில், வாசிப்பது மொழிபெயர்ப்பா நேரடித் தமிழ்நூலா என்றே தெரியாத அளவுக்கு மிக நேர்த்தியாகப் பெயர்த்துத்தரும் ஆற்றல் அவருடையது. குறுந்தொகை, ஐங்குறுநூறு ஆகியவற்றைப் பிரஞ்சு மொழிக்குக் கொண்டுசென்றவர் என்னும் அறிமுகத்திலிருந்தே அவர்மீதான அன்பும் மதிப்பும் கூடிவிட்டது.

'குறுந்தொகை நாயகர்' என்று எழுத்தாளர் நாகரத்தினம்கிருஷ்ணா அவருக்குச் செல்லப்பெயர் சூட்டியிருப்பதால் சுப்புராயரைப் பழமைவிரும்பியாக நினைத்துவிட வேண்டாம். எல்லாவற்றையும் உள்வாங்கி எழுதும் நவீன நாலடியாரே அவர். இலக்கியமும் அறிவியலும் அவருக்கு அத்துப்படி. பிரஞ்சுக்குத் தமிழையும் தமிழைப்

பிரஞ்சுக்கும் எழுத்துகள் வழியே கடத்திச்செல்லும் மனமாலுமி. அவரது `ஆன்டன் செக்காவின் ஆகச்சிறந்த கதைகள்' நூல் வெளியீட்டுவிழாவில் எழுத்தாளர் கி.ரா.வுடனும் இன்னபிற புதுவை எழுத்தாளுமைகளுடனும் கலந்துகொண்டது நல்ல அனுபவம்.

நாயகரின் மொழிபெயர்ப்பில் வெளிவந்ததுள்ள 'அப்பாவின் துப்பாக்கி, உல்லாசத் திருமணம், வாழ்வு இறப்பு வாழ்வு, கலகம் செய்யும் இடதுகை, புக்குஷிமா: ஒரு பேரழிவின் கதை, விரும்பத்தக்க உடல், சூறாவளி, கடவுள் கற்ற பாடம்' என எந்த நூலை எடுத்துக்கொண்டாலும், மூலமொழியின் சாரமும் சத்தும் குறையாமல் தமிழில் தந்திருப்பதை உணரலாம். ஆண்டன் செக்காவின் சிறுகதைகளைப் பலபேர் மொழிபெயர்த்திருந்தாலும், எனக்கு நாயகரின் மொழி ஓட்டமே அதிகமும் பிடித்திருந்தது.

தமிழ்ப்படுத்தும்போது நேரக்கூடிய சிரமங்களை மிக இலாவகமாகக் கையாள்வதில் அவருடைய வாசிப்பின் விரிவை உணரலாம். ஒருவரிகூடப் புரியாமல் இருக்காது. கதையில் வரக்கூடிய பெயர்களும் இடங்களும் மட்டுமே அந்நியமாகத் தோன்றும். ஒருவேளை கதைப்போக்கிற்குத் தேவையான அரசியல் பின்னணிகளைச் சொல்ல வேண்டி வந்தாலும், அவற்றையும் எத்தனை எளிதாகச் சொல்ல முடியுமோ அத்தனை எளிதாகப் பெயர்த்துவிடுகிறார்.

2008இல் நோபல் பரிசுபெற்ற எழுத்தாளரான லெ கிளேஸியோவின் 'சூறாவளி' நூல், இரண்டு குறுநாவல்களைக் கொண்டது. ஒன்று, நூலின் பெயரைத் தாங்கிய சூறாவளி'. மற்றொன்று, அடையாளத்தைத் தேடி அலையும்பெண்'. இரண்டிலும் கடல் வருகிறது. ஆனால், `சூறாவளி' தென் கொரியாவைச் சேர்ந்த தீவையும், 'அடையாளத்தைத் தேடி அலையும் பெண்' ஆப்ரிக்க மற்றும் ஐரோப்பியப் பகுதியையும் தொட்டு எழுதப்பட்டுள்ளன.

இரண்டு குறுநாவல்களிலும் வாழ்வின் அடையாளத்தைத் தேடி அலையும் மனிதர்களின் மனத் தவிப்புகளும் அதிருப்திகளும் துல்லியமாகப் பதிவு செய்யப்பட்டுள்ளன. `கடல், உலகத்திலுள்ள எல்லாவற்றையும்விட நான் அதிகம்

விரும்புவது. இளம் வயதிலிருந்தே பெரும்பான்மையான நேரத்தைக் கடலோடுதான் கழித்திருக்கிறேன். கடல் என்பது முழுக்க முழுக்கப் புதிர்களால் நிறைந்தது' என்னும் வாக்கியங்கள் வசீகரித்தன.

அதைத் தொடர்ந்தும் கடல்குறித்து பேசும் லெ கிளேஸியோ 'ஆனால் அதெனக்கு அச்சத்தை உண்டாக்கவில்லை. அவ்வப்பொழுது யாராவது ஒருவரைக் கடல் விழுங்கிவிடும். ஒரு மீனவப்பெண்ணையோ மீன்பிடிப்பவரையோ தட்டைப்பாறையில் கவனக் குறைவாக நின்றிருக்கும் சுற்றுலாப் பயணியையோ பேரலை இழுத்துக்கொள்ளும். பெரும்பாலான நேரத்தில் உடலைக் கடல் திருப்பிக்கொடுப்பதில்லை' என்னும்படி பாத்திரங்களின் வழியே பேசியிருக்கிறார்.

இந்த இரு குறுநாவல்களும் நம்மையும் கடல்போல நாயகரின் மொழிபெயர்ப்பில் இழுத்துக்கொண்டு போகின்றன. அத்துடன், நாயகரின் 'அத்தையின் அருள்' நூலும் குறிப்பிடத்தக்கது. அதிலேயும் அவருடைய நகைச்சுவை எழுத்தின் களேபரங்களை இரசிக்கலாம். உரையாடல்களை நாயகர் மொழிபெயர்க்கும் கூடுதல் அழகை 'உல்லாசத் திருமணம்' நூலில் அறியலாம். தஹர் பென் ஜெலூன் எழுதிய Mariage de plasir என்ற நூலையே 'உல்லாசத் திருமணம்' எனும் தலைப்பில் தந்திருக்கிறார். நிறப் பாகுபாட்டைப் பேசும் அந்நாவல், மொராக்கோவைக் கதைக்களமாகக் கொண்டது. நான்கு பெண்களை மணக்க அனுமதிக்கப்பட்ட இஸ்லாமிய வழக்கத்தை மையப்படுத்தியது. மனைவியரில் ஒருவர் இன்னொருவரை எப்படி ஏற்கிறார் அல்லது மறுக்கிறார் என்பதுபற்றிய சித்திரமே கதையின் போக்கு.

கதைப்படி, அமீரின் மனைவி லாலா ஃபாத்மாவுக்கு அவளுடைய கணவன் இன்னொரு திருமணம் செய்துகொள்வதில் ஒரு பிரச்சினையும் இல்லை. ஆனால், அமீர் இரண்டாவதாக மணந்துகொள்ளும் நபூ ஒரு கறுப்பினப்பெண் என்பதனால் பிரச்சினையைக் கிளப்புகிறாள். வெள்ளைநிற வியாபாரியான அமீர், நபூவைக் காதலில்லாமல் மணக்கவில்லை. அதேபோல புதிதாக மணமாகிவரும் நபூவும், முரண்பாடுகளைத் தவிர்க்கவே விரும்புகிறாள். ஆனாலும், முதல் மனைவியான லாலா ஃபாத்மாவுக்கு நபூவை இணைத்துக்கொள்வதில்

மனத்தடை இருக்கிறது. தனிப்பட்ட உளச்சிக்கல்போல ஆரம்பிக்கும் அக்கதை, இறுதியில் நிறவெறியையும் இனப்பிரச்சனையையும் சொல்வதாக முடியும். நம்முடைய மனத்தில் ஏற்படக்கூடிய எல்லாவிதச் சிக்கலுக்கும் சமூகமும் அதுபற்றிய புரிதலுமே அடிப்படை என்பதை தஹர்பென் ஜெலூன் நுட்பமாக வெளிப்படுத்தியிருக்கிறார். அதைவிட, நபூவுக்குப் பிறக்கும் இரட்டைக் குழந்தைகளில் ஒன்று, கறுப்பு நிறத்திலும், மற்றொன்று வெள்ளை நிறத்திலும் பிறந்துவிட அதன்பின்னான கொந்தளிப்புகள், கண்ணீரை வரவழைப்பவை.

ஒருவருக்குக் கிடைக்கும் அங்கீகாரம் இன்னொருவருக்குக் கிடைப்பதில்லை. பாரதி, `சாம்பல் நிறத்தொரு குட்டி, கருஞ்சாந்து நிறத்தொரு குட்டி' என்று எழுதிவிட்டு எந்த நிறமிருந்தாலும் / அவை யாவும் ஒரே தரம் அன்றோ / இந்த நிறம் சிறிதென்றும் / இஃது ஏற்றம் என்றும் சொல்லலாமோ' எனக் கேட்டிருப்பான். நாவல் முழுவதுமே எண்ணங்களால் ஒன்றுபட வேண்டிய மானுடம், வண்ணங்களால் வேறுபட்டுக் கிடக்கின்றதே எனத் தோன்றும்.

நிறப்பாகுபாட்டுடன், உறவுச்சிக்கலையும் சொல்லக்கூடிய அந்நாவலைத் `தடாகம்' வெளியிட்டிருக்கிறது. கதையில்வரும் அமீரின் இளையமகன் கரீம், மூளை வளர்ச்சி குன்றியவன். ஆனாலும், அவனுக்குப் பின்னால் நடப்பதை முன்னமே சொல்லும் ஆற்றல் இருக்கிறது. மூளையுள்ளதாக நம்புபவர்கள் செய்யும் முட்டாள்தனங்களைக் கரீமே கவனிக்கிறான் என்னும் இடங்களை நான் வெகுவாக இரசித்தேன். நிறவெறி, இனவெறி ஆகிய கொடூரங்களை மூளையில் சுமப்பவர்கள், மனித வளர்ச்சியுடையவர்களா?' எனும் கேள்வியை நாவல் எழுப்பாமலில்லை.

உலகம் முழுக்கவே ஆதிக்க உணர்வுகளின் அட்டூழியங்கள் நிகழ்கின்றன. பிரதேசத்திற்குத் தக்கவாறு பிரச்சனைகளின் தன்மைகள் மாறுகின்றனவே தவிர, அமைதியும் திருப்தியும் நிறைந்த ஒருவாழ்வு எங்கேயுமே இல்லை. சகமனிதர்கள்மீது ஏற்பட்டுவிடும் கருத்தியல் காழ்ப்புகள் ஒருபுறமென்றால், இயல்பிலேயே மனிதன் கொண்டுள்ள வெறுப்பும் சகிப்பின்மையும் இன்னொரு புறத்திலேயிருந்து ஆடாத

ஆட்டத்தை ஆடிக்கொண்டிருக்கிறது. இதற்கான தீர்வை நோக்கியே அரசியலும் ஆன்மிகமும் பயணிக்கின்றன. ஆனாலும், அந்தப் பயணம் இன்றுவரை வெளிச்சத்தைத் தரவில்லையே என்பதுதான் வேதனையளிக்கிறது. உல்லாசத் திருமணம் நூல், கேரளப் பல்கலைக் கழக முதுநிலைத் தமிழ்ப்பாடத்தில் இடம்பெற்றுள்ளது. அதுமட்டுமன்று, அந்நூலுக்குப் பிரஞ்சு அரசினால் வழங்கப்படும் ரோமன்ரோலன் மொழியாக்கப் பரிசும் கிடைத்திருக்கிறது. இன்று தமிழில் பரபரப்பாக வாசிக்கப்பட்டுவரும் முக்கியமான மொழிபெயர்ப்பு நூல் அதுவே என்பதும் குறிப்பிடத்தக்கது.

ஹினர் சலீமின் 'அப்பாவின் துப்பாக்கி' குர்திஸ்தான் விடுதலையைப் பின்னணியாகக் கொண்டது. ஒரு சிறுவனின் பார்வையிலிருந்து விடுதலைப் போராளிகளின் வாழ்வையும் குர்திய மக்களின் பண்பாட்டையும் விவரிக்கும் நூல், ஒருவித எள்ளல் தொனியுடன் எழுதப்பட்ட நூலை, அதே எள்ளலுடன் நாயகர் பெயர்த்திருக்கிறார். அப்பாவின் துப்பாக்கி பற்றிப் பின்னர் விரிவாக எழுதுகிறேன்.

நாவல் என்றில்லை, சிறுகதைகளைப் பெயர்ப்பதிலும் நாயகரின் நகாசுகளைக் காணலாம். எட்டுக்கதைகள் அடங்கிய கலகம் செய்யும் இடதுகை' என்னும் தலைப்பில் வெளிவந்த நூலைத் தமிழிலக்கிய உலகில் அறியாதவர்கள் இலர். பிரஞ்சு இலக்கியத்தைத் தெரிந்துகொள்ள ஆர்வமுடையவர்களுக்கு இப்போதும் நான் பரிந்துரைக்கும் நூல்களில் அதுவும் ஒன்று. வெ.ஸ்ரீராமும் மதனகல்யாணியும் பெயர்த்தக் குட்டி இளவரசன்' இன்னமும் தமிழிலக்கியப் பரப்பில் விற்றுத் தீர்ந்தபாடில்லை. அந்த்வான் து - செந்த் எக்சுபெரி எழுதி, இருநூறு மொழிகளில் வெளிவந்த அந்நூல், காலந்தோறும் வைத்து வாசிக்கத்தக்கது.

குழந்தைகளுக்குப் புரிந்துவிடும் பலவிஷயங்கள் பெரியவர்களுக்கு விளங்குவதேயில்லை. எல்லாவற்றுக்கும் விளக்கமும் வியாக்யானமும் கேட்கும் அவர்கள், குழந்தைகளைச் சலிப்படைய வைக்கிறார்கள் என்றே குட்டி இளவரசன் சொல்கிறான். 'ஒரு ரோஜாவுக்கு நாம் செலவழிக்கும் நேரமே அதை அத்தனை அழகாக்கி வைத்திருக்கிறது' என்று வரும் அந்நூலின் ஒருவாக்கியத்தை

என்னால் மறக்கவே முடிந்ததில்லை. நாயகர் நமக்காக நேரம் செலவழித்து, பெயர்த்தளிக்கும் நூல்களால் அவருமே அழகாகத் தெரிகிறார். அக அழகே எந்த ஒன்றையும் நின்று நிலைபெற வைக்கிறது. நாயகரின் மற்றொரு முக்கியமான நூல், பெர்நார் வெர்பர் எழுதிய `கலகம் செய்யும் இடதுகை' என்னும் தலைப்பை உடையது.

அக்கதை, நூலில் இடம்பெறுவதற்கு முன்பே `தீராநதி' பத்திரிகையில் வெளிவந்தது. அறிவியல் புனைகதைகளால் அதிகமும் அறியப்பட்ட பெர்நார் நம் மண்டைக்குள் இடது மூளையும் வலது மூளையும் ஒரு பிரிவினை ஏற்பாடாக எதிரெதிர் திசையில் இயங்கி வருகிறது. இடது ஆண் தன்மையும், வலது பெண் தன்மையும் உடையவை.இடது புறம் பகுத்தறிவு, வலது புறம் பாச உணர்ச்சி' என்று அந்நூலில் விவரித்திருக்கிறார். எப்போதோ படித்தது. நினைவிலிருந்து சொல்வதால் வாக்கிய அமைப்புகளில் மாறுபாடு இருக்கலாம்.

இடது சிந்தனை, வலது சிந்தனை என்பவற்றுடன் இக்கூற்றையும் சமயத்தில் பொருத்திப் பார்த்திருக்கிறேன். அதே கதையில் இடப்புறம் ஒழுங்கும் வலப்புறம் ஒழுங்கின்மையும் காணப்படும்' என்றிருக்கிறார். மனோதத்துவ நிபுணரின் சொற்களாக வெளிப்படும் வரிகளே அவை எனினும், இன்றைய அரசியல் புரிதலுடன் இணைத்து அக்கதையைப் புரிந்துகொள்வது சுவாரஸ்யம். வலது, பெண் தன்மை உடையதென எழுதியுள்ளதால் பகுத்தறிவிற்கு எதிரானவர்களே பெண்கள் எனப் புரிந்துகொள்ளவேண்டியதில்லை. கதைப்போக்கிலேயே சிற்சில தெளிவுகளைப் பெறமுடியும். `கடவுள் கற்ற பாடம்' நூலில் இடம்பெற்றுள்ள கதைகள் முற்றிலும் புதிய அனுபவங்களைத் தரவல்லவை.

நாயகரின் மொத்த எழுத்து முயற்சிகளையும் எழுதுவதென்றால் ஒரு முழு நூல் தேவைப்படும். இப்போதைக்கு இந்த அறிமுகமே போதுமென்று எண்ணுகிறேன். அவரை வாசிக்க ஆரம்பித்தால் என்னைவிடவும் வியப்பில் ஆழ்வீர்கள் என்பதுமட்டும் நிச்சயம். `விரும்பத்தக்க உடல்' என்னும் நூல்பற்றி ஒருவார்த்தையாவது சொல்லவில்லையென்றால் என் தலையே வெடித்துவிடும். அந்த அளவுக்கு என்னை ஆட்கொண்ட நூல் அது. உய்பெர் அதாத்தின் அந்நூல்,

வாகன விபத்தில் செயலிழந்த உடலுறுப்புகளைத் தலையுடன் இணைப்பது பற்றியது. உறுப்புமாற்று அறுவை சிகிச்சைக்குப் பின்னுள்ள சிக்கலான மனவோட்டத்தை விவரிப்பது. மருத்துவ அறிவியலின் மேலதிகச் சாத்தியங்களை நோக்கி நகர்ந்துகொண்டிருக்கும் இன்றைய உலகில், ஒரு சிகிச்சை ஏற்படுத்தும் விளைவுகள் என்னென்ன என்பதை நூல் நெடுகிலும் பார்க்க முடியும்.

மருத்துவம் குறித்த பிரமிப்பும் அச்சமும் உள்ளத்தில் ஏற்படுத்தும் தடுமாற்றங்களுக்கு விடைதேடும் முயற்சியே வாழ்வென்று தெரிகிறது. ஆன்மிகத்தின் மடியில் விழுபவர்களில் பலர், மரணத்தை வெல்லும் பெருவாழ்வையே தேடுகின்றனர். அத்துடன், சேவையாலும் தியாகத்திலும் சாகாவரம் பெற்றுவிடும் இலட்சியவாதிகளின் நினைவுகள், அந்நூலை வாசிக்கும்போது எழாமலிருந்தால் ஆச்சர்யம்.

அதன் தொடர்ச்சிபோல் தோன்றும் இன்னொரு நூல் `வாழ்வு, இறப்பு, மரணம்' என்பது. தடுப்பூசியை உலகிற்கு அளித்த லூயி பஸ்தேரின் வாழ்க்கை வரலாறே அது. எரிக் ஓர்சேனா எழுதிய அந்நூல்மூலம் பஸ்தேரின் வாழ்வை மட்டுமன்று, நம்முடைய வாழ்வின் நீட்டிப்பும் எவ்விதம் நிகழ்ந்துள்ளது என்பதையும் தெரிந்துகொள்ளலாம்.

கண்ணுக்குத் தெரியாத வைரஸ், பாக்டீரியாவின் தாக்குதலால் மனிதசமூகம் இன்று அடைந்துள்ள நெருக்கடியை அனுபவப்பூர்வமாக உணர்ந்துள்ள நமக்கு, ஓர் அறிவியலாளனின் மனத்தையும் மகிமையையும் அறியும் வாய்ப்பாகவே அந்நூலை நாயகர் தந்திருக்கிறார். லூயி பஸ்தேருக்கும் மதநம்பிக்கைகள் உண்டு. என்றாலும், அதை அவர் தன்னுடைய கண்டுபிடிப்புகளுக்கு வெளியே வைத்திருக்கிறார். கொரோனாவுக்குக் கோமியத்தையும் மாட்டுச் சாணத்தையும் மருந்தாக ஏற்பவர்கள் நூலைத் தவிர்க்கலாம். தடுப்பூசிகள் உலகின் கைகளுக்கு வர, லூயிபஸ்தேர் பட்டிருக்கும் பாடுகள் கொஞ்சமல்ல.

தன்னுடைய மூன்று மகள்களை டைபாய்டு நோய்க்குப் பலிகொடுத்த பஸ்தேர், முறையாக மருத்துவம் படித்தவரல்லர். தேவையும் சிந்தனையுமே ஒருவரை

எத்துறையிலும் மிளிர வைக்கின்றன. இயற்கைக்கே சவால்விடும் கண்டுபிடிப்புகளைப் பஸ்தேர் செய்திருந்தாலும் இளவயதில் அத்தனை சூட்டிகையான மாணவரில்லை என்பதும் குறிப்பிடத்தக்கது. நாயகர் எனக்களித்த நூல்களில் ஒன்றுகூடச் சோடையில்லை. ஒவ்வொன்றையும் ஆழ்ந்து வாசிக்கும்போது நூலாசிரியர்களுக்கு நிகராக அவரையும் நினைக்கத் தோன்றுகிறது. புதுச்சேரியில் உட்கார்ந்துகொண்டு பிரஞ்சு இலக்கியத்தையும் வாழ்வையும் தமிழ்ப்பரப்பெங்கும் படரவிட்டுவரும் அவருக்கு என் அன்பும் முத்தங்களும்.

டி.ஆர். எனும் அசாத்தியர்

தோழர் ஷாகுல், டி. ராஜேந்தர் எம்.ஏ.வின் அதிதீவிர இரசிகர். நேற்று மதியவாக்கில் அவருடன் சமூகம், கலை, இலக்கியம் எனச் சுற்றிச்சுழன்று பேசிக்கொண்டிருக்கையில் சட்டென்று இறுக்கத்தைத் தளர்த்த ‘தட்டிப்பார்த்தேன் கொட்டாங்குச்சி / தாளம் வந்தது பாடம்வச்சி’ என்னும் பாடலை இராகத்துடன் பாடத்தொடங்கினார். என்ன தோழர், நீங்களும் டி.ஆரின் இரசிகரா? என்றேன். கேட்டதுதான் தாமதம், கடகடவென்று டி.ஆரின் ஒருதலை இராகத்திலிருந்து அவர் கடைசியாக இயக்கிய வீராசாமிவரை ஒவ்வொரு திரைப்படத்திலிருந்தும் சில பாடல்களை முணுமுணுக்கத் தொடங்கினார். இந்த இடத்தில் ஷாகுலைப் பற்றிய குறிப்பு அவசியம்.

தோழர் ஷாகுல் தமிழ்நாடு முற்போக்கு எழுத்தாளர்கள் கலைஞர்கள் சங்கத்தின் தஞ்சை நகரத் தலைவராக இருப்பவர். ‘பிம்பம்’ என்னும் பெயரில் தஞ்சையில் பிரபலமான ஒளிப்படக் கூடத்தை நடத்திவருபவர். திராவிட முன்னேற்றக் கழகத்தின் மெலட்டூர் கிளையில் அவருடைய தந்தையார் மிகமுக்கிய பொறுப்பு வகித்தவர். மக்கள் அரசியலை மனத்தில் தாங்கியவர். என்னுட்படப் பலரின் எழுத்து முயற்சிகளுக்குத் துணை இருப்பவர்.

ஒருகாலத்தில் சினிமாவில் கதாநாயகனாகும் தீர்மானத்துடன் சென்னைத் திருத்தலத்தைச் சேவித்துக் கிடந்தவர். வாய்ப்புகள் கனியாததால் அழகை மட்டும் பராமரித்துக்கொண்டு, தற்போது சொந்த ஊரில் வேறு சிலரைச் சினிமாவில் கெட்டழியச் சிபாரிசித்து வருபவர். எத்தனை பேரை டி.ஆர்., ஊக்கி அந்தக் காலத்தில் சென்னையை நோக்கியும் சினிமாவை நோக்கியும் வரவழைத்திருக்கிறார் என்பதற்குக் கணக்கில்லை. இன்றளவும் ஷாகுல் வளர்த்துவரும் தாடியின் பின்னணியிலும் டி.ஆர் இருக்கிறாரோ? எனத் தோன்றும். 'பொன்னான மனசே பூவான மனசே வைக்காத பொண்ணுமேல ஆச' என்னும் பாடல், அசரீரியாகக் கேட்பதைத் தவிர்க்க முடியவில்லை.

ஷாகுல், திரைப்பாடல்களை நுட்பமாக இரசிப்பவர். மட்டுமல்லர், பாடல் வரிகளை மென்று விழுங்கியபடியே அவர் சிகரெட்டை இழுத்துவிடும் புகையழகு, பூரிக்கத்தக்கது. இரண்டாயிரங்களில் கதாநாயகர்களில் ஒருவராக வந்திருக்க வேண்டியவர். கால வில்லனின் கர்ணகொடூரச் சதியால் தமிழ்ச் சினிமா ஒரு நல்ல வாய்ப்பை நழுவ விட்டிருக்கிறது. நடிகர்களும் இறுதியில் அரசியலை நோக்கியே வருகிறார்கள் என்பதால், நடிப்பாசையைத் துறந்து அரசியல் களத்தில் குதித்திருக்கிறார்.

தொழில்முறைப் புகைப்படக் கலைஞர் என்றாலும், அவர் புகைப்படமெடுப்பதை யாராவது படமெடுக்கலாம் என்பதுபோல அத்தனை நேர்த்தியான உடல் மொழியை வெளிப்படுத்துவார். அவருக்குள் டி.ஆரின் ஆவியும் சத்யஜித்ரேவின் சாவியும் சிக்கியிருப்பது பலர் அறியாதது. இனி, டி.ஆரைப் பேசலாம். நடிகர் வடிவேலுக்கு நிகராக இன்றளவும் மீம்ஸ்களில் தென்படும் டி.ராஜேந்தர், பொழுது போகாதவர்கள் கும்முவதுபோல அத்தனை எளிதான ஆளுமையில்லை. அவருக்கென்றொரு பாணியும் பக்குவமும் உண்டு.

கீழ் மத்தியதர வர்க்கத்துப் பாடுகளை மிகை உணர்ச்சியுடன் வெளிப்படுத்தியவர். வசதியும் வாய்ப்புகளும் கிடைத்தவர்களுக்கு மட்டுமே அது மிகையுணர்ச்சி. மற்றவர்க்கு அவர் அதீத நம்பிக்கையின் சிகரம். வறிய பின்னணியிலிருந்து ஒருவர் எழ முடியுமென நிரூபித்தக்

கலைஞன். அசல் சகலகலா வல்லவன். கதை, திரைக்கதை தொடங்கி அனைத்துத் துறையிலும் பங்காற்றிய ஆச்சர்யம் அவருடையது. ஆனால், ஒன்றிலும் தன்னை நிலைப்படுத்தத் தெரியாதவர்கள், அவரைப்பற்றிப் பகடி செய்வதுதான் பாமர பரிதாபம். தோழர் ஷாகுல், டி.ஆரின் சகல பாடல்களையும் நினைவிலிருந்து பாட ஆரம்பித்தவுடன் மிரண்டு போனேன். குறிப்பாக, 'தங்கைக்கோர் கீதம்' திரைப்படத்தில் வெளிவந்த 'தங்க நிலவே உன்னை எடுத்து தங்கச்சிக்கு' என்னும் பாடல், கண்ணீரை வரவழைத்தது. அப்பாடலில் `ஜவுளிக்கடைப் பொம்மைகூடக் கட்டுதம்மா பட்டுச்சேலை' என்னும் வரிகள், அண்ணன் தங்கை பாசத்தின் உச்சபட்ச வெளிப்பாடு.

அவை நாடகீயமான மிகையுணர்ச்சிப் பதங்களாகச் சிலருக்குத் தோன்றலாம். எனக்கோ ஒரு காட்சியை அவர் எப்படிப் பாடலுக்குத் தோதாக மாற்றியமைத்திருக்கிறார் எனப் படும். பாடலின் முடிவில் ஷாகுலின் கண்களும் கசிந்ததைக் கண்டு, 'கூடையில கருவாடு / கூந்தலிலே பூக்காடு' பாடலைப் பாடுங்களேன், என்றேன். எள்ளலும் துள்ளலுமாக உரையாடல் கச்சேரி உற்சாகத்தை அதிகப்படுத்தியது. `தஞ்சாவூரு மேளம் / தாலிக்கட்டும் நேரம் / தங்கச்சிக்குக் கல்யாணமாம்' என்னும் பாடலும் டி.ஆரின் நடனமும் விழித்திரையில் பூத்தன.

மரபார்ந்த தமிழ் கொஞ்சமும் மக்கள் மொழியும் கலந்து டி.ஆர். எழுதி அளித்துள்ள திரைப்பாடல்கள் கவனித்தக்கவை. இயக்குநர்களில் ஓரளவு கவித்துவமான பாடல்களை எழுதியவர்கள் எனில் டி.ராஜேந்தர், ஆபாவாணன், ஆர்.வி. உதயகுமார், அகத்தியன் ஆகியோரைச் சொல்லலாம். இது என் தனிப்பட்ட அபிப்ராயம். நல்ல பாடல்களை எழுதிய வேறு சிலரும் இருக்கலாம்.

நான் ரொம்பவும் வியந்த இரவிஷங்கர் `ரோசாப்பூ சின்ன ரோசாப்பூ' பாடலில் `நிழலுக்கும் நெற்றி சுருங்காம / குடையாக மாறட்டுமா' என்று எழுதியதை நானும் முத்துக்குமாரும் நாள் கணக்கில் பேசியிருக்கிறோம். அநேகமாக டி.ஆரின் எல்லாப்பாடல்களையும் ஒருமுறையாவது தமிழ்ச்சமூகம் கேட்டிருக்க வாய்ப்புண்டு. இளையராஜாவே ஒற்றை இசை ஆளுமையாகப் பரிணமித்த காலத்தில் நுழைந்தும் தனக்கான அங்கீகாரத்தை அவரால்

பெறமுடிந்தது. பின்னணி எதுவுமில்லாமல் திரைத்துறையைக் கைப்பற்றிய அவர், சொந்த சாதி அபிமானத்துடன் எங்கேயும் நடந்ததோ வெளிப்படுத்தியதோ இல்லை. வைதீகப் பற்றுடையவர்களும் இடைநிலை சமூக அபிமானிகளும் செய்த சூசகமான குறியீடுகளைக்கூட மிகக் கவனமாகத் தவிர்த்ததிலும் அவர் முதன்மையானவர். இன்றைய முன்னணி இசையமைப்பாளர்களான ஏ.ஆர்.ரகுமான், வித்யாசாகர், மணிசர்மா போன்றோரெல்லாம் அவரிடம் வாத்தியக் கருவிகள் வாசித்தவர்கள் என்பதும் குறிப்பிடத்தக்கது.

எளிய குடும்பங்களின் ஆசாபாசங்களை நேரடித் தன்மையுடன் திரைப்பாடலில் கொண்டுவந்த அவர், மக்கள் மத்தியில் தனித்த செல்வாக்கைப் பெற்றுக்கொண்டவர். திராவிட முன்னேற்றக் கழகச் சார்புடையவர் என்பதாலும், எம்.ஜி.ஆரையே எதிர்த்தவர் என்பதாலும் அவர் மீதான ஆர்வம் எல்லோருக்கும் இருந்தது.

எண்பதுகளில் அவர் எழுதி, இசையமைத்துத் தயாரித்த தேர்தல் பிரச்சாரப் பாடல்கள், நடந்துமுடிந்த சட்டமன்றத் தேர்தல் களத்திலும் ஒலித்தன. கலைஞரின் குறளோவியத்தையும் மு.மேத்தாவின் `ஊர்வலம்' கவிதை நூலையும் திரையில் காட்டிய பெருமை அவருக்குண்டு. எம்.ஜி.ஆர். எதிர்ப்பைக் கொள்கைரீதியாக அணுகிய துணிச்சல்காரர் என்றும் அவரைக் கருதலாம். பின்னாளில் அவர் திசையும் பாதையும் பிறழ்ந்ததைக் காலம் அறியும்.

பாடல் காட்சிகளுக்குப் பிரம்மாண்ட செட்டுகளை அறிமுகப்படுத்திவர் சந்திரலேகாவைத் தயாரித்த எஸ்.எஸ். வாசன். அவருக்குப் பிறகு தமிழ்த்திரையில் மிகமிகப் பிரம்மாண்ட செட்டுகளை வடிவமைத்த டி.ஆர்., ஷங்கர் போன்ற இயக்குநர்களுக்கு முன்னோடி. இன்னொன்று, டி.ஆரின் பிரபல சினிமா பட்டியலில் வராத `ராகம் தேடும் பல்லவி, நெஞ்சில் ஒரு இராகம், வசந்த அழைப்புகள் ஆகியவற்றிலும் கேட்கும்படியான பாடல்கள் உள்ளன. அவற்றில் 'அழகினில் விளைந்தது / மழையின் நனைந்தது' எனும் பாடலும் ஒன்று. டி.ஆரின் எழுத்துமுறையைக் கண்ணதாசனும் வியந்த தகவலுண்டு. பாட்டெழுதும்போது நேரும் மனத்தடையை எப்படித் தாண்டுவதென அவரிடம்

கற்கலாம். இயைபிற்கு அதிகமும் முக்கியத்துவம் அளித்த பாடலாசிரியர் என்றாலும் பல நல்ல உவமைகள் அவரிடம் உண்டு. இரசிக்கவும் வியக்கவும் எவ்வளவோ உள்ள அவர் பாடல்கள், அந்தக் காலத்து நவீனம். டிரம்ஸ் சிவமணி அவர் பற்றிப் பேசியதைக் கேட்க வேண்டும். சம்பிரதாயமான ஹம்மிங்களுக்கு மாற்றாக ஏலேலம்பர, டண்டனகக்கா போன்ற ஒலிச்சொற்களை அல்லது அசைச் சொற்களைப் பாடலுக்கு முதலிலும் இடையிலும் அவரே இணைத்திருக்கிறார். சாஸ்திரிய இசையைப் பயின்றவர்களுக்கும் இரசிப்பவர்களுக்கும் அப்படியான செருகல்கள் சங்கடத்தை ஏற்படுத்திய சூழல்கள், கவனிக்க வேண்டாதவை. வெகுசன இரசனையை எந்த அளவு குஷிப்படுத்த முடியுமோ அந்த அளவு அவர் கலைக்கோடுகளைத் அழிக்கவும் முயன்றிருக்கிறார்.

டி.ஆரை இரகசியமாக இன்னமும் இரசிப்பவர்களை நானறிவேன். ஒரு பழைய காதலியைப்போல எண்ணிக்கைக்குள் அடங்காத ஆசையுடனும் ஆர்வத்துடனும் அணுகுவதை அறிந்திருக்கிறேன். இன்று டி.ஆரின் இரசிகர்கள் என்றால் நகைப்பார்களோ என்று கருதுபவர்களின் உள்ளத்தவிப்புகள் உண்மையானவை.

ஒரே கும்மாளமா போகுதே தோழர், `ஒரு சீரியஸ் பாட்ட எடுத்துவிடுங்களேன்' என்றதும், `மைதிலி என்னைக் காதலி' திரைப்படத்தில் வந்த `நானும் உந்தன் உறவை / நாடி வந்த பறவை' பாடலுக்குத் தயாரானார். அது என் இளவயது விருப்பப்பாடல். அதாகப்பட்டது, காதலியும் மைதிலியும் என்னவென்றே தெரியாத வயதில் அடிக்கடி கேட்டது. தலைப்பே கவிதை என்று தகுதிச் சான்றிதழ் வழங்குமளவுக்கு இரசித்தது. ஷாகுல் பாடிய தொனியைப் பார்த்தால் அவருக்கு எங்கேயோ ஒரு மைதிலி இருந்திருக்கலாம் எனத் தோன்றியது.

திரைப்படத்தின் இறுதிக்காட்சியில் கதைப்படி, வில்லன்களின் பிச்சுவாக்கள் துளைக்க, டி.ஆர்., அவசர அவசரமாக அமலாவைக் காப்பாற்ற ஓடிவருவதும், சிறைப்பட்ட நாயகி பரத அபிநயங்களில் பரபரத்து நிற்பதும் ஒரே இரணகளம். அந்த இரணகளத்திலும் அதகளத்திலும் அதே பிச்சுவாக்களை உருவி எதிரிகள் மீது வீசிக்கொண்டே பாடும் தத்ரூபம் இருக்கிறதே, அது தனி ஆவர்த்தனம்.

இன்றைக்கு நகைச்சுவையாகத் தெரிவது, ஒருகாலத்தில் உயிர் உருக்கும் சம்பவமென்பதைச் சொல்ல வேண்டியதில்லை. தம்மீது எய்த பிச்சுவாக்களை உருவி, எதிரிகளைத் துவம்சம் செய்தபடியே பாடுவதெல்லாம் கொஞ்சம் ஓவரான காட்சியே என்றாலும், அந்தப் பக்கத்தில் அமலா ஆடும் பரதமிருக்கிறதே அது கலாப்பூர்வ அணுகுமுறை. `எந்தச் சூழலுக்கும் சோடையில்லாத சொற்களைப் பாடலாக்கும் திறனை டி.ஆர். இயல்பிலேயே பெற்றிருக்கிறார். அவருடைய மூத்த மகன் நடிக்க, இளைய மகனின் இசையமைப்பில் பாட்டெழுதி, ஆனானப்பட்ட டி.ஆரிடமே சன்மானம் பெற்றவன் என்னும் முறையில் சொல்கிறேன், டி.ராஜேந்தர் தவிர்க்கப்பட முடியாதவர்.

பிம்பக் கட்டமைப்பில் ஒரு சில பிறழ்வுகள் இருந்தாலும், அசலான, ஆவேசமான கலைஞன் என்பதில் சந்தேகமில்லை. எனக்கு அவர்மீது ஷாகுலைப் போலவே பிரமிப்பும் பிரியங்களும் உண்டு. சண்டைகளும் பாடல்களும் வெவ்வேறாக இருந்த தமிழ்ச்சினிமாவில், பாடலைப் பாடிக்கொண்டே சண்டையிட்ட முதல் கதாநாயகனும் அவரே. ஜெயின் ஜெயபாலாக, ஜாக்கியாகத் தோன்றி வாழைக்காய் பஜ்ஜிக்கும் வசனத்தில் இடமளித்தவர். `ஒருதாயின் சபதம்' திரைப்படத்தில் இடம்பெற்ற 'இராக்கோழி கூவையில'' பாடலை ஷாகுல் மிகமிக லயித்துப் பாடியதும், டி.ஆரின் மன்மத விகசிப்புகள் குறித்த திசைநோக்கிப் பேச்சு திரும்பியது. பொதுவில் சொல்ல முடியாத இரகசியத் தடயங்கள் அவை.

ஆனாலும், ஜானகியம்மாவை இப்படியெல்லாம் சிணுங்க வைத்திருக்க வேண்டுமா எனத் தோன்றியது. 'உறவைக் காத்த கிளி' திரைப்படத்தில் வெளிவந்த `பக்கத்தில் வந்தாலென்ன தீன்தனா' பாடலில் மேற்படி கமகங்கள் கலவரப்படுத்துபவை. உரையாடலில் `ஆப்பத்துக்குத் தேங்கா பாலு /ஐயாவுக்கு நீதான் ஆளு' என்னும் `சம்சார சங்கீதம்' திரைப்பாடலும் கவனத்துக்கு வந்தது. இந்த இடத்தில்தான் ஷாகுலின் சமத்துவ சித்தாந்த கொள்கைப்பிடிப்பை உணர முடிந்தது.

எது ஒன்றையும் ஒதுக்காத அவருடைய உள்ளார்ந்த அன்பின் வெளிப்பாட்டில் அடுத்த பாடலாக டி.ஆரின் பிரசித்திப் பெற்ற `வைகைக் கரைக் காற்றே நில்லு'

பாடலுக்குத் தாவினார். பாடலை இடையிலேயே நிறுத்தி, `தூது மற்றும் சங்க இலக்கியத்தின் பாதிப்பென்று தெரிகிறதா தோழர்' என்றார். பதிலுக்கு 'இரண்டு எம்.ஏ. வாங்கிய ஒருவர், அதெல்லாம் படிக்காமலா இருந்திருப்பார்' என்றேன். டி.ஆரின் எழுத்து முயற்சிகள் மையமான மனோநிலையில் பிறப்பவை. கீழ்க்கட்டுமானத்தைத் தகர்த்துவிடாமல் எடை கூடின பிரகாரங்களை எழுப்பியவை.

உதாரணமாக, 'மைதிலி என்னைக் காதலி'யில் இடம்பெற்ற 'ஒரு பொன்மானை நான் காணத் தகதிமிதோம்' பாடலைச் சொல்ல வேண்டும். எனக்கு அப்பாடலின் எல்லாவரிகளும் பிடிக்கும். சந்தத் தமிழை மிக இலாவகமாக மெட்டிற்குள் பொருத்தியிருப்பார். 'சந்தனக் கிண்ணத்தில் குங்குமச் சங்கமம் / அரங்கேற அதுதானே உன் கன்னம் / மேகத்தை மணந்திட வானத்தில் சுயம்வரம் / நடத்திடும் வானவில் உன் வண்ணம் / இடையின் பின்னழகில் இரண்டு குடத்தைக்கொண்ட / புதிய தம்புராவை மீட்டிச்சென்றாள் / கலைநிலா மேனியிலே சுளைபலா சுவையைக் கண்டேன்'' என்னும் சொல்லாட்சியைப் பலமுறை இரசித்திருக்கிறேன்.

ஒரு குறிப்பிட்ட காட்சியோ வசனமோ வித்யாசமாக இருந்தால் அதை 'டைரக்டர் டச்' என்பார்கள். விசேஷம் என்னவென்றால் ரைடக்ராகவும் நடிகராகவும் இருந்துமேகூட ஒரு நடிகையையும் அவர் தொட்டு நடித்ததில்லை. தமிழ்க் கலாசாரப் பண்புகளையும் தன்மைகளையும் பேணியவராகவே தன்னை முன்நிறுத்தியிருக்கிறார். காதல் முகிழ்க்கும் அதி ரதியத் தருணங்களிலும் பெண்ணைத் தொடாத நுட்பம், இலக்கியப் பனுவல்களில் எங்கெங்கு உள்ளன எனத் தேடலாம்

அதேபோல, `உயிருள்ளவரை உஷா' திரைப்படத்தில் இடம்பெற்ற `இந்திரலோகத்துச் சுந்தரி இராத்திரி கனவினில் வந்தாளோ' எனும் பாடல். இந்தப்பாடலை ஷாகுல் ஓர் ஆகச்சிறந்த மரபுக்கவிதையாக நிறுவினார். வார்த்தைக்கோப்பும் வாக்கிய அமைப்பும் அவ்விதமே அமைந்த அப்பாடலில் கற்பனைகள் களிநடனம் புரிந்திருக்கின்றன. `தென்றலதன் விலாசத்தைத் தம் தோற்றமதில் பெற்று வந்தவள் / மின்னலதன் உற்பத்தியை அந்த வானத்துக்கே கற்றுத் தந்தவள் / முகத்தைத் தாமரையாய் நினைத்து மொய்த்த வண்டு ஏமாந்த

கதைதான் கண்கள் / சிந்து பைரவியின் சிந்தும் பைங்கிளியின் குரலில் ஒலிப்பதெல்லாம் பண்கள்' என்ற வரிகளைக் கவியரங்கப் பாணியில் மூன்றுதரம் உச்சரித்துவிட்டு, 'வசந்த காலங்கள் / இசைந்து பாடுங்கள்' பாடலுக்குள் குதித்தார். என்ன இருந்தாலும், இந்த ஷாகுல் டி.ஆரே மறந்த வரிகளை மனத்திற்குள் அடைகாத்து வைத்திருக்கிறாரே என்று அதிசயத்தேன். 'உன் மைவிழிக் குளத்தில் / தவழ்வது மீனினமோ / கவி கண்டிட மனத்தில் கமழ்வது தமிழ் மணமோ / செம்மாந்த மலர்கள் அண்ணாந்து பார்க்கும் உன் காந்த விழிகள் / ஒரு ஏகாந்த இராகம் தெம்மாங்கில் பாட ஏதேதோ குயில்கள்' என்னும் வரிகளையெல்லாம் மீளவும் கேட்கையில் ஆனந்தம் பீறிட்டது.

இன்றைய திரைப்பாடலில் இப்படியான வர்ணனைகளுக்கு வாய்ப்பே இல்லை. மரபையும் யாப்பையும் துண்டித்த நவநவீன சொல்லாக்க முறையில் உரைநடைகளைப் பாடலாக்கும் முயற்சிகளே தொடர்கின்றன. மௌன வாசிப்புக்குரிய கவிதைகளைத் திரைப்பாடலில் எதிர்பார்ப்பவர்கள், பழந்தமிழ் இலக்கியத்தின் வாடையே இல்லாதவர்களாக இருப்பதில் வருத்தமில்லை. மேடைக்கு மேடை நாஞ்சில்நாடன் பழந்தமிழ் இலக்கியத்தின் நுட்பங்களை விவரித்து வாசிக்கச் சொன்னாலும் ஒருவரேனும் செவிமடுத்ததாகத் தெரியவில்லை.

நவீனத்துவ, பின்நவீனத்துவ எழுத்துமுறைகள், காகிதங்களை அலங்கரிக்க மட்டுமே உதவுபவை. ஆனால், திரைப்பாடலைப் பொருத்தவரை அவை, சாமான்ய மக்களுடனான கலை சம்பாஷணை. அவர்கள் நவீனத்துவத்தை இரசிக்க மாட்டார்களா என்பவர்கள், பைபாஸ் வழியே பக்கத்தூர் இலக்கியவாதிகளைப் பார்க்கச் செல்லவும்.

டி.ராஜேந்தரை இலக்கியவாதியாக நிறுவ வேண்டிய அவசியம் எனக்கில்லை. மூட நம்பிக்கை பீடித்திருந்த திரையுலகில், 'நானொரு இராசியில்லா இராஜா' என்றும் பாட்டெழுதி, பெருவெற்றியை அவரால் எட்ட முடிந்தது. படிப்பறிவையும் பகுத்தறிவையும் தர்க்கப்பூர்வமான அணுகுமுறைகளால் சாத்தியப்படுத்தவர் என்றும் அவரைக் கருத முடியும். அவர் அவர்காலத்தில் போதிய அங்கீகாரத்தைப்

பெற்றவர். தவிர, தன்னால் இயன்ற முயற்சிகளை நம்பிக்கையுடன் செய்து வெற்றியும் கண்டவர். அவர் இயக்காத படங்களுக்கும் இசையமைத்துக் கவனிக்க வைத்தார். எழுபது எண்பதுகளின் கவிதைப் போக்குகளை உள்வாங்கினால் அவர் பாடலும் எழுதியவிதமும் பிடிபடும். `பூக்களைப் பறிக்காதீர்கள், பூக்கள் விடும் தூது' ஆகிய திரைப்படங்கள் அவர் இசையாலும் பாடலாலும் பெருவெற்றி பெற்றுள்ளன. `கிளிஞ்சல்கள்' என்றொரு படம். மாற்று சினிமா முயற்சியில் ஈடுபட்ட `பசி' துரை இயக்கியது.

அப்படத்தில் 'ஜூலி ஐ லவ் யூ' என்னும் பாடல், இன்றைய இளம் காதலர்களும் கேட்கத் தக்கது. டி.ஆரின் `மூங்கில் காட்டோரம் குழல்நாதம் நான் கேட்கின்றேன்'' என்னும் பாடலில் இரண்டுவரி என்னை வெகுவாகக் கிளர்த்திற்று. `பாதத்தை வைத்தால் பழங்கதை சொல்லும் சருகுகளே / பறவையைப் பார்த்தால் மனதினில் முளைக்குது சிறகுகளே' என்னும் வரிகளே அவை.

மயிலாடுதுறை ஏ.வி.சி கல்லூரியில் மாணவராக இருந்த சமயத்தில் அவருடன் இரயிலில் பயணித்த பலருக்கும் அவர் ஆச்சர்யமூட்டுபவராக இருந்திருக்கிறார். அதே ஆச்சர்யத்தைத் தமிழ்ச்சமூகம் முழுமைக்கும் ஏற்படுத்த அவர் பட்டுள்ள பாடுகளும் அவமானங்களும் கொஞ்சமல்ல. வறுமையும் எதிர்காலம் குறித்த தவிப்பும் மண்டியிருந்த பொழுதிலும் தன்னுடைய கலைமனத்தை அவரால் காப்பாற்ற முடிந்திருக்கிறது.

சின்னச் சின்னப் பதங்களில் வாழ்வை எழுதியவர்களில் முக்கியமானவர். இன்றும்கூட ஒருசிலர் அவரை நக்கலும் நையாண்டியுமாக அணுகுவதைப் பார்க்கலாம். எல்லாவற்றுக்குப் பின்னாலும் ஒரு கட்டமைக்கப்பட்ட திட்டமிருக்கிறது. ஷாகுலுடன் மூன்றுநாள் தொடந்த உரையாடலை முழுதுவமாக எழுத முடியவில்லை. ஷாகுலைப் போல் எண்ணிறைந்த இளைஞர்கள் டி.ஆரால் ஈர்க்கப்பட்டிருக்கிறார்கள். இறுதியாக ஒரு செய்தி. அணுஅணுவாக டி.ஆரை உள்வாங்கிய ஷாகுல், அவருக்காகக் கதையெழுதி அவரையே இயக்க எண்ணிய த்ரில் கதையைப் பின்னர் விவரிக்கிறேன். அதுநிமித்தம் எழுதிய கதையை எடுத்துக்கொண்டு டி.ஆரின் தலைமை இரசிகர் மன்றத்

தலைவரும், தஞ்சை சினி ஆர்ட்ஸ் நிர்வாகியுமான ஜான்சனைச் சந்தித்த காமெடி அத்தியாயங்கள், கலகலப்பானவை. ஆர்வம் ஏற்படுத்தும் கோளாறுகளே கலையின் அடிப்படை. `பூவாங்கி வந்த நேரம் / என் பொன்னுரதம் உன்னைக் காணோம்' என்ற டி.ஆரின் சொல்லுடனே ஷாகுல் வாழ்கிறார். ஆனாலும் ஷாகுல், டி.ஆருக்கே கதையும் பாடலும் எழுதுமளவுக்குப் போயிருக்க வேண்டியதில்லை.

கவிதைகளில் காவிரி ஆறு

காவிரியை ஆறு என்பதா, நதி என்பதா என்கிற குழப்பம் என்னுள்பட பலருக்கும் இருக்கிறது. நதியும் ஆறும் ஒன்றுதானே, எப்படி அழைத்தால் என்ன என்கிறவர்கள் உண்டு. உண்மையில், ஆறும் நதியும் ஒரே பொருள்கொண்ட இரு சொற்கள் அல்ல. தமிழில் ஆறு. வடமொழியில் நதி என்றுதான் விளங்கி வைத்திருக்கிறோம். விக்கிப்பிடியாவில்கூட அப்படித்தான் போட்டிருக்கிறார்கள். ஆனால், இரண்டுக்கும் மெல்லிய வேறுபாடுகள் இருக்கின்றன.

நதி என்றால் அது, ஆற்றைவிட பெரியது என்கிற எண்ணமே சிறுவயதில் எனக்கும் இருந்தது. ஒரு குறிப்பிட்ட அளவுக்குமேல் நீண்ட ஆறுதான் நதியென்கிற புரிதல் பிழையெனப் பிறகுதான் புரிய வந்தது. எது நதி, எது ஆறு என்கிற தெளிவைப் பெறாமல் காவிரி குறித்தோ கங்கை குறித்தோ எழுதுவது சரியில்லை. அபிதான சிந்தாமணியில் ஆற்றுக்கும் நதிக்கும் உள்ள மெல்லிய வித்தியாசத்தை ஆ.சிங்காரவேலு முதலியார் விளக்கியிருக்கிறார்.

ஆறு என்றால் மலையில் பெய்த மழையைக் கிரகித்து உருவாவது. நதி அவ்வாறு இல்லை. அது முழுக்க முழுக்க மலையின் அருகிலுள்ள நீரூற்றிலிருந்து உருவாவது. நிலத்தில்

குமிழியிட்டுப் புறப்படும் ஊற்று நீரிலிருந்து உருவாவதே நதி. பூமி எந்தப்பக்கம் சாய்ந்திருக்குமோ அந்தப்பக்கமே நதி ஓடும். ஆற்றைப் பொருத்தவரை மலையின் மேலிருந்து கீழிறங்கி வருவது. நதி, குறுகலான இடத்தில் ஆரம்பித்து கடலைச் சேரும்போது அகலமானதாக ஆகிவிடுகிறது. ஆறோ, தோன்றுமிடத்தில் அகலமாக இருந்து போகப்போகக் குறுகிவிடுகிறது.

இன்றும்கூட ஊடகங்களில் காவிரியைப் பற்றிய பேச்சு எழுகிற பொழுதெல்லாம் காவிரி நதிநீர்ப் பங்கீடு என்றோ காவிரி நதிநீர்ப் பிரச்சனை என்றோ பயன்படுத்துகின்றனர். காவிரியை நதியென்று சொல்வதற்கில்லை. அதேபோல, கங்கையை ஆறென்று அழைப்பதும் பிழை. வார்த்தைகளைப் பிரயோகிக்கும்போதே அதனதன் தன்மைகள் விளங்குவதாக அமைய வேண்டும். நீர்நிலைகள் ஒவ்வொன்றுக்கும் தனித் தனிப் பெயர்களைக் கண்ட நம்முடைய முன்னோர்கள் எல்லாவற்றுக்குப் பின்னும் அடிப்படைக் காரணங்களைத் தெரிவித்திருக்கிறார்கள்.

வடமொழியும் தமிழும் கலந்து மணிப்பிரவாளமாக மாறிய பிறகு உரியவற்றுக்கு உரிய சொற்களைப் பயன்படுத்தும் முறையைத் தவறவிட்டிருக்கிறோம். காவிரி எப்பொழுதுமே ஆறுதான். அது ஒருபோதும் நதியாக ஆவதில்லை. ஆறு, நதி ஆகிய சொற்களைத் தனித்தனியாகப் பயன்படுத்த நேர்கையில் ஏற்படும் குழப்பத்தைத் தவிர்க்க சிங்காரவேலு முதலியார் அத்தகைய பகுப்பினைச் செய்திருக்கிறாரா எனவும் தெரியவில்லை.

நதி தமிழ்ச்சொல் இல்லை என்று தெரிகிறது. ஆறு மட்டுமே தமிழ்ச்சொல். ஆறு நதியாகவும் நதி ஆறாகவும் மாறிய காலத்தைக் கணக்கிட்டால் வடமொழிக் கலப்பு தமிழில் எப்போது ஏற்பட்டதென அறியலாம். சொல் ஆராய்ச்சியில் கரைகண்ட பேராசிரியர் கு.அரசேந்திரன் போன்றோரிடம் இதுபற்றிக் கூடுதலாகக் கேட்டுத் தெளியலாம். 'இவை தமிழல்ல' என்னும் தலைப்பில் அயற்சொல் அகராதியைத் தொகுத்துள்ள பேராசிரியரும் வேர்ச்சொல் அறிஞருமான அருளியும் நதிக்கு இணையான தமிழ்ச்சொல் ஆறு என்றே குறிப்பிடுகிறார். பழந்தமிழ் ஏடுகளில் காவிரியை நதியென்று

ஒருவரும் எழுதவில்லை. நதியென்ற சொல் இருக்கிறது. ஆனால், அது பெரும்பாலும் கங்கையை மட்டுமே குறிக்கப் பயன்பட்டிருக்கிறது. காவிரியை ஆறு என்றுதான் அனைவருமே அழைத்திருக்கின்றனர். பாரதிக்குப் பிறகுதான் காவிரியை நதியென்று சொல்லும் வழக்கம் வந்திருக்குமோ என்னவோ? தலைக்காவிரியில் அமைந்துள்ள ஊற்று, நதியாகப் பிரவகிக்கும் அளவுக்கான ஊற்றில்லை என்னும் பார்வை சிலருக்குண்டு.

பாரதி, காவிரியை நதி என்கிற பதத்தில்தான் விளித்திருக்கிறார். 'காவிரி தென்பெண்ணை பாலாறு / தமிழ் கண்டதோர் வைகை பொருநை நதி' என்றெழுதிய அவர், காவிரியை முதலிடத்தில் குறிப்பிட்டிருக்கிறார். தாமிரபரணி ஊர்க்காரரான அவர் காவிரியை முதன்மைப்படுத்தியே பல கவிதைகளை எழுதியிருக்கிறார். அவரே மற்றொரு கவிதையில் 'கங்கை நதிப் புறத்துக் கோதுமைப் பண்டம் / காவிரி வெற்றிலைக்கு மாறுகொள்வோம்' என்றிருக்கிறார். கங்கையும் காவிரியும் அவருக்குச் சமானமானவையே.

கங்கையிலும் காவிரியிலும் நீராடிய அனுபவம் அவருக்குண்டு. தமிழில் வேறு எந்தக் கவிஞருக்கும் அப்படிப்பட்ட வாய்ப்புகள் கிடைக்கவில்லை. 'சேனைக்கட்டி பகை வென்றாலும் அவர் / தின்னக் கொடுப்பவள் காவேரி' என்ற நாமக்கல் கவிஞருக்கோ 'பூக்களிலே உயர்ந்தது மல்லிகைப்பூதான் / புனல் நீரில் உயர்ந்தது பொன்னித் தண்ணீர்' என்ற திரு.வி.க.வுக்கோ கங்கையில் குளித்தெழும் பாக்கியமில்லை. காவிரியைப் பொன்னி என்றும் அழைத்திருக்கின்றனர். காவிரி நீரில் தங்கத் தாதுகள் அதிகமிருந்ததால் பொன்னி என்னும் பெயரும் காவிரிக்கு உண்டென்று சொல்கின்றனர். நீரை ஆய்வுசெய்யும் விற்பன்னர்கள்தாம் அதுகுறித்துச் சொல்ல வேண்டும்.

காவிரி ஆற்றுக்குப் பின்னே பல தொன்மக் கதைகள் உண்டு. கவேர முனிவர் தனக்கு ஒரு பெண் குழந்தை வேண்டுமென்று பிரம்மனை வேண்டித் தவமிருந்திருக்கிறார். அப்போது கவேரருக்கு லோபமுத்திரை என்னும் பெண் மகவை வரமாக அளித்திருக்கிறார். தானும் ஒரு நதியாக உருவெடுத்து பூமியை வளப்படுத்த வேண்டுமென லோபமுத்திரையும் தவமிருந்து

சிவபெருமானிடம் வரம் பெற்றதாக அக்கதை நீள்கிறது. நதியாக உருவெடுக்க விரும்பிய லோபமுத்திரைக்கு சிவபெருமான் கூடுதலாகச் சில வரங்களையும் அருளியிருக்கிறார். நதியாக உருவெடுக்க விரும்பிய லோபமுத்திரைக்கு கங்கைக்கு இணையான நதியாகும் வாய்ப்பையும் அகத்தியருக்கு மனைவியாகும் வாய்ப்பையும் சிவபெருமான் தந்ததாகச் சொல்கிறார்கள். தொன்மங்கள் நம்பிக்கை அடிப்படையில் உருவாக்கப்படுவன. அவற்றுக்குப் பின்னே ஆன்மிகமும் அரசியலும் அல்லது ஆன்மிக அரசியல் கலந்திருப்பது தவிர்க்க முடியாதது.

ஏனைய ஆறுகளைவிடக் காவிரிக்குத் தனிப் பெருமையும் தனித் தகுதியும் இருப்பதாக இலக்கியங்கள் சொல்கின்றன. 'வான் பொய்ப்பினும் தான் பொய்யா / மலைத் தலைய கடற்காவிரி / புனல் பரந்து பொன்கொழிக்கும்' என்று பட்டினப்பாலையில் வருகிறது. சங்க இலக்கியத் தொகுப்பு நூல்களில் ஒன்றான பட்டினப்பாலையில் மட்டுமில்லை, அகநானூற்றிலும் புறநானூற்றிலும்கூடக் காவிரியின் அழகும் ஆற்றலும் புகழப்பட்டுள்ளன.

'கடும்புனல் மலிந்த காவிரிப் பேரியாற்று / நெஞ்சுழி நீத்தம் மண்ணுருள் போல' என அகத்திலும் 'புனிறு தீர் குழவிக்கு இலிந்து முலை போலச் / சுரந்த காவிரி மரம் கொல் மலி நீர் மன்பதை புரக்கும் நல்நாட்டு பொருநன்' எனப் புறத்திலும் தென்படும் உவமைகள் இரசிக்கத்தக்கவை. மகப்பேறு கண்ட தாயின் முலை தம் சிசுவுக்குப் பால் சுரப்பதைப்போல வாழும் மக்களுக்கெல்லாம் நீரைச் சுரக்கும் தாயாகக் காவிரி இருக்கிறது என்று சங்ககாலப் புலவர்கள் காவிரியைக் கற்பனை செய்திருக்கிறார்கள். உண்மைக்கு அருகிலிருந்தே அவ்வாறான கற்பனைகள் உதித்திருப்பதை மறுப்பதற்கில்லை.

ஆறென்பது வெறும் நீரோடும் வழியன்று. ஒவ்வோர் ஆற்றுக்குப் பின்னேயும் அவ்வாற்றைக் கலந்திருக்கும் மக்களின் நாகரிகமும் பண்பாடும் எழுகின்றன. ஆற்றை எளிதாகக் கடந்துவிடலாம். என்றாலும், ஆற்றின் வழியே உருவாகும் பண்பாட்டையும் கலாச்சாரத்தையும் அவ்வளவு எளிதாகக் கடந்துவிட முடியாது. காவிரி மேற்குத் தொடர்ச்சி

மலையின் குடகுப் பகுதியில் உற்பத்தியாகி மைசூர் வழியாக தர்மபுரி, சேலம், கரூர், ஈரோடு வந்து திருச்சிராப்பள்ளி, தஞ்சாவூரை அடைகிறது. அதன்பின், நாகை மாவட்டமான பூம்புகாரைத் தொடுகிறது. பூம்புகாரின் எல்லையில் அமைந்திருக்கும் வங்காளவிரிகுடாவில் கலக்கும் காவிரி, தொடங்கிய இடத்தில் இருந்து வரும் வழியே பல்வேறு கிளை ஆறுகளை இணைத்துக்கொள்கிறது.

ஆற்றின் பாதை ஏறக்குறைய எண்ணூறு கிலோமீட்டர் என்று கணக்கிடப்பட்டுள்ளது. இந்த எண்ணூறு கிலோமீட்டரில் கர்நாடக மாநில எல்லையில் முந்நூறு கிலோமீட்டர் மட்டுமே பயணிக்கிறது. மீதமுள்ள ஐநூறு கிலோமீட்டர் தமிழகப் பகுதிகளில் பயணிப்பதால் கர்நாடகத்தைவிடவும் தமிழகத்திற்கே அதன் உரிமையும் பயனும் அதிகமென்று வாதிடலாம்.

காவிரியின் உதவியால்தான் ஒருகாலம்வரை தஞ்சாவூர் நெற்களஞ்சியமாகப் புகழப்பட்டிருக்கிறது. முப்போக விளைச்சலும் யானைகட்டிப் போரடித்த வரலாறும் காவிரியின் கரிசனத்தால் நிகழ்ந்திருக்கலாம். நானூறு ஆண்டுகள் சோழர்களின் ஆட்சியில் கோட்டைகளும் கோவில்களும் காவிரி தந்த செல்வத்தால் விளைந்தனவே என்று வரலாற்று ஆய்வாளர்கள் சொல்கிறார்கள். கி.பி. 1141முதல் கி.பி. 1173 வரை மைசூரை ஆண்ட முதலாம் நரசிம்மன் காவிரிப் பாசனத்தைத் தடுப்பதற்காக அணையைக் கட்டியதாகவும் அதை முறியடிக்க இரண்டாம் இராசராசன் படையெடுத்ததாகவும் தெரிகிறது.

அதன் பிறகு கி.பி.17ஆம் நூற்றாண்டில் பொறுப்புக்கு வந்த சிக்கதேவராயரும் மைசூரில் அணைகட்டும் முயற்சியில் ஈடுபட்டபொழுது, இராணி மங்கம்மாளின் துணையுடன் அதைத் தஞ்சையை ஆண்ட மராட்டிய மன்னன் சாகசி தடுத்ததாகவும் கல்வெட்டுக் குறிப்புகள் இருக்கின்றன. எத்தனையோ தஞ்சை மன்னர்கள் தடுத்த பிறகும்கூட இன்றைய காவிரியைத் தடுக்க ஐந்து அணைகள் கட்டப்பட்டுள்ளன. பாசன வசதிக்காக ஒரே ஒரு கல்லணையை மட்டுமே கரிகால்சோழன் கட்டியிருக்கிறான். ஏனைய அணைகள் அத்தனையும் காவிரியைத் தடுப்பதற்காக ஆளும் கர்நாடக

அரசுகளால் ஏற்படுத்தப்பட்டன. கங்கையும் காவிரியும் புனித நதிகளாகப் பார்க்கப்படுகின்றன. எனினும், கங்கைக்கு நிகராகவோ இணையாகவோ காவிரி ஒருகாலத்திலும் கவனிக்கப்பட்டதில்லை. கங்கையைச் சுத்தப்படுத்த நிதி ஒதுக்குவார்களே தவிர, காவிரியைப் பராமரிக்க சல்லிக்காசைக்கூட ஆளும் அரசுகள் கொடுத்ததாக எனக்கு நினைவில்லை. ஆற்றில் நீர் இருந்தால்தானே பராமரிக்க வேண்டும். நீருள்ள நதியே அழுக்காகும் என்பதால் காவிரியை நீரில்லாமலேயே கடந்த இருபத்தைந்து ஆண்டுகளாக வைத்திருக்கின்றனர்.

வேளாண்மைக் காலங்களில் மட்டுமே திறந்துவிடப்படும் காவிரி நீர், வேறு காரியங்களுக்குப் பயன்படும் அளவுக்கு வந்ததே இல்லை. ஆடிப்பெருக்கைக்கூடக் கரையோரம் ஒதுங்கியும் தேங்கியும் கிடக்கும் நீரில்தான் கொண்டாடியிருக்கிறோம். நீரில்லாத காவிரியைப் பார்க்கும் போதெல்லாம் இளங்கோவடிகள் சிலப்பதிகாரத்தில் காவிரியை மிகையாக வர்ணித்திருக்கிறாரோ என்றுதான் தோன்றும். 'மருங்குவண்டு சிறந்தார்ப்ப மணிப்பூ ஆடை அதுபோர்த்துக் / கருங்கயற் கண் விழித் தொல்கி நடந்தாய் வாழி காவேரி / கருங்கயற்கண் விழித்தொல்கி நடந்தவெல்லாம் நின் கணவன் / திருந்து செங்கோல் வளையாமை அறிந்தேன் வாழி காவேரி' என்று இளங்கோவடிகள் எழுதியிருக்கிறார்.

'இருபக்கமும் வண்டுகள் மிகுந்தொலிக்க, பூவாடை போர்த்திவரும் காவிரியே உன் அழகை வியந்து வாழ்த்துகிறேன். நீ அத்தனை அழகோடு இருப்பதற்குக் காரணம் உன் கணவனாகிய அரசனின் செங்கோல் வளையாதிருப்பதே' என்று பாடலை முடித்திருக்கிறார். அடுத்தடுத்த வரிகளிலும் காவிரியின் முழு அழகையும் இளங்கோ வர்ணித்திருக்கிறார். அவர் காலத்தில் காவிரி எப்படி இருந்திருக்கும் என்பதை ஊகிக்க அவ்வரிகள் உதவலாம்.

சிலப்பதிகாரத்தைத் தொடர்ந்து வெளிவந்த மணிமேகலையிலும் சில பாடல்கள் காவிரியின் சிறப்பைக் கூறுவனவாக அமைந்துள்ளன. உதாரணமாக, 'பாடல் சால் சிறப்பின் பரதத் தோங்கிய / கோடாச் செங்கொற் சோழர் தங் குலக்கொடி / கோள்நிலை திரிந்து கோடை நீடினும் / தான்

நிலை திரியாத் தண்தமிழ்ப் பாவை' என்கிறார் சீத்தலைச் சாத்தனார். காவிரி ஆறு சோழர்களின் குலக்கொடி என்றும் கோள்கள் தம்முடைய நிலையிலிருந்து பிறழ்ந்தாலும் காவிரி தன் நிலையிலிருந்து பிறழாது என்றிருக்கிறார். கங்கை, பிரம்மபுத்ரா, மகாநதி, கிருஷ்ணா, கோதாவரி போலக் காவிரி ஜீவநதியில்லை. மேற்குத் தொடர்ச்சி மலையில் இருந்து உருவாகிவருவதே. பருவ காலத்தில் பொழியும் மழைநீரே காவிரி ஆறு. மற்றபடி எக்காலத்தும் சுரந்துகொண்டே இருக்கும் ஆறாக அது இல்லை.

இருந்தும், மற்ற நதிகளுக்கு இணையாகவே காவிரியின் புனிதத்தைப் புராண இதிகாச நூல்கள் பகர்கின்றன. இலக்கியப் பிரதிகளிலும் நாட்டார் பாடல்களிலும் தென்பட்ட காவிரி எதார்த்தத்தில் என் தலைமுறையைச் சேர்ந்த இளைஞர்களுக்கு ஏமாற்றமே அளித்தது. எப்போதாவது மழைபொழிந்தால் காவிரி பெருக்கெடுத்து ஓடியிருக்கிறதே அன்றி, இலக்கியத்திலோ இதிகாசத்திலோ வர்ணிக்கப்பட்ட காவிரியை நாங்கள் மருந்துக்கும் தரிசித்ததில்லை.

வால்மீகியின் இராமாயணத்தைத் தமிழில் ஆக்கியளித்த கம்பர், பல இடங்களில் காவிரியின் சிறப்பைக் கங்கை நதிக்கு ஒப்பாகப் படைத்திருக்கிறார். பரதன் இராமனைத் தேடிக் காட்டுக்குள் வருகிறான். அப்போது அதுபற்றி எழுத எண்ணிய கம்பர், 'பூவிரி பொலன் கழல் பொரு இல் தானையான் / காவிரி நாடன்ன கழனி நாடு' என்றிருக்கிறார். காவிரி பாய்ந்து வளம் பெறும் சோழ நாட்டைப் போன்ற கோசலை நாட்டை விட்டு பரதன் வெளி ஏகினான் என்றிருக்கிறார். கோசலை நாடு எப்படி இருக்குமென்று தெரிவிக்கவேண்டிய அவசியமே அவருக்கு எழவில்லை.

காவிரி ஆறு பாய்ந்து வளம் பெருகிய சோழ நாட்டுக்கு ஒப்பானதே கோசலை நாடென்று சொல்லிவிட்டு விஷயத்திற்கு வந்துவிடுகிறார். கம்பரின் சிறப்பென்று அதைத்தான் சொல்ல வேண்டும். அவருக்குக் கோசலை நாட்டை விவரிக்க முடியாமலில்லை. ஆனாலும், சோழ நாட்டின் பெருமைகளைச் சொல்லவே விரும்பியிருக்கிறார். வால்மீகி இராமாயணம் பல இடங்களில் கம்பராமாயணமாக மாறுவது அப்படித்தான். ஓர் இடத்தில் இராமனும் அகத்தியரும் சந்தித்துக் கொள்வதாகக்

காட்சி. அக்காட்சியை விவரிக்க விரும்பிய கம்பர், 'கண்டனன் இராமனை வரக் கருணை கூரப் / புண்டரிக வாள் நயனம் நீர் பொழிய நின்றான் / எண் திசை ஏழ் உலகும் எவ்வுயிரும் உய்ய / குண்டிகையினில் பெரு இல் காவிரி கொணர்ந்தான்' என்கிறார். அதாவது, அவர்கள் இருவரும் சந்தித்துக்கொண்டது எப்படி இருக்கிறது என்றால் கமண்டலத்திலிருந்து பெருகிய காவிரி, ஒழுகி ஓடாமல் அதே கமண்டலத்தில் தேங்கியது போல் இருக்கிறதாம். வெள்ளம் பெருக்கெடுத்து ஓடாமல் ஒரே இடத்தில் அடங்கி நிற்பதுபோல என்ற உவமையைக் கம்பரைத் தவிர வேறு எவரால் சிந்திக்க முடியும்?

அகத்தியரின் கமண்டலத்தைக் காக்கை கவிழ்த்ததால் காவிரி உருவானதாகத் தொன்மக் கதை ஒன்றுண்டு. அதைப் பின்பற்றியே கம்பர் சிந்தித்திருக்கிறார். லோபமுத்திரை குறித்த தொன்மைக் கதையின் நீட்சியை இதனுடனும் பொருத்திப் பார்க்கலாம். லோபமுத்திரையே காவிரியாக உருவெடுக்க சிவபெருமான் அருளி இருக்கையில், அகத்தியரின் கமண்டலத்தைக் காக்கை கவிழ்த்துக் காவிரி உருவானதாகச் சொல்வது முரணாகப் படுகிறது. அது வேறு கதை, இது வேறு கதை என்பதாக எடுத்துக்கொள்ள வேண்டியதுதான்.

சங்க காலத்திலும் சங்கம் மருவிய காலத்திலும் காவிரியின் மேன்மைகளை இலக்கியங்கள் பதிவு செய்துள்ளன. இடைக்கால இலக்கியம் என்னும் வகைமைக்குள் வருகிற பக்தி இலக்கியக் காலத்திலும்கூடக் காவிரியின் தன்மைகளைப் பல பாடல்கள் வெளிப்படுத்தியுள்ளன. சேக்கிழாரும் திருஞான சம்பந்தரும் தம் பக்தியின் ஊற்றுகளைக் காவிரியின் கண்ணாகவே பார்த்திருக்கின்றனர். கடல் வயிறு நிறையாத காவிரியின் கரை அணைந்தார் என்று சேக்கிழார் பெரிய புராணத்தில் கூறியிருக்கிறார்.

'தடநிலை மாளிகைப் புலியூர் தனில் உறைந்து இறைஞ் சிப் போய் / அடல் விடையில் மேல் வருவார் அழுது செய அஞ்சாதே / விடம் அளித்தது எனக் கருதி மேதினிக்கு வளம் நிறைத்தே / கடல் வயிறு நிறையாத காவிரியின் கரை அணந்தார்' என்பதே அது. பெருமானிடம் சற்றும் பயம் இல்லாமல் அமுதத்திற்குப் பதிலாக நஞ்சை அளித்த கடல் மீது கோபம் கொண்டதால் காவிரி ஆறு, கடலின் வயிற்றை

நிறைக்காமல் சிறிதளவே கலக்கிறதாம். தோன்றுமிடத்தில் பெரிதாகவும் கடலை வந்து சேருமிடத்தில் சிறிதாகவும் ஆவதே ஆறின் தன்மையென அறிந்திருக்கிறோம். அதையே சேக்கிழார் தம் பக்திக்குத் தோதாகப் பார்த்திருக்கிறார். காவிரி ஆறு வந்து கடலில் கலக்கும் இடமான பூம்பட்டினக் கரையை அறிந்தே அவ்வுவமையை ஆக்கியிருக்கிறார்.

பக்தி இலக்கியத்திற்குள் மூழ்கினால் வெளிவருவது சிரமம். பக்தி இலக்கியங்கள் அத்தனையிலும் காவிரியின் எழிலும் இதமும் பேசப்பட்டுள்ளன. பிரவாகமெடுக்கும் பக்தியின் குறியீடாகப் பல இடங்களில் காவிரியைக் காணலாம். ஆண்டாளின் பாசுரங்களிலும் அப்பரின் பக்திப் பதிகங்களிலும் இறைவனுக்கு இணையாகக் காவிரியும் வணங்கப்பட்டிருக்கிறது.

எழுத்தாளர் தி. ஜானகிராமனும் சிட்டியும் இணைந்து 'நடந்தாய் வாழி காவேரி' என்னும் தலைப்பில் பயண நூல் ஒன்றை எழுதியிருக்கின்றனர். அந்நூல் காவிரி ஆற்றின் தலைமுதல் கால்வரை விவரிக்கக்கூடியது. குடகுமலையில் ஆரம்பித்து பூம்புகார் வரை ஆறோடும் வழியே பயணத்தை மேற்கொண்ட தி.ஜா.வும் சிட்டியும் காவிரியின் அழகிய தாத்பரியங்களைப் பட்டியலிட்டிருக்கிறார்கள். வால்காவிலிருந்து கங்கை வரை என்னும் தலைப்பில் இராகுல சாங்கிருத்தியாயன் எழுதியதுபோல என்று சொல்ல முடியாவிட்டாலும், தி.ஜா.வும் சிட்டியும் இணைந்து எழுதிய அந்நூல் சிலாகிப்புக்குரியது.

ஓர் ஆற்றின் முடிமுதல் அடிவரை விவரிக்கும் அந்நூல் தமிழுக்குக் கிடைத்துள்ள அற்புதமான பயண நூல். அந்நூல் வழக்கமான பயணநூல்களைப் போல் அல்லாமல் தனித்துவமான அடையாளமுடையது. மக்களின் வரலாறும் பண்பாடும் கலக்கும் மையப்புள்ளியைக் காவிரியின் துணைகொண்டு அலசியிருக்கிறார்கள். ஆற்றின் ஊற்றுக்கண்ணை அறிந்தால்தான் நாகரிகத்தின் முகத்தை அறிய முடியும். நதிக்கரைகளில் இருந்தே நாகரிகம் முகிழ்த்தது என்னும் பழைய நம்பிக்கையை இத்துடன் இணைத்துப் பார்க்கலாம். நடந்தாய் வாழி காவேரி நூலை வாசிக்க ஆரம்பித்தால் கீழே வைக்க முடியாது. பக்கங்கள்தோறும்

பரவசங்கள். தகவல்களை எழுதிச்செல்லும் விதத்தில் தாமாகவே ஒருவித சுவாரஸ்யத்தை அவர்கள் இருவரும் ஏற்படுத்தியிருக்கிறார்கள். புனைவெழுதும் எழுத்தாளர்கள் எது ஒன்றிலும் தம்முடைய கைத்திறத்தைக் காட்டுவார்கள் என்பதற்கு ஏற்ப தி.ஜா.வும் சிட்டியும் ஒரு பயண நூலை இலக்கியப் பிரதியாக ஆக்கி அளித்திருக்கின்றனர்.

அதை ஒட்டியும் ஒட்டாமலும் கோணங்கி எழுதிய 'காவேரியின் பூர்வ காதை' நூலும் குறிப்பிடத்தக்கது. கோணங்கியின் வழக்கமான எழுத்துமுறை அல்லாத அந்நூல், காவேரியின் முழு வரலாற்றையும் சொல்லிச்செல்கிறது. நம்முடைய பழைய இலக்கியங்களிலும் தொன்மங்களிலும் காவிரி எத்தகைய பாதிப்பையும் தாக்கத்தையும் ஏற்படுத்தியுள்ளது என்பதை மிக விரிவாக எழுதியிருக்கிறார்.

காவிரி கடலில் கலப்பதற்கு முன்பு தஞ்சை மண்ணின் கலை இலக்கிய ஆக்கங்களுக்குச் செய்திருக்கும் பங்களிப்பைக் கோணங்கி அந்நூலில் ஆவணப்படுத்தியிருக்கிறார். தொன்மைக் கதைகளிலிருந்து வரலாற்றுச் சான்றுகள் வரை காவிரியின் முழுச்சித்திரத்தையும் அந்நூலில் அறியலாம். கலை இலக்கியம் எதுவானாலும் அதற்குப் பின்புலத்தில் ஆறுகளோ நதிகளோ இருப்பதை விளங்கிக்கொள்ளலாம்.

இயற்கையின் பெருஞ்செல்வங்களில் ஒன்றான ஆறுகளின் உதவியில்லாமல் காப்பியங்களோ இதிகாசங்களோ படைக்கப்படுவதில்லை. ஆறு என்பது மக்களுக்கான வாழ்வாதாரத்தை மட்டும் பெருக்கவில்லை. அவர்களுடைய கலை இலக்கியச் செயல்பாட்டுக்கான கருவியாகவும் அதுவே அமைகிறது. இன்றைக்குக்கூடக் கலையும் இலக்கியமும் வளர்ந்த பகுதிகள் ஆறுகள் அமைந்த பகுதிகளே. நீர்நிலைகள் பொய்த்துவிட்ட பூமியில் கலை இலக்கியங்கள் வளரவே இல்லை என்று சொல்ல முடியாது.

ஒப்பீட்டளவில் ஆற்றுப்படுகைகள் அமைந்துள்ள பகுதிகளில் இருந்தே கலையும் இலக்கியமும் மிகுதியாகப் பிறக்கின்றன. அந்தவிதத்தில் காவிரிக்கரை எழுத்தாளர்கள் என்று தனிப்பட்டியலே தயாரிக்கலாம். தி. ஜானகிராமன், எம்.வி. வெங்கட்ராம், கரிச்சான் குஞ்சு, க.நா. சுப்ரமணியம்,

மௌனி, நகுலன், ஞானக்கூத்தன், வெங்கட்சாமிநாதன், தஞ்சை பிரகாஷ், சா. கந்தசாமி. ந.முத்துசாமி என எத்தனையோ படைப்பாளர்கள் தங்கள் படைப்புகளின் வழியே காவிரியைத் தரிசிக்கத் தந்திருக்கிறார்கள். பாரதியைத் தொடர்ந்து புதுக்கவிதையின் வீச்சையும் பாய்ச்சலையும் அடுத்த கட்டத்திற்கு எடுத்துச்சென்ற ந. பிச்சமூர்த்தியும் காவிரி தீரத்தில் முகிழ்த்தவரே. காவிரிக்கரை எழுத்தாளர்கள் என்று நான் சொல்வது, அவர்களின் பூர்வீகத்தை வைத்தல்ல. மேற்கூறிய படைப்பாளர்கள் ஒவ்வொருவரிடமும் காணப்படும் காவிரியின் தாக்கத்தை வைத்துத்தான். அவர்கள் படைப்புகளில் அவர்களையும் அறியாமல் காவிரியை வரைந்திருக்கின்றனர்.

தி. ஜானகிராமனின் அத்தனைக் கதைகளிலும் காவிரி ஆறு பெருக்கெடுத்து ஓடுகிறது. வேலை நிமித்தம் அவர் டெல்லியிலிருந்து கதைகளை எழுதினாலும், அவருள் சலும்பிக்கொண்டு ஓடிய காவிரியைத் தவிர்க்க முடிந்ததில்லை. சங்கீதமும் இலக்கியமும் வளர்ந்த தஞ்சை மண்ணின் ஆதாரமாகக் காவிரியே இருந்திருக்கிறது.

தஞ்சையை அடுத்த திருவையாற்றின் கரையில் அமர்ந்தே தியாகையர் ஏராளமான கீர்த்தனைகளை இயற்றியிருக்கிறார். இராம பக்தியில் கட்டுண்ட அவர், இறுதிவரை காவிரியின் கரையில் இருந்தே இராமநாமத்தை ஓதியிருக்கிறார். அவர் ஆக்கி அளித்துள்ள கீர்த்தனைகள் பலவற்றிலும் காவிரியின் நீரோசையே பாவமாகவும் தொனியாகவும் வெளிப்பட்டுள்ளது

காவிரியாறு கலை இலக்கியப் படிமங்களில் கவனம்பெற்ற நிலையிலிருந்து திரிந்து, கண்ணீராகவும் கவலையாகவும் மாறிய காலத்தில்தான் நான் இலக்கியத்திற்குள் நுழைந்தேன். தொண்ணூறுகளில் இலக்கிய வாசகனாக என்னை நான் உணர்ந்த தருணத்தில் காவிரி பற்றிய பதிவுகள் பெரும்பாலும் அரசியல் விவாதப் பொருளாக ஆகிவிட்டன. ‘காவிரியைக் கடக்க / ஓடம் தேவையில்லை / ஒட்டகம் போதும்’ என்ற தணிகைச்செல்வனின் கவிதை ஒன்று அக்காலத்தில் வெகுவாக என்னை ஈர்த்தது. அதுமட்டுமன்று, இயல்பு வாழ்க்கையிலிருந்து கவிதைகளை அணுக எனக்குக் கற்பித்த பலரும் அன்றைய காவிரியைக் கதைகதையாகச் சொல்லியிருக்கின்றனர். ‘வானுக்குச் செங்கதிர் ஒன்று / புனல் வண்மைக்கு காவிரி

ஒன்று' என்று பாரதிதாசன் எழுதியிருக்கிறார். அதையே கொஞ்சம் மாற்றி இப்படிச் சொல்லலாம், புனல் வண்மைக்குக் காவிரி என்ற ஒன்று. காவிரியைச் "செல்வக் காவேரி" என்ற திருமங்கையாழ்வாருக்கோ "காவிரி நீர்ப் பெருந்தீர்த்தம்" என்ற சேக்கிழாருக்கோ காய்ந்துபோன இன்றைய காவிரி ஏமாற்றமே அளிக்கும்.

கர்நாடக மாநிலத்திடம் டி.எம்.சி கணக்கில் நீரைப் பிச்சையெடுக்கும் சூழலில், காவிரி குறித்த பெருமித எண்ணங்கள் எனக்கு அறவே இல்லாமல் போயின. இலக்கியங்களில் நான் வாசித்தறிந்த காவிரிக்கும் இயல்பிலும் எதார்த்தத்திலும் நான் பார்த்த காவிரிக்கும் இடைவெளிகள் அதிகமிருந்தன. தலைக்காவிரியில் இருந்து பிரிந்து கிளை ஆறுகளாகக் காவிரி பிரிந்தோடும் பல பகுதிகளை நான் பார்த்திருக்கிறேன்.

ஆனால், அத்தனையிலும் காவிரியின் உண்மையான சொரூபத்தை என்னால் அறிய முடிந்ததில்லை. இன்னும் சொல்லப்போனால், பெருக்கெடுத்து ஓடிய காவிரியின் அழகையோ அதன் வளமையையோ பார்க்கக்கூடிய வாய்ப்புகள் துளியும் எனக்கில்லை.

மந்திரச் சொற்களின் மாய ஊஞ்சல்

கற்றதையும் பெற்றதையும் வைத்து ஒரு திரைப்பாடலை உருவாக்குவதைவிட, அனுபவங்களின் சாரத்திலிருந்து எழுதப்படும் பாடலே நின்று நிலைக்கும் தன்மையைப் பெறுகிறது. எளிய சொற்களை இசைக்கேற்பப் பொருத்துவதே திரைப்பாடல் என்கிற எண்ணத்தில் உழல்கிறோம். உண்மையில், திரைப்பாடல் வார்த்தைகளை மெட்டிற்குப் பொருத்துவது மட்டுமே இல்லை. அது, குறிப்பிட்ட காட்சிக்கோ சூழலுக்கோ ஏற்புடைய அனுபவங்களை வழங்கி, அவ்வனுபவங்களை மேலதிக உணர்வுகளுக்கு இட்டுச் செல்வது.

எண்ணிக்கையில் மிக அதிக பாடல்களை எழுதிய மருதகாசி, அனுபவங்களைப் பாடலாக்கியவர்களில் முதன்மையானவர். தனக்குமுன்னே இருந்த திரைப்பாடலாசிரியர்களிலும் பார்க்க, தனித்துவமான அடையாளத்துடன் விளங்கியவர். தமிழாய்ந்த சொற்களைத் திரைப்பாடலில் தேர்ந்துகொடுத்த அவர், ஒவ்வொரு பாடலையும் இரசனைக்கும் கேட்புக்கும் உரியதாக ஆக்கி அளித்திருக்கிறார். அவருடைய மிகுதியான பாடல்கள் அனுபவங்களின் திரட்சியாக வெளிப்பட்டுள்ளன. இலக்கிய நுகர்வுக்கும் திரைப்பாடலில் இடமுண்டு எனச் சொல்லாமல் எழுதிக்காட்டிய பெருமை அவருடையது. 1960இல் வெளிவந்த

‘ஆடவந்த தெய்வம்’ திரைப்படத்தில் `சொட்டு சொட்டுன்னு சொட்டுதுபாரு இங்கே / மழை / கொட்டு கொட்டுன்னு கொட்டுது பாரு அங்கே’ எனும் பாடல் இடம்பெற்றிருக்கிறது. அப்பாடலை மேலோட்டமாகக் கேட்டால் அது ஏதோ பெய்யத் தொடங்கும் மழைகுறித்து நாயகனும் நாயகியும் பாடுவதாகத் தோன்றும். முதலிரு வரிகளை அவருமே அப்படித்தான் அமைத்திருக்கிறார். ஆனால், பாடலில் வரக்கூடிய ஏனைய வரிகளோ வாழ்வைப் பிரதிபலிக்கின்றன.

சொட்டுது, கொட்டுது என்கிற இரு சொல்லுக்கும் அவர் சொல்லியிருக்கும் பொருள் இருக்கிறதே அது அபாரம். ‘கஷ்டப்படும் ஏழை சிந்தும் / நெத்தி வேர்வைபோல / அவன் கஞ்சிக்காகக் கலங்கிவிடும் கண்ணீர்த் துளியைப் போலே’ என்று சொட்டுதுவிற்கு உவமை சொல்லிய அவர், ‘முட்டாப்பயலே மூளையிருக்கா / என்று ஏழைமேலே / துட்டுப் படைச்சா சீமான் அள்ளிக் / கொட்டுற வார்த்தை போலே’ எனக் கொட்டுதுவிற்கும் பொருள் சொல்லி வியக்க வைத்திருக்கிறார்.

காதலுற்ற நாயகனும் நாயகியும் மழையில் ஆடிப்பாடும் காட்சிக்கு ஏழைகளின் வாழ்வை எழுதவேண்டிய அவசியமில்லை. இருவருக்கும் இடையே உள்ள நேசத்தையும் நெருக்கத்தையும் எழுதினாலே போதும். ஆனால், மருதகாசியைப் பொருத்தவரை கிடைக்கும் இடத்திலெல்லாம் வறியவர்களின் வருத்தங்களை வார்த்தைகளாக வடித்திருக்கிறார்.

காட்சிக்கு மீறிய எண்ணங்களையும் ஏக்கங்களையும் எழுதும்முறையே அவருடைய தனித்துவமாக எனக்குப்படுகிறது. வார்த்தைகளை அவர் கையாளும்விதம் காட்சிக்கு வெளியே இருந்தாலும், அதன்மூலம் அவர் கட்டமைக்க விரும்பிய வெளி இரசனைக்குரியது. மழையைப்பற்றி ஏன் நாயகியும் நாயகனும் பாடவில்லை என யாரும் கேட்கப் போவதில்லை. காட்சியில் மழை பொழிகிறது. எனவே, காட்சிக்கு அப்பால் சென்று மழையை முன்வைத்து அவர் வாழ்வை எழுதவே எண்ணியிருக்கிறார். அவருடைய மொழிப்புலமை அளவில்லா உயரமுடையது. பாபநாசம் சிவனின் சகோதரரான இராஜகோபால ஐயரிடம் பாடம் பயின்றவர். எனினும், சொல்முறையில் தனக்கென்றொரு பாணியை

உருவாக்கியிருக்கிறார். சொல்லப்போனால் அவர் காலத்தில் புழங்கிவந்த திரைப்பாடல் மொழியிலிருந்து அவர் முற்றிலும் வேறு ஒரு மொழியைக் கண்டடைந்திருக்கிறார். திராவிட இயக்கம் மேலெழுந்துவந்த சூழலில், தேசியச் சிந்தனையில் ஊறிய ஒருவர், தமிழாய்ந்த சொற்களைத் தேடித்தேடிப் பயன்படுத்தியிருக்கிறார் என்பது கவனிக்கத்தக்கது. கட்சி வேறுபாடுகள் கடந்து சகல கொள்கைகளையும் உள்வாங்கிய அவர், இடது சிந்தனைகளைப் பட்டுக்கோட்டையாருக்கு முன்பே திரைப்பாடல்களில் தந்திருக்கிறார்.

அன்றைக்குத் திரைப்பாடல்துறையில் ஏக அதிபதியாக விளங்கிய உடுமலை நாராயணகவியே மருதகாசியின் எழுத்துகளையும் சந்த நயங்களையும் வியந்திருக்கிறாரெனில், மேற்கொண்டு சொல்வதற்கு எதுவுமில்லை. உடுமலை, தனக்குப் பின்னே பாட்டெழுத வந்த மருதகாசியைச் சீடனாகவோ மாணவனாகவோ கருதவில்லை. மாறாக தன்னிலும் சிறந்த பாடலாசிரியனாக மதித்திருக்கிறார். ஒருவர் ஒருதுறையில் மேலெழுந்து வருகிறபோது அவரைத் தாங்கிப்பிடிக்கவும் தக்கதைச் சொல்லித்தரவும் தயங்காதவர்களே ஆளுமைகளாக அறியப்படுகிறார்கள்.

மருதகாசியின் எழுத்துகளில் தென்படும் நேர்த்தியும் இசை ஒழுங்கும் அலாதியானவை. நேரடித் தமிழ்ப் படங்களுக்கு அவர் எழுதிய பாடல்களைப்போலவே மொழிமாற்றுப் பாடல்களையும் எழுதியிருக்கிறார். இது, சாதாரணமாக எல்லாருக்கும் வாய்த்துவிடும் ஆற்றலன்று. கம்பதாசனுக்குப் பிறகு அவ்வாற்றல் பெற்ற ஒருவராக மருதகாசியைக் கருதலாம். 1976இல் வெளிவந்த `நீ எண்ட லாகரி' என்கிற மலையாளப்படம் தமிழில் `அவள் என் உயிர்' என்னும் தலைப்பில் வெளிவந்திருக்கிறது. விஸ்வாம்பரன் இயக்கிய அப்படத்திற்கு தேவராஜ் இசையமைத்திருக்கிறார்.

அப்படத்தில் 'விண்ணில் மண்ணில் சங்கல்ப்பமெழுதிய / மகாகாவியமே மலையாளமே / எண்ட மலையாளமே' என்றொரு பாடல் இடம்பெற்றிருக்கிறது. அவ்வரிகளைத் தமிழ்ப்படுத்திய மருதகாசி 'விண்ணில் மண்ணில் / தங்கப்பண் முழங்கிய / மகாகாவியமே மறையாகுமே / திரு மறையாகுமே' என்றிருக்கிறார். `சங்கல்ப்பமெழுதிய'

என்பதற்கு ‘தங்கப்பண் முழங்கிய’ என்றெழுதியது பெரிதில்லை. ‘மலையாளமே’ என்பதற்கு `மறையாகுமே’ என்று எழுதியிருக்கிறாரே அதுவே அழகு. ஏனெனில், மலையாளம் என்று வந்ததுமே தமிழென்றுதான் யோசிக்கத் தோன்றும். எழுதுவது மொழிமாற்றுப் பாடல் என்பதால் உதடசைவிற்கு ஏற்ப, மலையாளத்திற்குப் பொருத்தமாக மறையாகுமே எனும் வார்த்தையைப் பயன்படுத்தியிருக்கிறார். `சங்கல்ப்பமெழுதிய’ என்பதிலும் `தங்கப்பண் முழங்கிய’ என்பதிலும் இடறாத ஓசை ஒழுங்கை இரசிக்கலாம்.

மருதகாசியின் பாடல்களைக் கேட்குந்தோறும் என்னை ஆச்சர்யத்தில் ஆழ்த்துவது அவருடைய ஒடிச்சொல் மேதைமை. ஒரு வரியுடன் அடுத்த வரியைத் தாளக்கட்டுடன் இணைக்கப் பயன்படுவதே ஒடிச்சொல். அதைப் பெரும்பாலும் அசைச்சொல்லாகக் கருதி அதாவது, அர்த்தமற்றச் சொல்லாகக் கருதியே பாடகரும் பாடலாசிரியரும் ஏதாவது ஒரு சொல்லை உபயோகிப்பார். ஆனாலும், அதிலும் அர்த்தத்தைக் கொண்டுவரும் அசாத்திய மொழிப்பயிற்சியை மருதகாசி கொண்டிருக்கிறார். உதாரணமாக, ‘ஞானக்குழந்தை’ என்றொரு படம் 1979இல் வந்திருக்கிறது. அதில், ‘ஓசை கொடுத்த நாயகியே / ஈசன் ஒருபாதி தனைக்கொண்ட நான்முகியே’ என ஆரம்பிக்கும் பாடலைக் கேட்டிருக்கலாம். இசைமேதை கே.வி. மகாதேவனின் இசையில் வெளிவந்த அப்பாடல், இசையின் பெருமையைப் பற்றியது.

பல்லவியின் இரண்டாவது பகுதியைப் பாடும்பொழுதே ஒடிச்சொல்லின் தேவை எழுவதாகக் கே.வி.எம் சொல்லியிருக்கிறார். ‘மாசில்லாப் பொற்றாளம் ஒலிக்க / இந்த மண்ணும் விண்ணும் கண்டு அதிசயிக்க / என்று பாடி, அடுத்த அடியை எடுக்கத் ‘தனதன’ தேவை. அந்தத் தனதனவுக்கு எத்தனையோ சொற்களைப் பயன்படுத்தலாம். அழகிய, புதுவித, அதிசய எனச் சட்டென்று தோன்றுவதை இட்டு ஒப்பேத்தாமல், `சுரலய’ என்று மருதகாசி சொல்லியிருக்கிறார். பாடல் இசைகுறித்து என்பதால் சுரத்தையும் இலயத்தையும் ஒடிச்சொல்லாக உபயோகப்படுத்தியிருக்கிறார். அந்த ஒற்றை ஒடிச்சொல்லில் பாடலின் அழகே கூடிவிடுகிறது. அதேபோல `திங்கள் உறங்கிய போதும் / தென்றல் உறங்கிய போதும்

கண்கள் உறங்கிடுமா' என்ற பாடலை எழுதும்போது அவர் அருகில் அவருடைய இளையமகன் மருதபரணி இருந்திருக்கிறார். அப்போது அவர் விளையாட்டாக 'திங்களும் தென்றலும் உறங்கும்போது கண்கள் உறங்காமலா இருக்கின்றன' என விளையாட்டாகக் கேட்டிருக்கிறார். அதுநிமித்தம் மருதகாசி 'காதல்' என்னும் ஒடிச்சொல்லை ஓசையில் பொருத்தி, 'கண்கள் உறங்கிடுமா / காதல் கண்கள் உறங்கிடுமா' என்றிருக்கிறார். ஓசைக்கேற்ப எழுதுவதே திரைப்பாடல் என்கிற எண்ணத்தை அவர் தகர்த்திருக்கும் இடங்கள் இப்படி எத்தனையோ உண்டு.

பொதுவாகவே ஒரு திரைப்பாடல் குறிப்பிட்ட காட்சிக்கும் சூழலுக்கும் எழுதப்படுவதுதான் என்றாலும், பாடலாசிரியரின் மனப்பதிவில் அப்பாடல் குறித்த சித்திரம் இல்லாமல் போவதில்லை. அச்சித்திரத்தை அவர் எந்த அளவிற்குச் சிரத்தையுடன் கடத்துகிறார் அல்லது வரைகிறார் என்பதைப் பொருத்தே பாடலின் வெற்றியும் தோல்வியும் அமைகின்றன. விவசாயத்தில் அதிக ஈடுபாடு காட்டிய மருதகாசிக்கு வேளாண்மை குறித்து எழுதுவதில் சிக்கலே இருக்கவில்லை. 'மணப்பாறை மாடுகட்டி' என்றெழுதிய அவருக்கு எந்தப்பகுதியில் எந்தமாடு வளர்க்கப்படுகிறது எனவும் தெரிந்திருக்கிறது.

அதுமட்டுமன்று, திரைப்பாடலில் அவர் ஒருவரே மணப்பாறை மாட்டுக்குள்ள சிறப்பையும், மாயவர ஏருக்குள்ள சிறப்பையும் சொல்பவராக இருந்திருக்கிறார். வாழ்விலிருந்து வரிகளை வரித்தவரென்று அவரை வியப்பதற்கு அதுவே காரணம். மாநில சுயாட்சி குறித்தும் மக்களுக்கான உரிமைகள் குறித்தும் இந்திய ஒன்றியத்தில் இன்றைக்கு எழும் குரல்களை அன்றே தம் திரைப்பாடல்களில் மருதகாசி முழங்கியிருக்கிறார். 'இன்னொருவர் தயவெதற்கு / இந்நாட்டில் வாழ்வதற்கு' என்னும் பாடல் 'தங்கரத்தினம்' திரைப்படத்தில் வந்திருக்கிறது.

அப்பாடல் வெளிவந்த சமயத்தில் தணிக்கைத்துறை அதிகாரியே தனியாக அழைத்து, கூட்டாட்சிக்குக் குந்தகம் விளைவிக்கும் இவ்வரிகளை நீக்கிவிடுங்கள் என்றிருக்கிறார். அப்படத்தில் நடித்த எஸ்.எஸ். ராஜேந்திரன் அப்போது

தி.மு.க.வின் கொள்கைவீரராக அறியப்பட்டதாலும், திராவிடநாடு கோரிக்கையைக் கொண்டிருந்த கட்சியைச் சேர்ந்தவர் என்பதாலும் பாடலுக்குப் பங்கம் நேருமென்று அவ்வதிகாரி அறிவுறுத்தியிருக்கிறார். ஆனாலும், மருதகாசி அவ்வரிகளை நீக்கச் சம்மதிக்கவில்லை. `வந்தாரை வரவேற்று வாழவைத்த தென்னாடு / வள்ளுவனார் பொதுமறையை வழங்கிய நம்நாடு / இந்நாளில் பிறர் கையை எதிர்பார்த்து வாழுவதா / எந்நாளும் துயர்மேகம் நம்மீது சூழுவதா' என்னும் வரிகளைக் கவனித்தால் அவை அப்பட்டமான அரசியலை முன்வைத்திருப்பது தெரியவரும். தென்னாடு எனும் ஒற்றைச்சொல்லில் வடவராதிக்கத்தை விமர்சித்திருக்கிறார்.

தமிழ், தமிழர், தமிழ்ப்பண்பாடு என்கிற விரிந்த தளத்தில் திரைப்பாடல்களை ஆய்வு செய்தால், உடுமலை நாராயணகவியைத் தொடர்ந்துவந்த மருதகாசியின் சொல்லாடல்கள் வேறொரு புரிதலைத் தரக்கூடும். தனிப்பட்ட வாழ்வில் அனைவருடனும் இணக்கத்தைக் கடைபிடித்த அவர், அறச்சொற்கள் திரைப்பாடல்களில் இடம்பெறுவதை அறவே தவிர்த்திருக்கிறார். ஒருசொல் ஒருவரை மேம்படுத்தவேண்டுமே அன்றி, வெறுப்பையும் வேதனையையும் வழங்கக்கூடாது என்றிருக்கிறார். `அவன் அமரன்' திரைப்படப் பாடல் உருவாக்கத்தில் அப்படி ஒரு சம்பவம் நடந்திருக்கிறது.

ஒலிப்பதிவுக் கூடத்திற்குள் மருதகாசி நுழையும்போதே அவர் காதில் அப்படத்தின் இசையமைப்பாளர் இப்ராஹிம் இசைத்த தத்தகாரம் காதில் விழுந்திருக்கிறது. `தானனா தன்னானனா, தானனா தன்னானனா' என்னும் மெட்டே அது. தானனா தன்னானனாவுக்கு 'காலணா மிஞ்சாதையா / காலணா மிஞ்சாதையா' எனும் வார்த்தைகள் மருதகாசிக்குத் தோன்றிவிட, அதை எதேச்சையாக இயக்குநருக்கும் இசையமைப்பாளருக்கும் பாடிக் காட்டியிருக்கிறார்.

சூழலுக்கும் காட்சிக்கும் பொருந்துவதாகக் கருதிய இயக்குநர், அதையே பயன்படுத்தலாம் என்றிருக்கிறார். அறச்சொற்களாக இருக்கின்றனவே என எவ்வளவோ மறுத்தும்கூட, அவ்வரிகளே பாடலில் பயன்படுத்தப்பட்டுள்ளன. மறுத்தும் பயன்படுத்தப்பட்ட அவ்வரிகள் பலித்திருக்கின்றன. படத்தைத் தயாரித்தவர்களுக்கு அப்படத்தினால் காலணாவும்

மிஞ்சாமல் போனதெண்ணி வாழ்நாளெல்லாம் மருதகாசி வருந்தியிருக்கிறார். அறிவியலுக்கோ பகுத்தறிவிற்கோ ஒவ்வாத விஷயமே இதுவென்றாலும், சொற்களால் விளையும் நன்மைகளும் தீமைகளும் எத்தகையன என்பதை மறுப்பதற்கில்லை.

தாமே ஒரு திரைப்படத்தைத் தயாரித்து, அதனால் ஏற்பட்ட நஷ்டத்திலும் அதிருப்தியிலும் பாடல் எழுதவே வேண்டாமென விட்டுவிட்டுப்போன மருதகாசிக்குத் தோல்வியின் இரணங்கள் இல்லாமல் இல்லை. நூற்றாண்டைத் தொட்டிருக்கும் அவர், வாழ்விலிருந்து வார்த்தைகளைத் தேர்ந்து, அவற்றை அனுபவங்களாக அநேகப் பாடல்களில் மாற்றியிருக்கிறார். எந்த மனநிலையில் ஒருபாடல் நம் காதில் விழுகிறதோ அதே மனநிலையில் ஒரு முழுநாளை நம்மால் கடத்திவிடமுடியும். அதுமட்டுமன்று, ஒருவரைச் சாந்தமாக்கவும் சைத்தானாக்கவும் சொற்களே போதுமானவை. மருதகாசியின் சொற்களோ மந்திரச் சொற்கள். காயத்திற்கு மருந்தாகவும் காதலுக்கு விருந்தாகவும் அமையும் அவர் திரைப்பாடல்கள் மந்திரச் சொற்களால் ஆடப்பட்ட மாய ஊஞ்சல்.

முனாஜாத்துகளை முன்வைத்து

பூமிக்கடியிலும் வானத்திற்கு அப்பாலும் பொக்கிஷங்கள் இருப்பதாக நம்பப்படுகிறது. ஆனால், சூஃபி கவிஞரான நிஜாமியோ 'பொக்கிஷத்தின் சாவி, சூஃபியின் நாக்கில் இருக்கிறது' என்கிறார். ஒருமொழியிலிருந்து நாம் அர்த்தத்தைப் பெறுகிறோமா ஞானத்தைப் பெறுகிறோமா என்பது நம்முடைய மன அமைவைப் பொருத்தது. ஒருவர் எதை, எங்கே, எப்படி, எப்போது சொல்கிறார் என்பதை வைத்துத்தான் அவர் ஆளுமையாகவும் அடிப்படை அறிவுடையவராகவும் மதிக்கப்படுகிறார். தனக்குத் தோன்றியதை எந்தச் சல்லடையுமில்லாமல் அப்படியே கொட்டிவிடுகிறவர் கவனிக்கப்படலாமே தவிர, காலத்தின் பாதையில் நின்றுநிலைக்க வழியே இல்லை.

இந்த இடத்தில் என்னை அதிகமும் கவர்ந்த ராபியா பஸ்ரி பற்றிச் சொல்லத் தோன்றுகிறது. அவர், கி.பி. எழுநூறுகளில் வாழ்ந்த பெண் சூஃபி. இறைவனைக் காதலனாகவும் நண்பனாகவும் காதலியாகவும் அணுகிய சூஃபிகளில் தன் வாழ்விலும் பிறர் வாழ்விலும் புரட்சிகரச் சிந்தனைகளை விதைத்தவராக அவர் பார்க்கப்படுகிறார். பஸ்ரா நகரின் விபச்சார விடுதியில் இருந்தபோதிலும், அவர் ஏற்றிய ஞானவிளக்கின் ஒளி இன்றும் அணையாதிருக்கிறது.

இறைக்காதலில் தன்னையே கரைத்துக்கொண்ட அந்த மகாமனுஷி இறுதிவரை திருமணமே செய்துகொள்ளவில்லை. நாட்டின் அரசரும், செல்வந்தர்களும், ஏன் தன்னை ஒத்த சூஃபிகளும் திருமணம் செய்துகொள்ள முன் வந்த நிலையிலும் அவர் அவர்களிடம் கேட்ட கேள்விகள், சூஃபியிஸத்தின் விளக்கங்களாகச் சொல்லப்படுகின்றன.

அந்தக் காலத்தில் ஹசன் பசரி என்கிற புகழ்பெற்ற சூஃபியுடன் ராபியாவைத் தொடர்புப்படுத்தி பேசிய தகவலுண்டு. திருமணம்வரை அவ்வுறவு சென்றதாகவும் ராபியா கேட்ட கேள்விக்கு ஹசன் பசரியால் பதில் சொல்ல முடியாமல் போனதால் அத்திருமணம் தடைபட்டதாகவும் தெரிகிறது. `நான் இறக்கும்போது நம்பிக்கையுள்ளவளாக இறப்பேனா இல்லை, அவநம்பிக்கையுடையவளாக இறப்பேனா' என்ற கேள்வியை ஹசனிடம் ராபியா கேட்டிருக்கிறார்.

அதற்கு அவர், 'அது இறைவன் மட்டுமே அறிந்த மறைவான விஷயமாகும்' என்றிருக்கிறார். அதைப்போல மூன்று கேள்விகள். எல்லாக் கேள்விகளுக்கும் ஒரே பதிலை ஹசன் சொல்லியிருக்கிறார். `நான் கேட்கும் எந்தக் கேள்விக்கும் தங்களிடம் பதிலில்லை. எல்லாக் கேள்விகளுக்குமான பதிலை இறைவனே அறிவான் என்கிறீர்கள். எனில், என்னைத் திருமணம் செய்துகொள்வதற்கான அனுமதியையும் நீங்கள் அவரிடமல்லவா வாங்கவேண்டும்' என்றிருக்கிறார். அவர்கள் இருவருக்கும் இடையே நடந்துள்ள மற்றொரு உரையாடல் அதைவிடவும் சுவாரஸ்மானது.

ராபியா, ஹசனிடம் 'அறிவை அல்லாஹ் எப்படிப் படைத்துள்ளான்' என்றதும் 'அறிவைப் பத்துப் பங்குகளாக்கி ஒன்பது பங்குகளை ஆண்களிடமும் ஒரு பங்கைப் பெண்களிடமும் படைத்துள்ளான்' என்றிருக்கிறார். உடனே அவர் `இச்சையை எவ்வாறு படைத்துள்ளான்' என மறுகேள்வி கேட்க, `இச்சையைப் பத்துப் பங்குகளாக்கி ஒன்பதுப் பெண்களிடமும் ஒரு பங்கை ஆண்களிடமும் படைத்துள்ளான்' என்றிருக்கிறார். அப்படியானால், `ஒரு பங்கு அறிவைக் கொண்டு ஒன்பது பங்கு இச்சையை நான் அடக்கியாளும்போது ஒன்பது பங்கு அறிவைக் கொண்டு

ஒரு பங்கு இச்சையைத் தங்களால் அடக்கியாள முடியாதா?' என்று கேட்டிருக்கிறார். சூஃபிகளின் ஞானவார்த்தைகள், எளிய புரிதலுக்கு அப்பாற்பட்டவை. புரிந்ததுபோலவும் புரியாததை நீட்டிப்பது போலவுமே அமைவன. ஒருவர் எப்போது சூஃபியாகிறார் என்னும் கேள்விக்கு, அவர் சூஃபியாக இல்லாதபட்சத்தில் ஆகவே முடியாதெனும் பதில் அத்தகையவற்றில் ஒன்று.

ஒருமுறை ஒருபெண் 'இறைவனின் படைப்புகளின் அழகை வெளியே வந்து பாருங்கள்' என்றதற்கு, 'நீ உள்ளே வந்து இறைவன் உருவாக்கியுள்ள அற்புதமும் அழகும் நிறைந்த படைப்புகளைப் பார்' என்று ராபியா சொல்லியிருக்கிறார். உள்முகமாக ஒன்றைப் பார்க்கத் தொடங்கும்போதுதான் ஞானம் கிடைக்கிறது. ஞானமென்பது, கண்ணீராலும் இறைக்காதலாலும் எழுப்பப்பட்ட அகக்கோட்டை. அதற்குள் ஒருமுறை நுழைந்தவர்கள் அல்லது நுழைய விரும்புகிறவர்கள் அதன்பின் அங்கிருந்து திரும்புவதில்லை.

இறையச்சமே ஞானத்தின் தொடக்கமென்று இஸ்லாமிய ஹதீதுகள் விவரித்தாலும், சூஃபிகள் அச்சமானது தண்டனைகள்மீதோ பாவங்களின் மீதோ கட்டப்பட்டதில்லை என்கின்றனர். 'நரகம் என்பது அவர்களுக்குத் தண்டனை பெறும் இடமன்று. மாறாக, அது அவர்களுக்கு இறைவனைப் பிரிந்திருக்கும் இடம். அதேபோல, சொர்க்கமென்பதும் அவர்களுக்கு இன்பங்கள் குவிந்துகிடக்கும் இடமன்று. காதலியின் முகம்கண்டு அதிலேயே திளைத்திருக்கும் ஒரு நித்திய சுகநிலை' என்று ராபியா தம்முடைய உரைகளில் தெரிவித்து இருக்கிறார்.

'உண்மைக்கும் பொய்க்கும் என்ன வித்தியாசம்' என்று ராபியாவிடம் ஒருவர் கேட்டதற்கு 'நான்கு அங்குலங்கள்' என்று பதில் அளித்திருக்கிறார். என்ன சொல்ல வருகிறார் எனப் புரியாத அந்த அவர் 'மீண்டும் விளக்கமாகச் சொல்லுங்கள்' என்றவுடன் 'கண்ணுக்கும் காதுக்கும் உள்ள தூரம்தான் உண்மைக்கும் பொய்க்குமான இடைவெளி' என்றிருக்கிறார். அதாவது, கேட்கப்படுவதெல்லாம் பொய், பார்க்கப்படுவதெல்லாம் மெய் என்பதே அவர் வெளிப்படுத்தியிருப்பது. கேட்பதில் கிடைக்காத அனுபவம்,

சரியான பார்வையில் கிடைக்கும் உண்மையின் அனுபவமே ஞானமென்று அறியப்படுகிறது. அறிவுக்கு மேலான ஞானத்தைக் கற்கவோ கற்பிக்கவோ முடியாது. சூஃபிகளின் படைப்புகளும் வாழ்க்கை அனுபவங்களும் எல்லாக் காலத்திலும் என் ஆர்வத்தைத் தூண்டியிருக்கின்றன. எழுத்தாளர் நாகூர் ரூமியின் `சூஃபி வழி' நூலை இதுவரை இருபது முறையாவது படித்திருப்பேன். அந்நூலில் சூஃபிகள் பலருடைய வாழ்வையும் படைப்புகளையும் ஒருசேர தொகுத்துக் கொடுத்திருக்கிறார். பக்கத்திற்குப் பக்கம் பொக்கிஷங்கள்.

சூஃபிகளின் குரல் இலக்கியத்திற்கு மிக நெருக்கமானது. ஆழ்ந்த அனுபவங்களைப் பெறுவதற்கான கதவுகளைத் திறந்த சூஃபிகளின் வழியே இஸ்லாமிய இலக்கியங்களை வாசிக்க விரும்புபவர்களில் நானும் ஒருவன். ஆனால், இன்றைய தமிழ்ச் சூழலில் இலக்கியத்தைத் தம்முடைய தோள்களிலும் துதிக்கையிலும் சுமப்பதாகச் சொல்கிற பலர், இஸ்லாமிய இலக்கியங்களை ஏன் வாசிப்பதே இல்லையெனப் புரியவில்லை.

ஒருமொழிக்கு அம்மொழியில் வரக்கூடிய அனைத்து இலக்கியங்களும் வளத்தையும் வளர்ச்சியையும் அளிக்கின்றன. எனினும், அவை அனைத்திற்கும் ஒரே மாதிரியான முக்கியத்துவம் தரப்படுகின்றதா என்னும் கேள்வி என்னுடையதும்தான். இஸ்லாமிய இலக்கியங்கள், தமிழ் மொழிக்கு அளித்துள்ளப் பங்களிப்பை ஏற்காத மனம், போதாமையுடையது. தமிழ்மொழிக்கு என விரிந்ததளத்தில் பேசுவதைவிட, தனிப்பட்ட முறையில் அவ்விலக்கியங்களில் பல என்னுடைய எழுத்து முயற்சிகளுக்கு உந்துவிசைகளைத் தந்துள்ளன.

தொடக்கத்தில் இஸ்லாமிய இலக்கியங்களை வாசிப்பதில் எனக்கிருந்த சிரமங்கள் காலப்போக்கில் காணாமல் போயின. சிரமமென்று நான் சொல்வது, அவ்விலக்கியங்களில் பயன்படுத்தப்படும் பதங்களையும் வாக்கிய அமைப்புகளையும் புரிந்துகொள்வதில் ஏற்பட்ட தடுமாற்றங்களை மட்டுமே. அரபுச் சொற்களையும் உருது, பெர்ஸியப் பதங்களையும் கூடுதலாகச் சுவீகரித்துள்ள இஸ்லாமிய இலக்கியங்கள்,

பார்வைக்குக் கடினமாகத் தோன்றினாலும் படிக்கப் படிக்க ஆச்சர்யங்களை அளிப்பவை. எனக்கு அவ்விலக்கியங்கள் குறித்த அறிமுகத்தையும் பரிச்சயத்தையும் வழங்கிய மௌலவி ரஃபி உக்தீன் முக்கியமானவர். நவீன இலக்கியத்துடன் பழந்தமிழ் இஸ்லாமிய இலக்கியங்களை இணைத்துச் சொல்லும் ஆற்றல் அவருடையது.

பற்றுக்கும் அடிப்படைவாதத்துக்குமுள்ள மெல்லிய வேறுபாட்டை உணர்ந்த அவர், இலக்கிய விவாதத்தை ஆக்கப்பூர்வமாக எடுத்துச்செல்வதில் அசகாய சூரர். நூலின் அடியாழத்தில் கிடக்கும் செய்திகளைக்கூடச் சிந்தனைத் துரட்டியால் பறித்தெடுத்துப் பகிர்பவர். அவர்மூலம் காஜியார் நூல் நிலையத்தில் நான் வாங்கி வாசித்த நூல்களுக்குக் கணக்கில்லை. தொண்ணூறுகளின் பிற்பகுதியில் தஞ்சை இலக்கிய மேடைகளில் அவருக்கு நிரந்தர இருக்கை ஒன்று போடப்பட்டிருந்தது. என்னுடைய முதல் இரண்டு கவிதைநூல் வெளியீட்டு விழாவிலும் அவர் ஆற்றிய உரைகள் அற்புதமானவை.

எல்லா ஊரிலும் இளம் படைப்பாளர்களை வளர்த்தெடுப்பதில் ஆர்வமுடைய இப்படியான ரஃபி உக்தீன்கள் இருப்பதால்தான் இலக்கியம் ஓரளவேனும் உயிர்ப்புடன் இருக்கிறது. அவர் வழிகாட்டலுக்குப் பிறகே முனாஜாத்து, மசலா, கிஸ்ஸா, நாமா போன்ற இஸ்லாமிய இலக்கிய வடிவங்கள் எனக்குத் தெரியவந்தன. முனாஜாத்து எனும் அரபுச்சொல்லுக்கு `இரகசியமாகச் பேசுதல்' எனப் பொருள். அத்துடன், இறைவனிடம் மனமுருகப் பிரார்த்தனை செய்தல், இறையருள் வேட்டல் எனவும் அச்சொல்லை அர்த்தப்படுத்தலாம். அல்லாஹ்வையும், அவருடைய அருளைப் பெற்ற மகான்களையும் போற்றிப் பாடுவதையே முனாஜாத்து என்பர்.

இஸ்லாமிய மக்களிடம் செல்வாக்குப் பெற்றுள்ள நூல்கள் பலவற்றிலும் முனாஜாத்துகள் இடம்பெற்றுள்ளன. அதுபோல, முனாஜாத்துகள் மட்டுமே அடங்கிய தனி நூல்களும் வந்துள்ளன. தனிப்பாடல் திரட்டு என்னும் வகைமைக்குள் வரக்கூடிய முனாஜாத்துகள், மொத்தமாகத் தொகுக்கப்பட்டுள்ளனவா எனத் தெரியவில்லை. என்னுடைய

சேகரிப்பில் இருபதுக்கும் மேற்பட்ட முனாஜாத்துகள் உள்ளன. இணையத்தில் கிடைக்கும் பல முனஜாத்து பிரதிகள் வாசிக்கும் தரத்தில் இல்லை. மார்க்க அறிஞர்களின் துணையுடன் அவற்றை ஒன்றாகத் தொகுக்கும் பணியை நானே மேற்கொள்ளும் எண்ணத்தில் இருக்கிறேன்.

என்னிடமுள்ள முனாஜாத்து பிரதிகளில் `ஹக்கு பேரில் முனாஜாத்து' என்பதும் ஒன்று .புலவர் நாயகம் எனும் புகழுக்குரிய சேகனாப் புலவர் எழுதியது. ஒருமுறை சென்னை நகரில் கொடிய விஷபேதி நோய் பரவி மக்களை அச்சுறுத்தியிருக்கிறது. அச்சூழலில் ஏக இறைவனை இறைஞ் சுவதொன்றே மீள வழியென்று நினைத்து மக்கள், சேகனாப் புலவரிடம் முனாஜாத்து பாடித் தரும்படிக் கேட்டிருக்கிறார்கள். அதுபடி அவர் பாடியளித்த முனாஜாத்து அறுசீர்க்கழிநெடிலடி ஆசிரிய விருத்தத்தில் அமைந்திருக்கிறது. படித்தவுடனே சட்டென்று மனத்தில் பதிந்துவிடும்படியான அழகிய பதங்களில் வந்திருக்கிறது. என்னிடமுள்ள பிரதி பிற்காலப் பதிப்பென்று நினைக்கிறேன். முதல் பதிப்பு எப்போது வந்ததென்றோ என்னிடமுள்ள பதிப்பு எத்தனையாவது பதிப்பென்றோ அதில் குறிப்பில்லை.

அம்முனாஜாத்தில் இடம்பெற்றுள்ள `உள்ளங் கலங்கித் தத்தளித்தே யுணர்வு மயங்கி நின்னடியார் / வெள்ளங் கண்ணான் மிகவோட வெருளுந் துயர மணுகாமற் / கொள்ளுங் கிருபை மௌலானா குதாயே வதூதே காப்பாறே / கள்ள நோய்த் தங்கடங்கள் காப்பாய் காப்பாய் றகுமானே' என்னும் வரிகள், தோத்திரத் தன்மை வாய்ந்தவை. `வெள்ளங் கண்ணான் மிகவோட வெருளுந் துயர மணுகாமற்' என்னும் சொற்றொடரில் மொத்தப் பதிகத்தின் உள்ளடக்கத்தையும் உணர்ந்து கொள்ளலாம்.

`ஹக்கு' என்றால் உண்மை. எல்லா உண்மைகளையும் உணர்ந்த ஏகனே எமக்கு நேர்ந்துள்ள அபாயத்தை நீக்குவாயாக என்பதுதான் அப்பதிகத்தின் உள்ளடக்கம். வழக்கிலுள்ள ஆசிரிய விருத்தத்தில் எழுதப்பட்டாலும், அப்பதிகத்தின் உள்ளடக்கமும் வடிவமும் இஸ்லாமிய இலக்கிய வகைக்குரியதென்று `தமிழில் இஸ்லாமிய இலக்கிய வடிவங்கள்' நூலில் மணவை முஸ்தபா குறித்திருக்கிறார்.

சேகனாப் புலவரின் முனாஜாத்து கொடுத்த பரவசத்தில் அவ்வடிவத்தையும் அப்பாடல்களையும் கூடுதலாகத் தெரிந்தகொள்ள முனைந்தபோதுதான், முனாஜாத்துகள் தனி ஒரு துறையாக வளர்ந்திருப்பது தெரியவந்தது.

இலங்கையைச் சேர்ந்த பேராசிரியர் சு. வித்தியானந்தன் சில முனாஜாத்துகள் பற்றித் தன்னுடைய `இஸ்லாமியர் தமிழ்மொழிக்கு ஆற்றிய தொண்டு' எனும் கட்டுரையில் குறிப்பிட்டிருக்கிறார். அக்கட்டுரையில் அவர் குறிப்பிட்ட முனாஜாத்துகளில் ஒன்றிரண்டு என் கைக்கு இன்னமுமே கிடைக்கவில்லை. குறிப்பாக, மேலப் பாளையத்தைச் சேர்ந்த சாகுல் ஹமீது புலவர் பாடிய `ஆனந்த சாஹித்தியம்' நூலில் அற்புதமான முனாஜாத்துகள் இடம்பெற்றுள்ளதாகவும், அது, அரபு அரிச்சுவடியில் உள்ள இருபத்தொன்பது முதல் எழுத்துகளை வைத்து எழுதப்பட்டுள்ளதாகவும் தெரிவித்திருக்கிறார்.

அதேபோலச் `சங்கீத சிந்தாமணி' என்னும் முனாஜாத்து பற்றியும் குறிப்பிட்டிருக்கிறார். மற்ற முனாஜாத்துகளின் இறுதிச்சொல், பாடப்பெறுவரின் பெயரில் அமைவதுபோல் அல்லாமல் காஜா முகினுத்தீன் பெயரில் அமைந்துள்ளது என அடிக்கோடிட்டிருக்கிறார். சங்கீத சிந்தாமணியும், ஆனந்த சாஹித்தியமும் இஸ்லாமிய இலக்கிய ஆர்வலர்களிடமோ புரவலர்களிடமோ இருந்தால் பகிரலாம். என்னுடைய தேடலில் கிடைத்த செய்யிது முகியித்தீன் கவிராஜர் பாடிய `நவநீத புஞ்சம்' நூல் 1887ஆம் ஆண்டு வெளிவந்திருக்கிறது. `நவநீதம்' என்றால் புதுமை. `புஞ்சம்' எனில் குவியல்.

அக்குவியலில் `றகுமான் மீது முனாஜாத்து', `றசூலுல்லாமீது முனாஜாத்து', `முகியித்தீன் ஆண்டவர் பிள்ளைத் தமிழ்', `திருப்புகழ்', `நபி நாயக மாணிக்கமாலை' ஆகியவை இடம்பெற்றுள்ளன. இணையத்தில் முகியீத்தீன் ஆண்டகையின் பேரில் பதுருத்தீன் புலவர் பாடிய முனாஜாத்தும், கீழக்கரை செ.மு. செய்யிது முகம்மது ஆலீம் புலவர் பாடியளித்துள்ள முனாஜாத்தும் கிடைக்கின்றன. தொண்ணூற்று ஒன்பது திருப்பெயர்கள் கொண்டு அழைக்கப்படும் இறைவனின் நாமத்தை ஒவ்வொரு வரியிலும் வைத்துப் பாடியுள்ள செய்யிது முகம்மது ஆலீமின் பாடல் என்னை வெகுவாகக்

கவர்ந்தது. உணவை அளிக்கையில் `ரஸாக்', இம்மை மறுமைப் பேறுகளை வழங்குகையில் `பத்தாஹ்', எல்லையில்லா ஞானத்தை அருளுகையில் `அலீம்', பிரியும் உயிரை மேவிப் பிடிக்கையில் `காபீல்' என வெவ்வேறு பெயர்களில் விளிக்கப்படும் அல்லாஹ்வை, ஒரே பாடலில், `இரண மீந்திடும் ரஸ்ஸாகே இகபர நன்மையாவும் / கரம ளித்திடும் பத்தாஹே கனவறி வுறும் அலீமே / பிரிந்திட்ட உயிரை மேவிப் பிடித்திடும் காபீலான / அருமறை பகரும் ஆதி அர்ஹமூர் ராஹிமீனே' எழுதியிருப்பதை வியப்பின் விளிம்பில் நின்று வாசித்திருக்கிறேன்.

பாடலாக வாசித்தாலும் பக்தியாக உருவகித்துக்கொண்டாலும் அப்பாடல், அதி அற்புத அனுபவத்தைத் தருவது. அத்துடன், அவர் எழுதியுள்ள முனாஜாத்துகளில் பல்வேறு நுணுக்கமான செய்திகளும் காணப்படுகின்றன. மதுரைத் தமிழ்ச் சங்க வித்துவானாகவும் இருந்தவர் என்பதால் அவருடைய முனாஜாத்துகளில் தமிழின் நயமும் சுவையும் கலந்துள்ளன. `முனாஜாத்து மாலிகை' எனும் தலைப்பில் அவர் வழங்கியுள்ள பாடல்களிலும் தனித்துவத்தைக் காணமுடியும். தொடுக்கப்பட்ட மாலையே `மாலிகை' எனப்படுகிறது.

அவரே `பொறியெனும் கரிகள் யாவும் / புலன்தொறும் புகுந்திடாது / அறிவெனும் துறட்டி தன்னால் அடக்கியே / புறத்தில் வீழ்த்தி / நெறியெனும் கொலுவி லார்ந்து / நிறையருள் சிறந்த நாளு / முறைவழி பிழைத்திடாத முர்தலா அலியுல்லாவே' என்றும் எழுதியுள்ளதை வாசித்தவுடன் `உரனென்னும் தோட்டியான் ஓரைந்தும் காப்பான் / வரனென்னும் வைப்பிற்கோர் வித்து' என்னும் திருக்குறள் நினைவுக்கு வந்தது. சொற்களைச் சந்தத்திற்கேற்ப எப்படிப் பயன்படுத்துகிறோம் என்பதில்தான் மரபுக்கவிதைகளின் சூட்சுமம் உள்ளது.

சீர்களையும் தளைகளையும் கணக்கிட்டபடியே அடுத்தடுத்த சொற்களை இலாவகமாக எழுதிக்கொண்டு போகும்முறை முனாஜாத்துகளில் தென்படும் அம்சங்களில் ஒன்று.முகியித்தீன் முனாஜாத்தில் `ஆவது வொன்றுமில்லா தடிமையின் ஆசையினாலே / யாவல் கொண் டுமதுபாத மடிக்கடி

புகழநாடிப் / பாவம் செய்திடும் சொல்லில் பகர்பிழை பொறுத்து தென்னாளுங் / காவல் செய்திடடி வீரெங்கும் காதிறே முஹயித்தீனே` என்னும் பகிருத்தீன் புலவரின் வரிகளும் கவனிக்கத்தக்கவை. முனாஜாத்தைப் பிரபந்த வகையில் ஒன்றெனக் கொள்ளலாமே தவிர, அது இஸ்லாமிய இலக்கியம் தமிழுக்குக் கொடுத்த கொடையாகவோ வடிவமாகவோ கருதமுடியுமா எனும் கேள்வியைப் பேராசிரியர் கா.சிவத்தம்பி தன்னுடைய `தமிழிலக்கிய வரலாற்றில் இஸ்லாமியத் தமிழிலக்கியங்கள்' கட்டுரையில் கேட்டிருக்கிறார்.

உட்பொருள் எதுவாக இருந்தாலும் அது, தமிழிலக்கியத்தில் ஏற்கெனவே பயிலப்பட்டுவந்த பிரபந்த வடிவத்தையே கொண்டிருப்பதால் அப்படியொரு எண்ணத்தை வெளிப்படுத்தியிருக்கிறார். ஆசிரியப்பாவிலோ சிற்றிலக்கியங்களில் விரவிவரும் சிந்து, கும்மி ஆகிய வடிவங்களிலோ எழுதப்பட்டுள்ள முனாஜாத்துகள், வடிவத்தில் தனித்துத் தெரியவில்லை என்றாலும், உள்ளடக்கத்திலும் சொற்களின் பிரயோகத்திலும் புதிய வகையாக அமைந்துள்ளதை மறுப்பதற்கில்லை.

முனாஜாத்தைப் போலவே `கிஸ்ஸா' எனும் வடிவமும் இஸ்லாமிய இலக்கியத்தில் முக்கியத்துவம் பெறுகிறது. `கதை சொல்லுதல்' என்னும் பொருளில் வரும் அச்சொல், போக்கும் பொழுதுகளை ஆக்கும் பொழுதுகளாக மாற்றிக்கொள்ள உதவுவது. பொது நிகழ்விலும் குடும்ப நிகழ்விலும் கிஸ்ஸாவைச் சொல்வதும், கேட்பதும் இஸ்லாமியர்களின் மரபுகளில் ஒன்றாகப் பார்க்கப்படுகிறது. யூசுபுநபி கிஸ்ஸா, சைத்தூன் கிஸ்ஸா ஆகிய இரண்டும் குறிப்பிடத்தக்கவை. மதாறு சாகிபு புலவர் `யூசுபு நபி கிஸ்ஸா'வையும், அப்துல் காதிற் சாகிபு `சைத்தூன் கிஸ்ஸா'வையும் படைத்துள்ளனர்.

பாரசீகத்திலும் உருதுவிலும் உள்ள கிஸ்ஸாக் கதைகளைக் கொஞ்சம் வசனமாகவும் கொஞ்சம் கவிதையாகவும் தமிழில் தந்துள்ளனர். யூசுபு ஜுலைகா வழியே சொல்லப்படும் வரலாறு, மனிதனுக்கும் இறைவனும் இடையே தோன்றும் காதலைப் பற்றியது. அக்கதையின் போக்கையும் சுவையையும் விவரித்தால் பல பக்கங்களைத் தாண்டுமென்பதால்

விட்டுவிடுகிறேன். கவிஞர் சாரண பாஸ்கரன் எழுதிய 'யூசுப் சுலைகா' காப்பியத்தைப் பற்றிய குறிப்பை வேறு கட்டுரையில் கொடுத்திருக்கிறேன். மதாறு சாகிபு புலவர் யூசுப் சுலைகாவின் முழு வரலாற்றையும் கிஸ்ஸா வடிவத்தில் எழுதியிருக்கிறார்.

யூசுப்பும் சுலைகாவும் இறுதிக் காட்சியில் இணைந்து வாழ எத்தனித்ததைத் 'தேனும் சீனியும் கலந்ததுபோல் / சீரும் செல்வமுமாய் இருக்கும்போது / ஊனும் உயிரும்போல் ஒத்திருந்து / உவந்த ஆண்டு அஞ்சில் பிள்ளையிரண்டாம்' என்னும் வரிகளில் அறியலாம். உரையிட்ட பாட்டுபோல் அமைந்துள்ள கிஸ்ஸாவில் இஸ்லாமிய இறைத்தூதர்களின் வாழ்க்கை வரலாறுகள் பலவும் சொல்லப்பட்டுள்ளன. 'சைத்தூன் கிஸ்ஸா'வில் முகம்மது ஹனீப்பின் வீரமும், சைத்தூன் இறுதியில் இஸ்லாத்தைத் தழுவிய விதமும் அழகிய சொற்றொடர்களால் அமைக்கப்பட்டுள்ளன. இலக்கியமாக வாசித்தாலும் கதையாகக் கேட்க விரும்பினாலும் கிஸ்ஸாக்களின் வழியே பெறப்படும் உணர்வுகள் உச்சமானவை. கூடவே மசலா, நாமா ஆகிய இரண்டின் வடிவத்தையும் மேலோட்டமாகச் சொல்லத் தோன்றுகிறது.

மஸ்'அலா என்ற அரபுச்சொல்லின் திரிபே 'மசலா' எனப்படும். கேள்வி என்னும் பொருளைத் தரும் அச்சொல், வினாவிடை வடிவைக் குறிப்பது. மார்க்க அறிஞர்களிடம் கேட்கப்பட்ட கேள்விகளும் அவற்றுக்கு அவர்கள் அளித்த பதில்களும் தொகுக்கப்பெற்றிருப்பதே மசலா வடிவமாகச் சொல்லப்படுகிறது. மசலா இலக்கியத்தில் ஆயிர மசலா, நூறுமசலா, வெள்ளாட்டி மசலா ஆகிய மூன்று உள்ளன. 'ஆயிர மசலாவென்று வழங்கும் அதிஜய புராணம்' என்ற நூலை எழுதியவர் செய்கு முதலி இஸ்ஸாக் எனத் தெரிகிறது.

இவரே வண்ணப்பரிமளப்புலவர் என்னும் பெயரிலும் அழைக்கப்படுகிறார். 'ஆயிரம் மசலா' என்று தலைப்பு இருந்தாலும், நூலில் முந்நூறு பாடல்கள் மட்டுமே இடம்பெற்றுள்ளன. ஏனைய பாடல்கள் பற்றிய தகவல்கள் தெரியவில்லை. மசலா வடிவம் கேள்வி பதில்களைக் கொண்டன என்பதால் அவற்றில் விடுகதை அமைப்பிலும் சில பாடல்களை வண்ணப்பரிமளப்புலவர் தந்திருக்கிறார்.

`மண்தரைக்குள் ஏறாது / வானிருந்து ஓடாது அங்கு / அந்தரத்தில் ஓராறுண்டது எனக்கும் கூறுமென்' என்றொரு விடுகதை வருகிறது. அதாவது, `விண்ணிலிருது விழுவதுமில்லை. மண்ணிலிருந்து ஓடுவதுமில்லை. ஆனால், விண்ணுக்கும் மண்ணுக்கும் இடையே அந்தரத்தில் ஓர் ஆறு ஓடுகிறது அது என்ன' என்ற கேள்வியைத் தொடுத்து, அதற்கு நபி பெருமான் `கடுமையாக உழைப்பவர்களின் வேர்வைத் துளியே விண்ணுக்கும் மண்ணுக்கும் இடையே ஓடும் ஆறு' எனச் சொல்வதாக அமைத்திருக்கிறார்.

மசலா வகையை அறிந்ததாலேயே ஆறுமுகநாவலர் தம்முடைய சொற்பொழிகளை வினாவிடையாக அமைத்துக்கொள்ள எண்ணினார் எனவும் சொல்லப்படுகிறது. முனாஜாத்து, மசலா வடிவங்களை வாசித்தால் அவற்றின் உள்ளே கரைந்து போவதைத் தவிர வேறு வழியில்லை. ஆயிரம் மசலாவில் கேள்வி கேட்பவரே பதிலைச் சொல்பவராக அமைகிறார். ஆனால், நூறு மசலாவில் பதிலுக்கு எதிர்க்கேள்வி கேட்கப்படுவது சுவாரஸ்யத்தைத் தருகிறது.

ஒருவிதமான உரையாடல் தொனியைத் தரும் நூறு மசலாவின் மற்றொரு சிறப்பு, அதில் மார்க்கத்தையும் இறைத்தூதர்களையும் தாண்டிய கேள்வி பதில்கள் இடம்பெற்றுள்ளதுதாம். `சிங்கத்தின் முன் தப்பி வந்த கருந்தேக முள்ள ஆனைபோலும் / தங்குமயில் வாயிற்றப்பும் நெடு சர்ப்ப மது தன்னைப் போலும் / சர்ப்ப வாயில் தப்புகின்ற குழித்தவளை யது தனைப்போலும் / செப்பிடுமா வேங்கையில் தப்பும் செம் மறியாடு அதனைப் போலும்' என வரிசையாக உவமைகளை அடுக்கிக்கொண்டே போகும் அழகை வெகுவாக இரசிக்கலாம்.

மார்க்கக் கருத்துகளை மட்டுமே பேசும் வெள்ளாட்டின் மசலாவிலும் ஆயிர மசலாவிலும் இல்லாத உவமைகளும் கற்பனைகளும் நூறு மசலாவில் உண்டு.கதை, வரலாறு, புத்தகம் என்பதை பாரசீகம் `நாமே' என்கிறது. அந்த நாமேதான் 'நாமா'வாகத் தமிழில் வழங்கப்படுவதாக இஸ்லாமிய அறிஞர்கள் தெரிவிக்கின்றனர். மதாறு சாகிபு புலவர் எழுதிய `மஃறாஜு நாமா'வும் காயல்பட்டினத்தைச் சேர்ந்த செய்யிது அஹமது மரைக்காயர் எழுதிய `நூர்

நாமா’வும் பிரசித்திப் பெற்றவை. நாமா இலக்கியங்களுள் ஷாமு நைனா லெப்பைப் புலவர் எழுதிய `இருஷாது நாமா’ குறிப்பிடத்தக்கது. `இர்ஷாத்’ என்ற அரபி நூலின் தமிழ் வடிவமாகக் கருதப்படும் `இருஷாது நாமா’ யாப்பிலக்கண அமைதி கெடாத வகையில் அமைக்கப்பட்டுள்ளது.

நாமா இலக்கியங்கள் பலவாயினும் அவற்றில் அதிகப் புகழ் பெற்றதாகச் `சக்கறாத்து நாமா’வைச் சொல்வர். நாமா நூல்களின் அடிப்படை, இன்மையில் இன்பத்தில் மூழ்குபவர்கள் மறுமையில் தவிக்கப்போகும் துன்பத்தைக் கூறி எச்சரிப்பதுதான். மரணத் தறுவாயில் இறைவனை நாடாமல் ஒவ்வொரு பொழுதிலும் அவன் நாமத்தையும் வழிகளையும் பின்பற்றுங்கள் என்பதுதான். முனாஜாத்து, மசலா, கிஸ்ஸா ஆகிய மூன்றைவிடவும் நாமா இலக்கியங்களே இஸ்லாமிய மக்களை நேரடியாகச் சென்றடைந்தவை என்கின்றனர்.

இஸ்லாமிய இலக்கிய வடிவங்கள் முதல் வாசிப்பில் எளிதாகப் பிடிபடுவதில்லை என்றாலும், அடுத்தடுத்த வாசிப்பில் நமக்கு நெருக்கமானவையாக மாறிவிடுகின்றன. அரபுத்தமிழ்ச் சொற்களும் அதன் அர்த்தங்களும் தெரிய வந்தவுடன் அவற்றின்மேல் நமக்கேற்படும் காதல் அதிகரித்துவிடும். இஸ்லாமிய இலக்கியம் என்றில்லை, எந்த இலக்கியத்தையும் வாசித்து உணர்வதற்குப் பயிற்சிகள் தேவைப்படுகின்றன. வெறுமனே பக்கம் பக்கமாக வாசித்துக்கொண்டு போவதில் பயனில்லை. நூலைத் தேர்ந்தெடுப்பது எந்த அளவுக்கு முக்கியமோ அதைவிட அதிக முக்கியம் அந்நூல், எதன் அடிப்படையில் எழுதப்பட்டிருக்கிறது என்பதை விளங்கிக்கொள்வது.

உலகத்தில் பல்வேறு தத்துவங்களும் அத்தத்துவங்களைக் கண்டடையும் தாத்பரியங்களும் உள்ளன. அவை அனைத்தையும் ஒரே முறையில் அல்லது முதல் அறிமுகத்தில் விளங்கிக்கொள்வது சாத்தியமில்லை. உச்சியைத் தொட ஒவ்வொரு கிளையாகத் தாவும் பறவையைப்போல ஒன்றிலிருந்து இன்னொன்றுக்கு விரியும் வாசிப்பே அனுபவம். ஒருமுறைக்குப் பலமுறை வாசித்தாலும் புரிந்துகொள்ள முடியாத விஷயங்களும் உண்டு. முனாஜாத்து பிரதிகள் சிலவற்றை வாசித்துக்கொண்டே வருகையில் வசீகரிக்கும்

வாக்கிய அமைப்புகள் சிலவற்றைப் பார்க்க முடிந்தது. அரபுச் சொற்களைத் தமிழுக்கு ஏற்றவாறு மாற்றியமைத்து அவர்கள் எழுதியுள்ள எதுகையும் மோனையும் வித்தியாசமான வாசிப்பனுபவத்தை வழங்கின.

மொழிக்கு முதலில் வராத ட,ல,ள,ழ,ர,ற,ண,ன ஆகிய உயிர்மெய் எழுத்துகளைக்கூட முதலடியாக வைத்து எழுதியுள்ளனர். தமிழாய்ந்த புலவர் மரபில் வந்தவர்களே இஸ்லாமிய இலக்கிய கர்த்தாக்கள் என்றாலும், தமிழின் விதியை மீறி அவர்கள் எழுதியுள்ளவிதம் அரபுத் தமிழை அடிப்படையாகக் கொண்டுள்ளது. உதாரணமாகச் சேகனாப்புலவர் எழுதிய முனாஜாத்து ஒன்றில் `லவுலாக்க ஆலமெல்லா நான்படை யேனென் றோதும் / அவுலாநீ ராகை யாலும் அறுவாகுக் குயிர்நீ ராலே' என்று வரும். மொழிக்கு முதலில் `ல'கரம் வராது அல்லது வரக்கூடாதென்ற விதியிருந்தாலும், அரபுச்சொல்லின் முக்கியத்துவம் கருதி பயன்படுத்தியிருக்கிறார்.

குர்ஆனைத் தமிழில் மொழிபெயர்க்கும்போதுதான் அரபையும் தமிழையும் இணைத்து எழுதும்முறை வந்ததாகச் சொல்லப்படுகிறது. திருமறையின் விளக்கங்களில் கருத்துப்பிழையோ சொற்பிழையோ வந்துவிடக் கூடாதென்னும் அச்சத்தில் தொடங்கிய அக்காரியம், காலப்போக்கில் மரபாக மாறியிருக்கிறது. சமஸ்கிருத எழுத்துகளின் உச்சரிப்பைத் துல்லியமாக்க ஹ,ஷ,ஜ, ஸ போன்ற எழுத்துகள் தமிழுடன் கலந்ததுபோல அல்லாமல், தமிழின் ஒலிப்புமுறைக்கேற்ப அரபுமொழியை நம்முடைய எழுத்துருவிலேயே சிறுசிறு மாற்றங்கள் செய்து பயன்படுத்தி வந்துள்ளனர்.

குறிப்பாக க,ச,ட,த,ப,ற என்கிற ஆறு வல்லின எழுத்துகளும் மற்ற மொழிகளில் இருப்பதுபோல மூன்று நான்கு ஒலி வேறுபாடுகளை உடையன அல்ல. பாடல்களைப் பற்றி எழுதும்போதுகூடப் `பாவம்' என்கிற சொல்லை அடிக்கடிப் பயன்படுத்த நேரும். உண்மையில் பாடலில் வரும் பாவத்திற்கும், பழி பாவம் என்பதிலுள்ள பாவத்திற்கும் வித்தியாசமுண்டு. இரண்டிற்கும் ஒரே பொருளில்லை. ஆனால், ஒலிப்புமுறையில் இரண்டும் ஒன்றேபோல் தோன்றும். இந்தச் சிக்கலை வேறு சில சொற்களைப்

பயன்படுத்திக் களைய முனைந்தாலும், பாவமென்கிற சமஸ்கிருத சொல்லுக்கு உரிய பொருள்தரும் தமிழ்ச்சொல் `நளிநயம்' என்பது. `இவை தமிழல்ல' எனும் தலைப்பில் ஆய்வறிஞர் ப.அருளி தொகுத்துள்ள `அயற்சொல் அகராதி'யில் பாவத்திற்கு `நளிநயம்' என்னும் பதத்தைத் தந்திருக்கிறார்.

சங்கீதக் கட்டுரையில் `நளிநயம்' என்று பாவத்திற்குப் பதிலாகப் பயன்படுத்தலாமெனினும், அதை எத்தனைபேர் சரியாக உள்வாங்கிக்கொள்வர் என்பதில் தயக்கமேற்படுகிறது. எல்லோரும் பயன்படுத்தி எல்லோருடைய சிந்தனையிலும் அச்சொல் பதிந்துவிட்டால் அதன்பின் அதை உபயோகிப்பதில் சிக்கல் இல்லை. இஸ்லாமிய இலக்கியத்தில் தென்படும் சொற்கள் பலவும் அவ்விதமே பயன்பாட்டுக்கு வந்துள்ளன.

இஸ்லாம் சமூகத்தைச் சேர்ந்தவர்களுக்கு அச்சொற்களைப் புரிந்துகொள்வதிலோ உச்சரிப்பதிலோ பிரச்சனை வருவதில்லை. முற்றிலும் வேறான ஒலிப்புமுறைச் சொற்களை அச்சமூகத்திற்கு வெளியே இருப்பவர்களால் பயிற்சியில்லாமல் எழுதவோ படிக்கவோ வாய்ப்பில்லை. இந்தச் சிக்கலைக் களையும் பொருட்டே அரபுத்தமிழ் எழுத்துருவில் சில மாற்றங்களும் குறியீடுகளும் கொண்டுவரப்பட்டதாகத் தெரிகிறது. இதுகுறித்து மேலும் தெரிந்துகொள்ள 1976இல் எம்.எம். உவைஸ் எழுத்தில் வெளிவந்த `இஸ்லாமும் இன்பத்தமிழும்' நூலை வாசிக்கலாம்.

தமிழ், உருது ஆகிய இரண்டு மொழிகளையும் பேசக்கூடிய இஸ்லாமியர்கள், தம்மிடையே காணப்படும் முரண்பாடுகளில் ஒன்றாக மொழியை முன்வைப்பதும் கவனிக்கத்தக்கது. 12ஆம் நூற்றாண்டுக்குப் பிறகே தமிழில் அதிகமும் பிறமொழிச் சொற்கள் கலந்ததாக மொழியறிஞர்கள் கருதுகிறார்கள். குறிப்பாக, விஜயநகர நாயக்க மன்னர்களும் முஸ்லீம் சுல்தான்களும் ஆட்சிப் பொறுப்பிற்கு வந்த பின்னரே தமிழ்மொழிநடை முற்றிலும் மணிப்பிரவாளமாக மாறியிருப்பதை ஆய்ந்திருக்கின்றனர். வடமொழியில் புலமையுடையவரே உயர்ந்தவரெனக் கருதப்பட்ட காலத்தில் தமிழ் தன்னுடைய இறுக்கத்தைத் தளர்த்திக் கொண்டிருக்கிறது. இஸ்லாமிய இலக்கிய மொழிநடையைப் பொருத்தவரை அது முற்றிலும் மார்க்கத்துடன் கட்டமைக்கப்பட்டிருக்கிறது.

இஸ்லாமிய இலக்கியங்களையும் அதன் வடிவங்களையும் உள்வாங்கப் போதிய பயிற்சியோ முயற்சியோ மேற்கொள்ளப்படவில்லை. சொற்களின் ஒலிப்புமுறையை வைத்தே அவ்விலக்கியங்கள் இயங்குகின்றன. தமிழிலக்கியக் காப்பியப் பெருமைகளைப் பேசும் பலரும் சீறாப்புராணத்தை விட்டுவிடுவதைக் கவனிக்கலாம்.

அக்காப்பியத்தில் இடம்பெற்றுள்ள காண்டங்களையும் பாத்திரங்களையும் விளக்கி கவி. கா.மு.ஷெரீப் ஆற்றிய உரை, `சீறாப்புராணச் சொற்பொழிவுகள்' எனும் தலைப்பில் நூலாக வந்திருக்கிறது. அரபுச்சொற்களும் பெயர்களும் கலந்த அக்காப்பியத்தை அவர் அளவுக்கு எளிய தமிழில் விளக்கி வேறு எவரும் பேசியிருப்பதாகத் தெரியவில்லை. அதிலும் அவர் பாடல்களுக்குச் சொல்லியிருக்கும் பொருளும் நயமும் இருக்கிறதே அவை அலாதியானவை.

அதேபோல, தமிழ்ச் சமூகம் நினைவிற் கொள்ளவேண்டிய மற்றொரு பெயர், மணவை முஸ்தபா. அறிவியல் தமிழ்க் களஞ் சிய உருவாக்கத்தில் முனைப்பு காட்டிய அவர், `யுனஸ்கோ கூரியர்' தமிழ்ப்பதிப்பின் ஆசிரியராகவும் இருந்தவர். இஸ்லாமியத் தமிழிலக்கியத்தையும் வடிவங்களையும் பிரபலப்படுத்தியதில் அவருடைய பங்கும் இருக்கிறது. அவர் நடந்திய மாநாடுகள் வழியேதான் `தமிழில் இஸ்லாமிய மெய்ஞ்ஞான இலக்கியங்கள்' பரவலான கவனத்தைப் பெற்றன.

குறிப்பாக, சூஃபி தத்துவம் குறித்த அறிதலையும் விவாதத்தையும் எழுத்தாளர்கள் மத்தியில் எடுத்துச்சென்றதில் அவரே முதன்மையானவர். தமிழ் மரபில் சித்தர்கள் எனப்படுபவர்கள் சூஃபிகளிடமிருந்து எவ்வெவற்றில் ஒத்தும் உழன்றும் இருக்கிறார்கள் என்பதெல்லாம் அவர் நடத்திய கருத்தரங்குகள் வழியே கவனத்துக்கு வந்தன. அப்படியான கருத்தரங்கில் வாசித்த கட்டுரை ஒன்று, கவிக்கோ அப்துல்ரகுமான் பத்திப் பிரித்து வெளியிட்டுள்ள 'குணங்குடியார் பாடற்கோவை'யில் இடம்பெற்றிருக்கிறது. கருத்தரங்கக் கட்டுரையின் விரிந்த வடிவையே நூலுக்கு முன்னுரையாகத் தந்திருக்கிறார். அதில், மஸ்தான் சாகிபின் பாடல்களை எவ்விதம் புரிந்துகொள்வது என்பதுடன், இஸ்லாமிய

இலக்கியங்களை எவ்விதம் உள்வாங்கவேண்டுமெனவும் தெரிவித்திருக்கிறார். மார்க்கக் கருத்துகளுக்கும் நெறிகளுக்கும் முதன்மையளித்தாலும், அவ்விலக்கியங்கள் தமிழுக்கு ஆற்றியுள்ள பங்களிப்புகள் கவனிக்கத்தக்கவை. எந்த அரபுச் சொல்லாக இருந்தாலும், அதைத் தமிழில் எழுதும்பொழுது தொல்காப்பியரின் எழுத்திலக்கண வரையறைக்குள் நின்றே சிந்தித்திருக்கிறார்கள்.

எழுத்திலக்கணம் மட்டுமன்று, தமிழ்நிலத்தில் தொன்றுதொட்டுப் புழக்கத்திலுள்ள நம்பிக்கைகளையும் இலக்கிய அணுகுமுறைகளையும் கிரகித்தே படைப்புகளை ஆக்கி அளித்திருக்கின்றனர். `பித்தர் சொன்னவும், பேதையர் சொன்னவும், பத்தர் சொன்னவும், பன்னப் பெறுபவோ?' எனக் கம்பரைப் போலவே `பித்துப் பிடித்த பிரபஞ்சத்தார் போலன்றோ / முத்தார்க் கிருக்கும் முறைநான் காண் நிராமயமே' என்று குணங்குடியாரும் எழுதியிருக்கிறார்.

நிராமயமென்றால் நோயற்றது, பரம்பொருள் என்று அர்த்தம். நோயிலிருந்து காக்கும்படியும் நொடிதோறும் நிகழும் தீங்குகளிலிருந்து மீட்கும்படியும் ஏக இறைவனை நோக்கிக் குணங்குடியார் பாடியுள்ள நிராமயக் கண்ணிகள், தனிச் சுவையுடையவை. குணங்குடியாரின் பாடல்களுள் நுழைந்தால் அவற்றிலிருந்து நம்மை விடுவித்துக்கொள்வது அத்தனை எளிதில்லை. சொற்களை மந்திரம்போலச் சுழற்றிவிட்டிருக்கிறார்.

அவருடைய ஒரேயொரு பராபரக் கண்ணியையோ நிராமயக் கண்ணியையோ யோசிக்க ஆரம்பித்தால்கூட அந்தநாள் அத்தனை அற்புதமாக மாறிவிடும். சூஃபிக் கருத்துகளைச் சொல்லும்போதுகூட அதை நம்முடைய மொழியில் ஏற்றுக்கொள்ளும்வகையில் எழுதிவிடும் சாமர்த்தியம் அவருக்குண்டு. பொதுச்சொற்களைப் பிரயோகித்து எழுதினாலும் மார்க்க நெறிகளை விலகிப்போகாத தொனி அவருடையது. பெரும்பாலும் இந்திய இஸ்லாமிய மரபுகளைக் கவனப்படுத்தும் வகையிலேயே அவருடைய பாடல்கள் அமைந்திருக்கின்றன. இந்திய மரபில் நான்குமறை என்றால் ரிக், யஜுர், சாம, அதர்வண வேதங்களைக் குறிக்கும். குணங்குடியாரோ இந்த நான்கையும் சபூர், தவ்ராத்,

இஜீல், குர்ஆன் ஆகியவற்றுடன் இணைத்துவிடுகிறார். அதேபோல, நான்கு நெறியாகச் சரியை, கிரியை, யோகம், ஞானம் என்று சொல்லப்படுவதை ஷரீயத், தரீகத், மஅரிபத், ஹகீகுத் ஆகியவற்றுடன் ஒப்பிட்டுக் குறித்துவிடுகிறார்.

இன்னும் சொல்லப்போனால் ந,ம,சி,வ,ய என்கிற பஞ்சாக்கரமாகக் கூறப்படுவதைக்கூட அ, ல, ல, அ, ஹா என்று அதாவது, `அல்லாஹு' என்னும் சொல்லாக ஆக்கிவிடுவதை அவருடைய கீர்த்தனங்களில் பார்க்கமுடிகிறது. இந்திய யோக நெறியில் வரக்கூடிய ஏகாட்சரத்தை `அலீப்' என்னும் சொல்லால் அழைப்பதையும் அறியலாம். `தேடுவதும், நாடுவதும் சிந்தைத் திருநடனம் / ஆடுவதும் உன்னடியார்க்கு ஆசை நிராமயமே' என்றும் `எத்தனையோ கற்றும் இதயம் தெளியா திருந்த / பித்தருடன் நேசம் பிழைகாண் நிராமயமே' என்றும் அவர் எழுதியுள்ள கண்ணிகள், ஆச்சர்யமளிப்பவை.

மண்ணின் தன்மைக்கேற்ப மார்க்கத்தின் கருத்துகளை முன்வைக்கும் குணங்குடியாரின் பாடல்களில் சிவம், சக்தி, மனோன்மணி, அம்பிகை, வாலை, சாம்பவி, தட்சிணாமூர்த்தி, நந்தி, துளவமணி மார்பன், சிற்றம்பலம் போன்ற சொற்கள் வந்துள்ளதை ஆன்மிகத் துறையினரின் பரிபாஷை என்று அப்துல்ரகுமான் விளக்கியிருக்கிறார். இஸ்லாமிய இலக்கியங்களை எத்தகைய கவனத்துடன் உள்வாங்கவேண்டுமென்பதற்கு அந்த ஒரு முன்னுரையே போதுமானது. காசிம் புலவர் எழுதிய `திருப்புகழ்' தனித்தன்மையுடையது. அருணகிரிநாதரின் திருப்புகழுக்குச் சற்றும் குறைவில்லாத தமிழும் அழகும் பொருந்திய அப்பாடல்களை, இஸ்லாமியப் பாடகர்கள் இன்றளவும் மேடைகளில் பாடிவருகிறார்கள்.

குணங்குடியாரைப் போலவே தமிழ் நிலத்தில் அதிகமும் அறியப்பட்ட தக்கலை பீர்முகமது அப்பா எழுதிய பதினெட்டாயிரத்துக்கும் மேற்பட்ட பாடல்கள் ஆகச் சிறந்த அனுபவத்தை வழங்குபவை. `ஆழிய ஞானம் 63' எனும் தலைப்பில் மு. முகம்மது சலாகுதீன் எழுதியுள்ள நூல், நுட்பம் மிகுந்தது. ஆன்மாக்களின் ஆபரணம் எனும் துணைத்தலைப்பில் பீரப்பாவின் `ஞான ரத்தினக் குறவஞ்சி'யில் இடம்பெற்றுள்ள வரிகளுக்கு அவர்

உரையெழுதியுள்ளார். அவ்வுரைகளில் பலவும் என்னை ஈர்த்தன. குறிப்பாக `எட்டெழுத் தாக வெழுந்த வெழுத்தென்ன சிங்கி / அது மட்டி லடங்கா வடிவட்ட கோணமே சிங்கா' என்னும் வரிகளுக்கு மிக வித்தியாசமனான விளக்கத்தை வழங்கியிருக்கிறது. ஞானப்பாடல்களை உரைகளின் வழியே கிரகிக்கும்போது அவற்றின் அழகும் கனமும் கூடிவிடுகின்றன. எண்ணங்களை வரிவடிவில் எழுத அந்தக் காலத்தில் எழுத்துகளையே தமிழர்கள் பயன்படுத்தி வந்தனர். அதுபடி, எட்டு என்னும் எண்ணிற்கு `அ'கரத்தைக் குறியீடாகக் கொண்டது அறியாததன்று.

சலாகுத்தீன் தன்னுடைய உரையை 'உலகிலுள்ள எல்லா மொழிகளுக்கும் ஆதாரமாகவும் அடிப்படையாகவும் அமைந்துள்ள அகரத்தையே எட்டெழுத்து' எனப் பீரப்பா கூறுவதாக விவரிக்கிறார். பூஜ்ஜிய வடிவில் தொடங்கி ஒன்றில் முடிவதுபோல அமைந்துள்ள அகரம், ஒன்றுமில்லாத ஒன்றிலிருந்தே ஒன்று தொடங்குகிறது என்பதைத் தெரிவிப்பதாக எழுதியுள்ளதை வியக்கலாம்.

வட்டத்தில் ஆரம்பித்து ஒன்றுபோல முடிக்கும் எழுத்துருவிற்குப் பின்னேயும் இத்தனை விஷயங்கள் இருக்கின்றனவா எனப்படுகிறது. பூமி, சூரியன், சந்திரன், நட்சத்திரங்கள் என எதை எடுத்துக்கொண்டாலும் அவை அத்தனையும் வட்ட வடிவிலேயே அமைந்திருப்பதால் `மட்டிலடங்கா வடிவட்டக் கோணமே' எல்லாவற்றுக்கும் முதலாகவும் ஆதாரமாகவும் இருப்பதை விளக்கமாகத் தந்திருப்பது மேலோட்டமான புரிதலன்று. ஞானியர்களின் வார்த்தைகள், வாக்கியங்கள் ஒவ்வொன்றுக்குள்ளும் ஓராயிரம் அர்த்தங்கள் பொதிந்துள்ளன.

சித்தர்களும் சூஃபிகளும் ஒன்றா எனும் சந்தேகம் பலருக்குண்டு. ஆனாலும், தக்கலை பீர்முகமது அப்பாவின் `ஞான ரத்தினக் குறவஞ்சி' சித்தர் பாடல்களில் இடம்பெற்றுள்ளது குறிப்பிடத்தக்கது. எடுத்துச்சொல்லவும் பகிர்ந்துகொள்ளவும் இஸ்லாமிய இலக்கியங்களில் எவ்வளவோ இருக்கின்றன. `பொக்கிஷங்களின் சாவி, சூஃபிகளின் நாக்கில் இருக்கிறது' என்னும் நிஜாமியின் கவிதையைப் போல, வாழ்வின் பொக்கிஷங்களை இலக்கியத்தின் சாவியால்

மட்டுமே திறக்க முடியும். இலக்கியத்திலும்கூட இஸ்லாமும் ஏனைய மதங்களும் ஒன்றே என்பதுதான் என் புரிதல். 'அறிவின் அதிகபட்ச சாதனை ஸ்தம்பித்து நிற்பதுதான்' என்று சூஃபி ஸனாய் எழுதிய 'ஹதீகா'வில் ஒரு வரி வரும். அறிவே ஸ்தம்பிக்க வைக்குமெனில், அதைவிட மேலான ஞானம் என்ன செய்யுமோ?

எழுத்தாளர் என்கிற ஜாடை

முன்னெப்போதோ வாசித்த தேவதேவனின் ஒரு கவிதை அலாதியானது. 'காற்றை அள்ளி அள்ளி / வாரிக் குளிக்கும் மனிதனுக்குக் / காதலிக்கத் தெரியாமல் போவதெப்படி?' என்கிற வரிகளைத் தாங்கிய அக்கவிதைக்கு 'ஒரு சிறு முயற்சி' என்று தலைப்பிட்டிருப்பார். படித்தவுடனே வசீகரிக்கும் அவ்வரிகளில் காற்றும் காதலும் அள்ளி அள்ளிக் குளிக்கும் விஷயங்களாக ஆகிப் போயின.

எழுத்தாளர் அ. முத்துலிங்கத்தின் படைப்புகளையும் நான் காற்றாகவோ காதலாகவோ எண்ணித்தான் அள்ளியள்ளிக் குளிக்கிறேன். கடந்த முப்பது ஆண்டுகளில் எழுத்தால் சகல தரப்பினரையும் மிக நெருக்கமாக உணர வைத்திருப்பவர் அவர் மட்டுமே. 'மட்டுமே' என்கிற சொல்லை நான் அறிந்தும், தெளிந்துமே பயன்படுத்துகிறேன். காரணம், எழுத்தாளர் கி.ரா.விற்குப் பிறகு அனைவராலும் கொண்டாடப்படும் ஒருமுகம் அல்லது ஒருகுரல் முத்துலிங்கத்தினுடையது. எழுத்திலும் அணுகுமுறையிலும் இந்தத் தனித்துவத்தை வேறு எவருமே கைக்கொள்ளவில்லை. தீவிரம், அதிதீவிரம், நவீனம், பின்நவீனம் என்றெல்லாமல் படைப்புகளைப் பட்டியலிடாமல், தான் கண்டும் கேட்டும் உற்றுணர்ந்த

சம்பவங்களை வெளிப்படைத் தன்மையுடன் எழுதுவதால் அவரை எல்லோருக்கும் பிடிக்கிறது. அத்துடன், இலக்கிய வாசகர்களைக் குறிவைத்து எழுதிக் குவிக்காமல், புதுப்புது வாசகரை இலக்கியத்தை நோக்கி இழுப்பவராகவும் அவர் இருக்கிறார்.

புனைவோ அபுனைவோ எதுவாயினும், அதில் அவர் சித்திரித்துக் காட்டும் மனிதர்கள், களங்கமற்ற நதியில் மிதந்தோடும் இலைகளாக இருக்கிறார்கள். வெவ்வேறு நாடு, வெவ்வேறு மொழியைக் கொண்டவர்களாக இருந்தாலும், அடிப்படையில் அவர்களின் ஈரம் நம்மை நனைத்துவிடுகிறது. 'திகடச் சக்கரம்' கதையின் முதல்வரி 'எரிச்சலூட்டுவதற்கென்றே பிறப்பெடுத்தவன் எரிக்ஸன்' என்று தொடங்கும். அதற்கு நேர்மாறாக, எல்லோரையும் உற்சாகப்படுத்துவதற்கென்றே பிறப்பெடுப்பவை முத்துலிங்கத்தின் எழுத்துகள். நானறிய, எந்தவித அசூயையும் இல்லாமல் எலும்பும் சதையுமாக மனிதக் கவிச்சியை அவர் கதைகளில் நுகரலாம்.

தனக்குத் தோன்றுவதைத்தான் அவர் எழுதுகிறார். என்றாலும், அதற்காக அவர் தன்னைத் தயாரித்துக்கொள்ளும் அக்கறைகள் ஆச்சர்யப்படுத்துபவை. ஒருபக்கத்தை நிறைக்க, ஒரு புதிய தகவலையாவது சொல்லவிடத் துடிக்கும் இயல்பே அவருடையது. முன்பின் கணக்குகளை உத்தேசிக்காமல் உள்ளதை உள்ளபடி எழுதும் அவர் எழுத்துகள் முதல் வாசிப்பிலேயே நமக்குள் குடிகொண்டுவிடுகின்றன. பொதுவாக இப்படியான எழுத்தாளர்களைக் காலத்தின் கொடை என்பார்கள். எனக்கோ அதற்கும் மேலே என்றுதான் சொல்லத் தோன்றுகிறது. இந்த இடத்தில் ஓர் எழுத்தாளர் நமக்குப் பிரியமானவராகவும், பிரமிப்பைத் தருபவராகவும் இருப்பதற்கு எழுத்துக்கு அப்பாலும் பல காரணங்கள் இருக்கின்றன.

தொண்ணூறுகளின் பிற்பகுதியில் ஒரே ஒருமுறை அவரை நேரில் சந்தித்திருக்கிறேன். என்றாலும், அவரை அடிக்கடிப் பார்த்துக்கொள்ளும் சந்தர்ப்பத்தை அவர் கதைகள் வழங்கியுள்ளன. பல்லாயிரம் மைல்களைக் கடந்த பிரதேசத்தில் அவர் வசித்தாலும், மிகப் பக்கத்தில் பார்க்கும் உணர்வைத் தரக்கூடிய எழுத்து அவருடையது. 'கணையாழி'

பத்திரிகையில் உதவியாசிரியராகப் பணியாற்றிய காலத்தில் ஒரு கடுங்கோடையில் அவர் எங்கள் அலுவலகத்திற்கு வந்திருந்தார். சுட்டெரிக்கும் வெயிலைச் சுமந்தபடி அவர் வந்த காட்சி, இன்னமும் என் நினைவில் இருக்கிறது. அதற்குமுன் அப்படியான ஒரு மதிய வேளையில் கறுப்புநிறக் கோட் அணிந்து யாருமே எங்கள் அலுவலகத்திற்கு வந்ததில்லை. எளிய உடைகளைத் தரித்து, ஏழ்மையைக் கக்கும் கண்களுடனே அசோகமித்ரனும் இன்னபிறரும் வந்திருக்கிறார்கள்.

எங்கள் பத்திரிகையில் எழுதுபவர்கள் உயரிய பதவிகளிலும், சமூகத்தில் அந்தஸ்து மிக்கவர்களாகவும் இருந்திருக்கிறார்கள். என்றாலும், நேரே வந்து தம் நூல்களையோ படைப்புகளையோ வழங்குபவர்கள் அவ்விதம் இருந்ததில்லை. `ரிதம் டப்பிங் ஸ்டுடியோ'வின் ஓர் ஓரத்தில் இரண்டு மேசை நாற்காலியைப் போட்டுக்கொண்டு அதைப் பத்திரிகை அலுவலகம் என்கிறார்களே என அவரும் நினைத்திருக்கலாம். ஓர் எழுத்தாளருக்குரிய அசலான நடையோ உடையோ பாவனையோ இல்லாத ஒருவர், எப்படியும் ஒரு நல்ல கதைகூட எழுத வாய்ப்பில்லை என்றுதான் நினைத்தேன். தவிர, அந்தச் சந்திப்பில் அவர் எனக்கு வழங்கிய நூல்கள் மணிமேகலை பிரசுரத்தால் வெளியிடப்பட்டிருந்தன.

படைப்பாளரைப் பார்க்காமல், அப்படைப்பைப் பிரசுரித்து வெளியிட்ட பதிப்பகத்தை வைத்தெல்லாம் எழுத்தை அனுமானிக்கும் அப்போதைய மோசமான போக்கிற்கு நானும் விதிவிலக்கல்ல. இன்றைக்கு அப்படியானப் போக்கு பெருமளவு குறைந்திருக்கலாம். அதுமட்டுமில்லை, அப்போது என்னை நான் கொம்புமுளைத்த சிறுபத்திரிகையாளனாகக் கருதிக்கொள்ளும் நிலையிலுமிருந்தேன். தோற்றத்தில் அவர் ஓர் உயரதிகாரியாகத் தெரிந்தாரே அன்றி, எழுத்தாளர் என்கிற ஜாடை கொஞ்சமுமில்லை.

அன்பும் ஆவலுமாக அவர் அளித்த நூல்களைச் சிரத்தையில்லாமல் பெற்றுக்கொண்டோமே என்கிற சிராய்ப்பு இப்போதும் என் நெஞ்சில் இருக்கிறது. அடுத்த முப்பதாண்டுகளில் வீரியமாக வெளிப்படப்போகும் ஒரு படைப்பாளரை அத்தனை அலட்சியத்துடன் அணுகியவிதம்

வெட்கப்பட வைக்கிறது. எழுத்தாளர் எஸ்.பொன்னுதுரையின் பரிந்துரையுடனே அவர் என்னைச் சந்திக்க வந்திருந்தார். ஆனாலும், அவருக்கு நான் உரிய இடத்தை வழங்கவில்லையோ என்றுதான் இதை எழுதும் வேளையிலும் தோன்றுகிறது. என் சொற்களிலும் நடவடிக்கையிலும் தென்பட்ட விளையாட்டுத்தனத்தை அவர் பொருட்படுத்தவில்லை. பொறுப்பான வேலையில் ஒரு பொடியனை அமர வைத்திருக்கிறார்களே என அவர் எண்ணியிருக்கலாம்.

அந்தச் சிறிய சந்திப்பில் என்மீது அவர் கொண்டுவிட்ட அபிப்ராயத்தைக் காட்டிக்கொள்ளாமல் 'நாம் இருவரும் இணைந்து ஏன் ஒரு தேநீர் அருந்தக்கூடாது' என்றார். 'அருந்தலாமே' எனத் தலையசைத்துவிட்டு, அவரை மேலும் கீழும் ஒருமுறை பார்த்தேன். எங்கள் அலுவலகத்திற்குப் பக்கத்தில் ஒரு டீக்கடை உண்டு. அதைக் கடையென்று சொல்வது பேச்சுக்குத்தான். மற்றபடி, அங்கே அமர்ந்தெல்லாம் தேனீர் குடிக்கும் வசதியில்லை.

நடிகர் திலகம் சிவாஜிகணேசனின் வீட்டுக்கு எதிர்ப்புறம் அமைந்திருந்த டீக்கடை அது. தெருவோரக்கடையென்று அ.முத்துலிங்கமே அச்சந்திப்பைப் பற்றி பின்னொரு சந்தர்ப்பத்தில் எழுதியிருக்கிறார். அந்தக் கடையில்தான் தமிழின் ஆகப்பெரும் எழுத்தாளர்களாக இன்று அறியப்படும் பலருடனும் நான் டீ அருந்தியிருக்கிறேன். மணிக்கணக்காக அந்தக் கடையின் முன்னே நின்று இலக்கியத்தைக் கற்றிருக்கிறேன். ஆனாலும், கோட்டும் சூட்டுமாக வந்திருந்த ஒருவருடன் அங்கே நின்று தேனீர் குடித்துப் பழக்கமில்லை என்பதால் தயங்கினேன்.

எளியவர்கள் புழங்குமிடத்தில் ஓர் உயரதிகாரியை நிறுத்துவதா என்று யோசித்து, 'சார்... பக்கத்தில் ஒரு கடையுண்டு. இருந்தாலும், இந்தக் கோலத்தில் அங்கே நின்று குடித்தால் சரி வராதே' என்றேன். உடனே அவர் அணிந்திருந்த கோட்டைக் கழற்றிவிட்டு, என்னுடன் வருவார் என்பதுதான் என் எதிர்பார்ப்பு. ஆனால், அவரோ 'நான் காரில்தான் வந்திருக்கிறேன். வேண்டுமானால் வேறு எங்கேயாவது ஒரு நல்ல கடைக்குப் போவோமா' என்றார். என்னைச் சந்தித்துப் பேசிய அந்த இரண்டுமணி

நேரமும் அவர் அந்தக் கோட்டைக் கழற்றவே இல்லை என்பதுதான் விசேஷம். எதற்காகவும் தன்னையோ தன் இயல்பையோ மாற்றிக்கொள்ளாத அந்தத் தன்மைதான் அவர் கதைகளின் அடிப்படை. கடந்த இருபத்தைந்து ஆண்டுகளில் அவர் எழுத்துகளை எங்கே கண்டாலும் ஆர்வத்துடன் வாசிப்பவர்களில் நானும் ஒருவன்.

அது கட்டுரையா, கதையா, நேர்காணலா என்றெல்லாம் பார்ப்பதில்லை. அவர் பெயர் தாங்கியிருந்தால் போதும். எந்த உருவமும் பெயரும் எழுத்தாளராகப் பார்ப்பதில் முதலில் எனக்குச் சங்கடம் ஏற்படுத்தியதோ அதே உருவமும் பெயரும் ஆழப் பதிந்துவிட்டன. அடுக்கடுக்காக அவர் சொல்லிச்செல்லும் தேசங்களையும் மனிதர்களையும் வாசித்த பிறகு, பெயர்களிலும் உருவங்களிலும் ஒன்றுமே இல்லை எனத் தெரிந்துவிட்டது.

எங்கள் அலுவலகத்திற்கு அவர் வந்துபோன அன்று, அலுவலகப் பையன் ‘இவரும்கூட எழுத்தாளரா சார்’ என்றான். அந்தக் கேள்வியில் தொக்கியிருந்த குதர்க்கமும் குறும்புமே தமிழிலக்கியச் சூழல். எழுத்தாளரென்றால் அவருக்கென்றொரு அகமும் முகமும் தேவை என்றிருந்த நிலையை, சுக்குநூறாக உடைந்தெறிந்த பெருமை அவருக்கே உரியது. முதல் சந்திப்பில் அவர் வழங்கிய நூல்களை மிகத் தாமதமாகவே வாசித்தேன். வாசிக்க வாசிக்க என்னுள்ளிருந்த அழுக்குகளும் அலட்சியங்களும் வெளியேறின. அதன்பிறகு மனிதர்களை அணுகுவதிலும், அவர்களைப் பொருட்படுத்துவதிலும் உள்ளார்ந்த மாற்றங்கள் நிகழ்ந்தன.

எழுத்தாளனோ பத்திரிகையாளனோ அல்லது இன்னபிற துறையைச் சேர்ந்தவனோ யாராக இருந்தாலும் முதலில் அவன் குரலைக் கேட்கவேண்டும் என்கிற எண்ணத்தை அக்கதைகளும் கட்டுரைகளும் தோற்றுவித்தன. முத்துலிங்கம் ‘எலுமிச்சை’ சிறுகதையின் முகப்பில் கு.அழகிரிசாமியின் ‘குமாரபுரம் ஸ்டேஷன்’ கதையைக் குறிப்பிட்டுச் சில வார்த்தைகளை எழுதியிருப்பார். பொடிபோடுவதுபோலவும், வெடிபோடுவதுபோலவும் அவர் சொல்லத் தொடங்கும் ஒவ்வொரு கதையிலும் ஏதோ ஒன்றின் தொடர்ச்சியைக் காணலாம். ‘நம்முடைய செயல், இன்னொரு காரியத்திற்கு

எப்படி உதவுகிறது' என்பதைச் சொல்லவே எழுத்தாளர் கு. அழகிரிசாமியைத் துணைக்கு அழைத்திருப்பார். என்னைப் பொருத்தவரை முத்துலிங்கத்தின் கதைச்செயலும் வாசகனை நல்வழிப்படுத்தும் காரியமே என்பதில் சந்தேகமில்லை. எங்கே தகவலைச் சொல்கிறார், எங்கே நம்முடைய தலையை வருடிக்கொடுக்கிறார் என்றே தெரியாதபடி மிக லாவகமாக அவர் கதைசொல்லும் முறை, கடந்த முப்பதாண்டுகளில் வேறு ஒரு சிலருக்கு வாய்த்திருந்தாலும், முத்துலிங்கத்தின் பாணியே முதன்மையானது. என்னை ரொம்பவும் கவர்ந்த 'ரி' என்னும் சிறுகதையை இதுவரை எத்தனைமுறை வாசித்திருப்பேன் என்பதற்குக் கணக்கில்லை. இசையும் பாடலுமாக என்னுடைய வாழ்க்கை அமைந்திருப்பதால் அடிக்கடி அக்கதையை வாசிக்கத் தோன்றும்.

இசையமைப்பாளர் இமானிடம் அக்கதையை விவரித்து ஒருமுறை பேசியபோது, 'ஐயாவுக்கு இசை தெரிந்திருக்கிறது என்பது விஷயமில்லை. அதை எத்தனை அழகாகக் கதையில் வைத்திருக்கிறார் பாருங்கள்' என்றார். அக்கதையில் 'காம்போதி, தோடி போல இது பணக்காரர்களுக்கு உண்டான ராகம் கிடையாது. என் போன்றவர்களுக்காக ஏற்பட்டது. மார்க ஹிந்தோளம்' என்றுவரும்.

ஆரோகணத்தில் எட்டு ஸ்வரங்களும், அவரோகணத்தில் ஏழு ஸ்வரங்களும் பயின்றுவரும் அந்த இராகத்தின் மாதிரியை அக்கதை நிமித்தமாக இமான் எனக்கு வாசித்துக் காட்டியது தனி அனுபவம். அவரோகணத்தில் 'ரி' விடுபடும் இராகமே அது. இந்தச் செய்தி தெரியாத ஒருவர் அக்கதையை வாசித்தால் புரியாமல் போய்விடக்கூடும் என்பதால் அவரே ஸ்வரங்களின் பட்டியலையும் கொடுத்திருக்கிறார். இந்தக் கரிசனமே முத்துலிங்கத்தை வாசகர்கள் கொண்டாடக் காரணம்.

மிக மெல்லிய உணர்வுகளைக் கடத்த தி.ஜானகிராமன் இசையைப் பாத்திரங்களுடன் புழங்கவிடுவார். அவருக்குப் பின் ஓரிருவர் அவ்வகையான படைப்புகளைத் தந்திருக்கிறார்கள். எனினும், அந்தக் கண்ணியை அறுபடாமல் தொடர்பவர்களில் முத்துலிங்கம் முக்கியமானவர். 'ஜகதலப்பிரதாபன்' கதையில் தன்னுடைய அண்ணன்கள் எம்.கே.டி பாகவதருக்காகவும்,

பி.யு.சின்னப்பாவுக்காகவும் அடித்துக்கொண்ட காட்சிகளை விவரித்திருப்பார். 'விருந்தாளி' கதையில் ஜெகனுடன் இணைந்து கேட்ட காருக்குறிச்சியின் கரகரப்பிரியாவைக் காட்டியிருப்பார். அக்கதையில் இடம்பெற்ற 'நீ அங்கே / நான் இங்கே / பெண்ணே இரவு நகர்கிறது / வீணாக' என்னும் உருதுக் கவிதையைப்போல நானும் சில கவிதைகளை எழுதிப் பார்த்திருக்கிறேன். அப்படி எழுதிப்போய் இறுதியில் 'மேலும் / மீன்கள் படகைக் கண்டுபிடிக்கவில்லை / பறவைகள் விமானத்தை / நான் காயகல்பத்தை' என்கிற தேவதச்சன்வரை வந்து சேர்ந்தது தனிக்கதை.

இளவயதில் இருந்தே இசையுடனான முத்துலிங்கத்தின் உறவை 'உண்மை கலந்த நாட்குறிப்புகள்' நூலில் காண முடியும். பர்வதராசகுமாரி என்னும் பெயருடைய தன் அக்கா, பாட்டு கற்கத் தொடங்கிய சம்பவத்தை அத்தனை எள்ளலுடன் விவரித்திருப்பார். 'அக்காவின் சித்ரவதை ஸ்வர வரிசைகளில் ஆரம்பித்தது' என்று அதில்வரும் ஒருவரி தமாஷானது. கருக்குமட்டைக் குரலுடைய அக்காவும் கஷ்டப்பட்டுப் பாட்டு கற்றிருக்கிறார். ஒருகட்டத்தில் அம்மாவும், பாட்டு வாத்தியாரும் பெரும் பிரயத்தனப்பட்டு 'யாரோ அவர் யாரோ' என்னும் கீர்த்தனையைக் கற்பிக்கிறார்கள்.

ஒவ்வொரு நாளும் அப்படிப் பாடுவதைக் கேட்ட யாரோ ஒரு நபர், வீதியில் நின்று, 'நான்தான் அது, நான்தான்' என்று கத்திவிட்டு ஓடியிருக்கிறார். அடையாளத்தை மறைத்துக்கொண்ட அந்த நபரைக் கடைசிவரை கண்டுபிடிக்க முடியாத அப்பா, 'இனிமேல் அந்தக் கீர்த்தனையைப் பாட வேண்டாம்' எனத் தடைபோட்டிருக்கிறார். பாட்டு வாத்தியாரும் சரியென்று அடுத்த கீர்த்தனையைச் சொல்லித்தர ஆரம்பித்திருக்கிறார். அது, 'காரணம் கேட்டுவாடி சகியே / காதலன் சிதம்பரநாதன் இன்னும் வராத காரணம் / கேட்டுவாடி' என்னும் கீர்த்தனை.

அதையும் அக்கா கர்ம சிரத்தையுடன்பாடத் தொடங்கிய இரண்டொரு நாளில் அதற்கும் அப்பாவால் தடைபோடப்படுகிறது. காரணம், சிதம்பரநாதன் என்னும் பெயரில் ஊரில் ஓர் இளம் பையன் இருக்கும் தகவல் தெரிந்ததுதான். அந்தக் காலத்தில் பெண்களை எப்படியெல்லாம்

அதீத ஜாக்கிரதையுடன் அப்பாக்கள் வளர்த்திருக்கிறார்கள் எனச் சிந்தித்தால் சிரிப்பு வரும். அப்பா பிரச்சினைகளைத் தவிர்க்க அந்தக் கீர்த்தனைக்குத் தடைபோட்டதும், வாத்தியார் அடுத்த கீர்த்தனைக்குத் தாவி 'எப்போ வருவாரோ / எந்தன் கலிதீர /எப்போ வருவாரோ' என ஆரம்பித்திருக்கிறார். ஏறக்குறைய ஒருமாத காலம் பல்லவியை அக்கா பிடித்துக்கொண்டதும், அநுபல்லவிக்கு வந்திருக்கிறார்.

அநுபல்லவிக்கு வந்ததும், மறுபடியும் அப்பா முன்னைவிட அதிகக் கோபத்துடன் பாடலை நிறுத்தும்படி வாத்தியாரைக் கடிந்திருக்கிறார். பிரச்சினை என்னவெனில், 'எப்போ வருவாரோ / எந்தன் கலிதீர எப்போ வருவாரோ / அப்பர் முதல் மூவரும் ஆளுடை அடிகளும் / செப்பியதில்லை சிதம்பரநாதன்' என்ற இந்தக் கீர்த்தனையிலும் சிதம்பரநாதன் வருவதுதான். அது, 'கோபாலகிருஷ்ண பாரதியார் எழுதிய அற்புதமான கீர்த்தனை. 'அதில் வரக்கூடிய சிதம்பரநாதனுக்கும் எனக்கும் ஒரு சம்பந்தமுமில்லையே' என்பதுபோல வாத்தியார் விளக்கியிருக்கிறார்.

பிறகு ஒருவழியாகச் சமாதானமடைந்த அவர், ஒவ்வொரு கீர்த்தனையையும் படிப்பிக்கத் தொடங்குமுன் தன்னிடம் முழுதாகப் பாடிக்காட்ட வேண்டும் என்றிருக்கிறார். உலகப் பாடல் வரலாற்றிலேயே சிதம்பரநாதனுக்குத் தணிக்கையும் தடையும் முத்துலிங்கத்தின் அப்பாவால்தான் போடப்பட்டிருக்கிறது. பின்னும் அக்கா கற்றுக்கொண்ட சங்கீதத்தைப் பற்றியும் அவள் பாட மறுத்த ஒரு கீர்த்தனையைப் பற்றியும் அதே பதிவில் சொல்லியிருக்கிறார்.

நக்கலும் நையாண்டித்தனமுமாக ஆரம்பித்த பாட்டுப் பயிற்சிக்கு உள்ளே சில சொட்டுக் கண்ணீர்த் துளிகளையும் அக்கா சேமித்து வைத்திருந்ததை அறிய துக்கமானது. நான் சொல்ல வருவது, சங்கீதத்தின் அடிப்படையோ கேள்விஞானமோ இல்லாமல் எழுத்திற்குள் சங்கீதத்தைச் செப்பமாகக் கொண்டுவர முடியாது என்பதுதான். அதே நூலில் 'நான் பாடகன் ஆனபோது, பாதிபாடல்தான் கேட்கிறது' ஆகிய பதிவுகளை வழிந்தோடும் புன்னகையுடன் வாசிக்கலாம். நான் பாடகன் ஆனபோது பதிவில், 'நான்கே வரி எழுதி, என் பாட்டுக் கஷ்டத்தைப் போக்கிய ஔவைக்கு

நன்றி' எனத் தெரிவித்திருப்பார். 'பாலும் தெளிதேனும்' என்ற நான்கே வரி எழுதி முத்துலிங்கத்தின் அன்பைப் பெற்ற அதே ஔவை என்னிடமும் நா. முத்துக்குமாரிடமும் ஏகத் திட்டு வாங்கியிருக்கிறாள். இளையராஜாவிடம் பாட்டெழுதிய அனுபவமுள்ளவர்கள் பலரும் ஔவையைத் திட்டியிருப்பார்கள் என்றே நினைக்கிறேன். 'எந்தப் பாட்டுக்கு இசை நன்று' என அந்தக் கிழவி சொல்லியிருக்கிறாள் என்பதை முத்துலிங்கம் குறிப்பிட்டப் பதிவில் சொல்லாமல் விட்டிருக்கிறார்.

முத்துலிங்கத்தின் பத்திகளில் நான் வாசித்து மகிழ்ந்த இன்னொன்று, டோறொண்டோப் பல்கலைக்கழகப் பேராசிரியர் செல்வேந்திரன் பற்றியது. 'நினைத்தபோது நீ வரவேண்டும்' பாடலுக்காக ஓர் அதிகாலையில் அவர் அடித்த தொலைபேசி மணியிலிருந்து அப்பத்தி தொடங்கும். டி.எம். சௌந்தர்ராஜன் பாடி மிகப்பிரலமான அப்பாடலை எழுதியவர் யாரெனத் தெரிந்துகொள்ளத்தான் அவர் முத்துலிங்கத்தை அழைத்திருக்கிறார். ஆனால், அதையே ஒரு சாக்காக வைத்துச் செல்வேந்திரனைப் பற்றி முத்துலிங்கம் தீட்டியிருக்கும் சித்திரம் இருக்கிறதே அது அபாரம். செல்வேந்திரனின் கேள்விக்கான பதில், என். எஸ். சிதரம்பரம்.

ஒருமுறை `ஆயிரக்கணக்கான பாடல்களைச் சேகரித்துக் கேட்டுவருகிறீர்களே? அவற்றில் எது உங்களை மிகவும் கவர்ந்தது' எனச் செல்வேந்திரனிடம் கேட்டிருக்கிறார். அதற்கு அவர், 'அமைதியில்லா தென் மனமே' என்ற பாடலைச் சொல்லியிருக்கிறார். பின்னும் விடாத உரையாடலில் அவரின் எதிர்கால ஆசை என்ன என்பதுவரை அக்கட்டுரை நீள்கிறது. நான்கூடத் திரைப்படத்தில் நடிப்பதைச் செல்வேந்திரன் தன் வாழ்நாள் ஆசையாகச் சொல்வாரென்று எதிர்பார்க்கவில்லை.

நான்கைந்து பக்கமே வரக்கூடிய அந்தப் பத்தியில் சின்னதாக ஒரு செல்ல விமர்சனமும் செய்திருப்பார். 1951இல் வெளிவந்த 'பாதாள பைரவி' திரைப்படத்தில் இடம்பெற்ற 'அமைதியில்லா தென் மனமே' பாடல், அதன்பிறகு எனக்குமே பிடித்துப்போனது. தஞ்சை இராமையாதாஸ் எழுதி, கண்டசாலா இசையமைத்த பாடல். 'இனிதாய்த் தானே இசை மேவிடுதே / இதயத்தில் கோகில கீதம்'

என்னும் இடத்தில் பி.லீலா, கண்டசாலாவைவிட, ஒருபடி மேலே உருகியிருப்பார். முத்துலிங்கம் எழுதும்வரை அத்திரைப்படத்தில் எனக்குப் பிடித்த பாடலாக இருந்தது 'உயிருடன் உனைக் காண்பேனோ' என்னும் பாடல்தான். பாட்டும் கூத்துமாகக் கழிந்த இளமைக் காலத்தில், இசை அவர் வாழ்வில் வகித்த பங்குதான் பின்னாள்களில் கதைகளாக வெளிப்படுகின்றனவோ என்னவோ? 'ஐயாவின் கணக்குப்புத்தகம்' நூலில் 'இந்து' பத்திரிகைக்கு அவர் அளித்த பேட்டி ஒன்று இடம் பெற்றிருக்கிறது.

அதில் 'இலக்கியம் தவிர்த்து எது இல்லாமல் தன்னால் வாழவே முடியாதென்றால் அது இசைதான்' என்றிருக்கிறார். 'சோர்விலும் மகிழ்ச்சியிலும் இசையே மனத்தைச் சமநிலைப்படுத்துகிறது' என்றதுடன், எழுத்தாளர் வெங்கட்சுவாமிநாதன் பரிசளித்த கர்நாடக இசைக் குறுந்தகடை அவ்வப்போது கேட்பதாகவும் கூறியிருக்கிறார். கூடவே, என் மகள் காவ்யாவை மனத்திலிருத்தி நானெழுதிய, `கண்ணம்மா கண்ணம்மா அழகு பூஞ்சிலை' பாடலைப் பற்றியும் சொல்லியிருக்கிறார்.

இமான் இசையில் 'றெக்க' திரைப்படத்தில் இடம்பெற்ற அப்பாடலைச் 'செல்பேசியில் ஏற்றி நூறு தடவைக்குமேல் கேட்டேன்' என்றிருக்கிறார். திரைப்பாடல்களைக் கேட்டாலும், பிடித்தாலும்கூட அதுகுறித்துப் பல எழுத்தாளர்கள் சொல்வதில்லை. ஓர் இலக்கியவாதியெனில் அவர் சினிமாவையோ சினிமாப் பாடல்களையோ பேசினால் ஆகாது, அடுக்காது என்கிற எண்ணமே அது. ஆனால், முத்துலிங்கமோ வாய்ப்புக் கிடைக்கும்பேதெல்லாம் இசை பற்றியும், சினிமாப் பாடல்கள் பற்றியும் தன்னுடைய அபிப்ராயங்களைத் தெரிவித்திருக்கிறார்.

பலசமயங்களில் திரையிசையும் தமிழிசையும் அவருள் ஏற்படுத்தும் மாயங்களைப் பகிரங்கப்படுத்தியிருக்கிறார். கதைகளின் ஊடேயும் அவற்றைப் பகிர்ந்து பார்வைக்குத் தந்திருக்கிறார். இன்னொரு நேர்காணலில் என்னுடைய 'கூடமேல கூடவச்சி' பாடலைப் பற்றியும் அவர் சொல்லியிருப்பதைக் கவனித்தேன். இசையும் பாடலும் அது எந்த ரூபத்தில், என்ன பெயரில் வெளிப்பட்டாமலும்

அதை அவர் இரசித்துவிடுகிறார். 'கண்ணக் காட்டு போதும்' என்ற பாடலைக் கேட்டுவிட்டு, அவர் எங்கிருந்தோ அழைத்து வாழ்த்தியதை மறப்பதற்கில்லை. டோறெண்டோப் பல்கலைக்கழகத்தில் தமிழ் இருக்கை அமைப்பது தொடர்பாக ஒரு பாடல் வேண்டுமென அவர் கேட்டதும், நானும் இமானும் மனமுவந்து ஒப்புக்கொண்டதற்குக் காரணம், இசையாலும் அவர் எங்களுடன் இணைந்திருந்தார் என்பதே.

தமிழுக்காக எக்காரியத்தை அவர் முன்னெடுத்தாலும் உடனிருக்கவும் உறுதுணை புரியவும் என்போலப் பலர் காத்திருக்கிறார்கள். இந்த நம்பிக்கையை அவர் சாத்தியப்படுத்தியிருக்கிறார். நுண்கலைகளில் அவருக்குள்ள ஆர்வத்தை எழுத்துகள் வழியே அறியலாம். குறிப்பாக, இசைகுறித்தோ பாடல்கள் குறித்தோ அவர் எங்கே எழுதினாலும் பேசினாலும் எனக்கு ரூமியின் `ஒவ்வொன்றுக்கும் தத்தம் இனத்தைச் சென்றடைவதிலேயே இன்பமுண்டாகிறது. ஒருபொருளின் ஒரு பகுதி, அதன் முழுமையில் போய்க் கலப்பதில் இன்பமடைகிறது' என்கிற வாக்கியங்கள் நினைவுக்கு வரும். அவ்வாக்கியங்கள் ரூமியின் `கிதாபுல் மஸ்னவி'யில் வருவது.

முழுமை, இன்பம், இனம் ஆகிய மூன்றையும் ஒருசேர உணராமல் படைப்புகளின் இரகசியங்கள் பிடிபடாது. எழுத்தாளர் அ.முத்துலிங்கத்தின் வெற்றியென்பது அம்மூன்றையும் நமக்கு வழங்குவதாக அமைந்திருக்கிறது. அங்கதம், நையாண்டி, எள்ளல், பகடி, நகைச்சுவை எனப் பல்வேறு வகைகளை வைத்திருக்கிறோமே அவை அனைத்தையும் அ.முத்துலிங்கத்தின் எழுத்துகளில் பார்க்க முடியும். 'ஐயாவின் கணக்குப் புத்தகம்' நூலில் 'இருகவிகள்' என்றொரு பத்தி இடம்பெற்றிருக்கிறது. அப்பத்தியில் இரண்டுபேரைப் பற்றி எழுதியிருக்கிறார். அதில், ஒருவர் பெருங்கவிக்கோ என்றழைக்கப்படும் வா.மு. சேதுராமன்.

தமிழில் கவிதைகள் போல அதிகம் எழுதியவர்களில் அவரும் ஒருவர். வகை தொகையில்லாமல் அவர் பெயரில் பல கவிதை நூல்கள் வந்திருக்கின்றன. அவரை முத்துலிங்கம் சந்தித்த உடனே 'நீங்கள் ஏன் சினிமாவுக்குப் பாட்டெழுதப் போகவில்லை?' என்றிருக்கிறார். அதற்கு வா.மு.சேதுராமன்

அளித்த பதிலும் செருப்பு சபதமும் வயிறுகுலுங்கும் சிரிப்பை வரவழைப்பது. சேதுராமனின் கவிதைகளை அறியாதவர்கள்கூட, அவர் மீசையின் நீளத்தைக் கண்டு வியப்பார்கள். முத்துலிங்கம் சேதுராமனின் மீசையை உவமிக்க, கம்பராயாணத்திலுள்ள தோள் கண்டார் தோளே கண்டாரைச் சொல்லியிருப்பது அதிருசி. இடப்பக்க மீசையைப் பார்க்கும் ஒருவர், வலப்பக்க மீசையைப் பார்க்க வருவதற்குள் ஒருநாள் முடிந்துவிடும். மீசைக்குப் பேர்போன சேதுராமனின் சினிமா ஆசை களேபரமானது.

சேதுராமன் முதலில் சாண்டோ சின்னப்பா தேவரிடம் பாட்டெழுதப் போயிருக்கிறார். மூன்றுபாடல்களை எழுதியுமிருக்கிறார். ஆனால், அப்பாடல்கள் வேறொரு கவிஞரின் இடையீட்டால் தடைபட்டிருக்கிறது. பாட்டெழுதியதோ தடைப்பட்டதோ முக்கியமில்லை. அந்தச் சூழலில் சேதுராமன் எடுத்துக்கொண்ட சபதம்தான் முக்கியம். அந்தச் சபதம் என்னவெனில், பாட்டெழுதும்வரை செருப்பு அணிவதில்லை என்பதுதான். பாட்டுக்கும் செருப்புக்கும் ஒரு சம்பந்தமும் இல்லை. ஆனால், ஏதோ ஒன்றைச் சபதமாக எடுத்துக்கொள்ள நினைத்த வா.மு.சே., அங்கேயே அவர் காலில் அணிந்திருந்த செருப்பைக் கழற்றிவிட்டு வந்திருக்கிறார். கவிதைக்கான அணி இலக்கணத்தைப் பிழையற கற்றிருந்த அவர், காலணியைக் கழற்றிவிட எத்தனித்தது காலத்தின் கொடுமையல்லாமல் வேறுயென்ன?

செருப்பணியாமல் பலநாள்கள் பாடல் வாய்ப்புகளை எதிர்நோக்கியிருந்த சேதுராமனுக்குப் பின்னொரு சமயத்தில் இளையராஜாவிடம் எழுதும் வாய்ப்புக் கிட்டியிருக்கிறது. எழுதி, கழற்றிய செருப்பை அணியப் போகையில் அந்தப்படம் நின்றுவிட்டதாகச் சொல்லியிருக்கின்றனர். பாட்டுப் போடுவதைவிடச் செருப்புப் போடுவதில் அவருக்கு எழுந்த அக்கறையால் மீண்டும் முயன்றிருக்கிறார்.

எண்ணியதுபோல அடுத்தொரு வாய்ப்பும் வந்திருக்கிறது. 'ஞாயிறு திங்கள்' என்கிற புதுவிதமான தலைப்பில் தொடங்கப்பட்ட படத்திற்கு எழுதும் வாய்ப்பு. சனிக்கிழமை அழைத்துப் பாட்டெழுதச் சொல்லியிருக்கிறார்கள். அவரும் எழுதியிருக்கிறார். 'ஞாயிறு' அதாவது, ஞாயிற்றுக்கிழமைப்

பாடல் பதிவுக்குமுன் தன்னை வந்து பார்க்கும்படி அப்படத்தின் தயாரிப்பாளர் சொல்லியிருக்கிறார். அவரும் போயிருக்கிறார். போனால் தயாரிப்பாளர் வீடு நிறைய கூட்டம். விசாரித்தால் நேற்று இரவே மாரடைப்பால் தயாரிப்பாளர் இறந்துவிட்டார் என்றிருக்கிறார்கள். அதாவது, 'ஞாயிறு மரணம். திங்கள் இறுதிச் சடங்கு'என்றாகியிருக்கிறது. அதன்பின் சேதுராமன் செருப்பை அணிந்தாரா, இல்லையா என்பதைப் பத்தியைப் படித்துத் தெரிந்துகொள்ளவும்.

இந்தக் கதையை அல்லது உண்மையை முத்துலிங்கத்தின் வார்த்தைகளில் வாசிக்கும்பொழுது ஒருவார்த்தை பிசிறில்லை. ஆக ஜாக்கிரதையாக எழுதியிருக்கிறார். சேதுராமனே படித்தாலும் அதில் பொதிந்துள்ள பகடியை இரசித்துவிடுவார். முன்பின்னாகச் சொல்லிச்செல்லும் வார்த்தைகளில் ஒரு காட்சியும் வாழ்க்கையும் கண்முன்னே தெரிந்துவிடும். பல தருணங்களில் அவர் கட்டுரைகளும் கதைகளுக்கு உண்டான சுவாரஸ்யத்தைத் தந்துவிடுகின்றன.

எழுத்துகளுக்கு இடையே சதா ரீங்கரிக்கும் இலயம் ஒன்றுள்ளது. மேலும் கீழுமாகப் பரவும் ஸ்தாயிபோல இடையறாமல் தொடரும் அவர் எழுத்துகளும் நாத நகர்வுகளே என்பது என் அபிப்ராயம். 'இசைப்பயிற்சி' என்னும் தலைப்பில் ஜானகிராமன் எழுதிய சிறுகதையை இத்துடன் இணைத்துப் பார்க்கலாம். இசைக் குறிப்புகளை உள்வாங்கி எழுதுவது அத்தனை எளிதில்லை. இசையின் தாத்பரியங்கள் தெரிந்திருந்தால் ஒழிய அவ்வகை எழுத்தைத் தொடமுடியாது.

'காதிலே கேட்ட இசை' என்றொரு அற்புதமான பதிவை அ. முத்துலிங்கம் தன்னுடைய 'அமெரிக்க உளவாளி' நூலில் தந்திருக்கிறார். அது, மார்க்சிய அறிஞர் கைலாசபதி பற்றிய நினைவுக் குறிப்பு. கைலாசபதியின் மனைவியும் மகள் சுமியும் பேசிய தொலைபேசி உரையாடலை உள்ளடக்கியது. மரணத்திற்குச் சிலமணி நேரத்திற்கு முன் காதுகள் கேட்க முடியாத வைணவ இசை தன்னுள் ஓடுவதாகக் கைலாசபதி சொல்லியிருக்கிறார். 'அந்த இசை உனக்கும் கேட்கிறதா' என அருகில் இருந்த மனைவியிடம் கேட்டிருக்கிறார். அவரும் அவருடைய மகிழ்ச்சிக்காக 'ஆம்' என்று பொய்

சொல்லியிருக்கிறார். அத்தனை பொய்களும் அன்பின் நிமித்தமே சொல்லப்படுகின்றன. மருத்துவமனையில் படுத்த படுக்கையில் இருந்த கைலாசபதி, தன்னுள் ஓடும் இசையால் ஒளிர்முகத்துடன் உயிர்விட்டிருக்கிறார். இந்தக் குறிப்பை முத்துலிங்கம் எழுதியுள்ள நுணுக்கத்துடன் புரிந்துகொள்ளவது அவசியம். 'உண்டாலம்ம இவ்வுலகம்' எனும் இளம்பெரும்வழுதியின் புறநானூற்றுப் பாடலை மேசையில் எழுதி வைத்திருந்த கைலாசபதியும் இறுதியில் இல்லாமல்தான் போயிருக்கிறார்.

முத்துலிங்கத்தின் முதல் சிறுகதை நூலுக்குக் கைலாசபதி முன்னுரை வழங்கியிருக்கிறார். அதுமட்டுமில்லை, ஆரம்பகால எழுத்து முயற்சிகள் பலவற்றுக்கும் அவரே உதவியிருக்கிறார். என்றாலும், கால ஓட்டத்தில் வெவ்வேறு நாடு, வேலை என்றாகிவிட இருவரும் சந்திக்கும் வாய்ப்பே ஏற்படாமல் போயிருக்கிறது.

இடையில் கைலாசபதி மரணமுற்ற பிறகு அவர் மகள் சுமி, முத்துலிங்கத்தின் வாசகியாகக் கிடைத்திருக்கிறார். ஒரு சிறுகதையாளனுக்குக் கிடைக்கக்கூடிய அல்லது கிடைக்க வேண்டிய உச்சபட்சக் கௌரவமென்று நான் இதைத்தான் நினைக்கிறேன். விடுபட்ட உறவுகள், மனிதர்கள், நினைவுகள் எல்லாவற்றையும் இணைத்துவிடும் மையமே படைப்பு. 'நான் நிரந்தரமானவன் அழிவதில்லை. எந்த நிலையிலும் எனக்கு மரணமில்லை' என்று கண்ணதாசன் எழுதுவார். அ. முத்துலிங்கத்தின் விஷயத்திலும்கூட நினைவுகளும், உறவுகளும் எழுத்தால் மீண்டிருக்கின்றன.

தன்னை வளர்த்த, தன் வளர்ச்சியில் அக்கறை காட்டிய ஆசிரியர் அல்லது நண்பர் என்கிற விதத்தில் அக்கட்டுரை எழுதப்படவில்லை. மார்க்சிய அறிஞருக்குள் வைணவ இசை என்னும் பதத்தை, மேலெழுந்தவாரியாகப் புரிந்துகொள்ளக்கூடாது. இசையின் பாகுபாடுகள், மன அமைப்பின் ரேகைகள் ஆகியவற்றுடன் இணைத்துப் பார்த்தால், அப்பதத்தின் அடர்த்தி மிகுந்துவிடும். இசையுடனே மரித்த கைலாசபதியின் சாம்பல், பிந்தைய ஆண்டில் திருவையாறை ஒட்டியோடும் காவிரியில் கரைக்கப்பட்டதாகவும் அக்குறிப்பிலிருந்து அறியலாம்.

எங்கேயோ பிறந்த கைலாசபதியின் மூச்சில் மும்மூர்த்திகளும் கலந்திருந்தனர் என்பதை வேறு எவரும் சொல்லாதது. உலக எழுத்தாளர்கள் பலரையும் முத்துலிங்கம் நேர்காணல் செய்திருக்கிறார். ஒவ்வொருவரைச் சந்திக்கும்பொழுதும் அவருக்குள் ஏற்பட்ட மனமாற்றங்களையும் மகிழ்ச்சிகளையும் பகிர்ந்திருக்கிறார். அவர்கள் எழுதும்முறை, எழுதுவதற்கான முன் தயாரிப்புகள் பற்றியும்கூட. அம்மாதிரியான முயற்சிகள் இலக்கிய உலகிற்கு வளம் சேர்ப்பவை. ஒரு நேர்காணலுக்கு அவர் செலவிட்ட நேரத்தில் மூன்று நான்கு சிறுகதைத் தொகுதிகளை வெளியிட்டிருக்கலாம். ஆனால், அவருக்குத் தன்னைவிடவும் தமிழிலக்கியச் சூழலுக்குத் தேவையான தகவல்களைத் தருவதே முக்கியமாகப்பட்டிருக்கிறது.

இன்று உலகத்தில் எழுதிவரும் பலபேரைப் பற்றிய தரவுகளை ஒரு தமிழ் இளைஞன் குறிப்பாக, தமிழ் இலக்கிய வாசகன் தெரிந்து வைத்திருக்கிறான். எனில், அதற்கான முழு உழைப்பையும் அவர் ஒருவரே செய்திருக்கிறார். எழுத்தாளனின் குண இயல்பை வைத்து அவன் படைப்புகளை அளவிடுவதா என்பதற்கும் அவரிடம் பதிலுண்டு. ‘படித்ததை எப்படி மறப்பது?’ என்றொரு கட்டுரை.

அக்கட்டுரையில் பாப்லோ நெரூடாவின் அந்தரங்க விஷயமொன்றைக் குறிப்பிட்டிருக்கிறார். பாரதி, ஷேக்ஸ்பியர், சார்ள்ஸ் டிக்கின்ஸ், ருட்யார்ட் கிப்ளிங், ஜேம்ஸ் ஜாய்ஸ் பற்றிய குறிப்புகளும் இடம்பெற்றிருக்கின்றன. தமிழ்ச் சூழலில் எழுத்தையும், எழுத்தாளனையும் இணைத்துப் பார்க்கும் போக்கே இருக்கிறது என்பதைப் பகிர்ந்துவிட்டு, மோசமானவர் என்று கருதப்படும் ஒருவர் எழுதிய அற்புதமான படைப்பை எப்படி மறப்பது? எனக் கேட்டிருக்கிறார்.

அக்கட்டுரையை வாசித்தபிறகு மீண்டும் ஒருமுறை நெரூடாவின் ‘புக் ஆப் கொஸ்டீன்ஸ்’ நூலைப் படிக்கத் தோன்றியது. விடையற்ற கேள்விகளின் வியாக்கியானமே வாழ்க்கை. எப்படிப் பார்த்தாலும் படைப்பும் படைப்பாளனும் வேறுவேறுதான்.தனிப்பட்ட முறையில் முத்துலிங்கத்தின் படைப்புகள் என்னைக் கவர்வதற்கு அவருடைய பழந்தமிழ் இலக்கியப் பரிச்சயமே பிரதானம். நவீனத்தில் அவருக்கு எந்த அளவிற்குப் புலமையும் புரிதலும் இருக்கிறதோ

அதே அளவிற்குப் பழந்தமிழையும் சாறாக்கித் தன் படைப்புகளில் கலந்துவிடுகிறார். அமெரிக்காவிற்குப் போயிருந்த போது அங்கே ஆபிரகாம் லிங்கன் மிகப் பிரம்மாண்டமாக எழுப்பியுள்ள போர் வீரர்கள் மயானத்தைப் பார்க்கிறார். பார்த்தவுடனேயே அதுபற்றி எழுதவேண்டுமெனத் தோன்றுகிறது. மயானத்தின் அழகை, ஒழுங்கை, ஆச்சர்யத்தை விவரிக்க வேண்டியவர், அங்கே இருந்து குறுங்கோழியூர் கிழார் என்னும் புறநானூற்றுப் புலவனைப் பார்க்கிறார்.

மண்ணுக்காக உயிர்நீத்த வீரர்களை அமெரிக்கா எவ்விதம் பார்க்கிறது என்பதைவிட, நாம் நம்முடைய சங்க இலக்கியத்தில் எப்படிப் பார்த்திருக்கிறோம் என்பதுதான் அவருக்கு முக்கியம். அதற்காகப் புறநானூற்றுப் பாடல் 20ஐ மேற்கோளாகக் கொடுக்கிறார். இருபது வரிகளைக் கொண்ட அப்பாடலில் `பிறர்மண் உண்ணும் செம்மல்; நின் நாட்டு /வயவுறு மகளிர் வேட்டு உணின் அல்லது/ பகைவர் உண்ணா அருமண் ணினையே' என்னும் வரிகளும் உண்டு. அந்த வரிகளை மட்டும் 'உன்னுடைய மண்ணைக் கர்ப்பிணி பெண்கள் மட்டுமே உண்ணுவர். எதிரிகள் உண்ண முடியாது' எனத் தேவைக்குத் தக்கவாறு எளிய தமிழில் பெயர்த்துச் சொல்லியிருக்கிறார்.

'கடலாழம், உலகப்பரப்பு, காற்று வாழும் திசை, ஆகாயம் என எதை அளந்தாலும் உன்னை அளக்க முடியாது. உன் ஆட்சிக்கு உட்பட்டவர்கள் அல்லது உன் நிழலில் வாழ்பவர்கள் உன்னுடைய அறிவு, இரக்கம், கண்ணோட்டம் ஆகியற்றை அறியலாம். தீயின் சூட்டையும் வெயிலின் சூட்டையும் அறிவாரே அன்றி, வேறு சூடுகளை அவர்கள் அறியார்.

நிலத்தை உழும் கலப்பையைத் தெரியுமே தவிர, பகைவரைத் தாக்கும் கருவியோ ஆயுதமோ தெரிந்திருக்கச் சாத்தியமில்லை. அதுபோலவே பகைவரின் மண்ணை நீ உண்ணலாம். ஆனால், உன்னுடைய மண்ணைக் கர்ப்பிணிப் பெண்கள் மட்டுமே உண்ணுவர்' என்பதாகச் செல்லும் மிக நீண்ட பாடல் அது. மொத்தப் பாடலையும் சொல்லாமல் தேவையான அளவுக்குச் சுருக்கி, அதே சாரத்தை அக்கட்டுரையில் அளித்திருக்கிறார். 'வணங்குவதற்கு மண்' என்னும் தலைப்பைத் தந்துவிட்டதால்

அக்கட்டுரையின் இறுதியில் இன்னுமொரு புறநானூற்றுப் பாடலைத் தந்திருக்கிறார். அது, மாங்குடிக்கிழாரால் எழுதப்பட்டது. முதலாவது பாடல், மண்ணைக் காக்கும் அரசனைப் பற்றியது. மாங்குடிக்கிழாரின் பாடலோ ஒன்றுமில்லாமல் போன மண்ணைப் பற்றியது. இரண்டு பாடலையும் பொருத்தமான சொற்றொடர்களின் பின்னணியில் கொண்டுவந்து இணைப்பதுதான் முத்துலிங்கத்தின் சாதுர்யம். 'நிலம் என்னும் நல்லாள்' கதையை இங்கே ஒருமுறை நினைத்துக் கொள்ளலாம். அறிவையும் தகவலையும் ஒருவர் எந்த இடத்தில் இணைக்கிறார் என்பதை வைத்தே அவரின் ஆற்றலையும் ஆளுமையையும் கணக்கிட்டுவிடலாம்.

'பயங்கரமான ஆயுதம்' என்றொரு கட்டுரை. அக்கட்டுரையில் பரணர் எழுதிய குறுந்தொகைப் (24) பாடலைப் பற்றிய விபரத்தையும் வியப்பையும் தெரிவித்திருப்பார். ஏழு நண்டுகளால் மிதியுண்ட அத்திப்பழம்போல் என்ற உவமைக்கு, முத்துலிங்கம் வழங்கிய விளக்கத்தை வேறு எங்குமே நான் வாசித்ததில்லை. 'கருங்கால் வேம்பின் ஒண்பூ யாணர்' எனத் தொடங்கும் அப்பாடல் ஆறே அடிகளையுடையது. தலைவி சொல்வது போல் அமைந்த பாடல். முல்லைத் திணை. 'எனக்கும் அவருக்குமான உறவை அல்லது காதலைப் புரிந்துகொள்ளாத ஊர்ப்பெண்கள், இஷ்டத்திற்கு வாய்க்கு வந்ததெல்லாம் பேசுகிறார்கள். அது எப்படி இருக்கிறதென்றால் 'பல நண்டுகள் மிதித்துக் குழைந்துபோன அத்திப்பழம்போல் இருக்கிறது' என்கிறாள்.

எழு என்று பாடலில் வருவதை ஏழு எனவும் பொருள்கொள்ள இடமிருக்கிறது. எழு எனில் பல என்னும் பொருளும் உண்டு. எனவேதான் முத்துலிங்கம், எழு என்பதை ஏழு நண்டுகள் எனக் கணக்கிட்டு 56கால்கள் என்று குறிப்பிட்டிருக்கிறார். ஆக, அவர் கணக்குப்படி ஒரு நண்டுக்கு எட்டுகால். ஏழு நண்டா, பல நண்டா என்பது முக்கியமில்லை.

நண்டுகளால் மிதியுண்ட அத்திப்பழமே பாடலுக்கும், பாட்டுடைத் தலைவிக்கும் முதன்மை. இந்தப் பாடலுக்கு அவர் இரண்டு உதாரணங்களைத் தந்திருக்கிறார். ஒன்று, இராமாயணத்தின் இறுதிக்காட்சியிலிருந்து. மற்றொன்று,

நைஜீரிய நாவலாசிரியர் சீனுவா ஆச்சிபி எழுதிய Things Fall Apart என்னும் நாவலிலிருந்து. இரண்டையும் அவர் ஒரே கோட்டில் கொண்டுவந்து நிறுத்தும் அழகை இரசித்து மிரண்டுபோனேன். அதேபோல, 'கேட்டனை ஆயின் நீ வேட்டது செய்ம்மே' என்கிற கோவூர்க்கிழார் பாடல் குறித்தும் ஒரு கட்டுரையில் பகிர்ந்திருக்கிறார். போரில் வென்ற கிள்ளிவளவன், தன்னிடம் தோற்ற மலையமானின் இரு பாலகர்களையும் யானையின் காலில் மிதிப்பட்டுச் சாகச்செய்ய எண்ணுகிறான்.

அதற்கான தயாரிப்புகளில் அவன் இறங்கி, ஆணையிடும் சமயத்தில் அரண்மனைக்கு வரும் கோவூர்க்கிழார், 'பெரிய புகழ்ப் பரம்பரையில் வந்த நீ ஒன்றுமறியாத பாலகர்களை இத்தனை கொடூரமாகக் கொல்ல நினைக்கலாமா? நான் சொல்வதைச் சொல்லிவிட்டேன். பிறகு நீ செய்வதைச் செய்' என்கிறார். அதைக்கேட்ட கிள்ளிவளவன் அப்பாலகர்களை விடுதலை செய்திருக்கிறான்.

அநீதி நடக்கும்போது கல்வியாளர்களும், கலைஞர்களும் அமைதியாக இருக்கக்கூடாது என்பதை எத்தனையோ நூற்றாண்டுகளுக்கு முன்னே நம்முடைய முன்னோர்கள் சொல்லியிருக்கிறார்கள். ஆனாலும்கூட, நம்மில் சிலர் மௌனமாகக் கடக்கிறோம் என்பதல்ல, அப்படியான அநீதிக்குத் துணையிருக்கிறோமே என்றும் முத்துலிங்கம் அக்கட்டுரையில் வருந்தியிருக்கிறார். அக்கட்டுரையை அவர் எழுதும்போது உலகத்தில் நிகழ்ந்த இரண்டு மாபெரும் அநீதிகளைக் கண்டித்திருக்கிறார்.

அமெரிக்க ஜனாதிபதியும் கனடாவின் ஆளுநர் மிக்கேல் ஜானும் ஒருமுறை சந்திக்கிறார்கள். அந்தச் சந்திப்பின் பின்னணியில் சில சம்பவங்கள் நிகழ்ந்துள்ளன. ஆனால், ஊடகங்கள் அச்சந்திப்பையும் நிகழ்வையும் வேறுமாதிரி சித்திரித்துள்ளன. அதாவது, கனடாவுக்கு இளவயதில் அகதியாக வந்த மிக்கேலும் கருப்பர் என்பதால்தான் ஒபாமா சலுகை காட்டுகிறார் என்பதாக. புயலில் பாதிக்கப்பட்ட மக்களுக்கு ஓர் அரசு, இன்னொரு அரசிடம் உதவி கோருவதோ அதை உள்ளன்போடு ஏற்றுக்கொள்வதோ தவறே இல்லை. ஆனாலும்கூட அதற்குக் கண், காது, மூக்கு வைத்து

எழுதக்கூடிய பத்திரிகைகளை முத்துலிங்கம் மிகக் கடுமையாக அக்கட்டுரையில் கடிந்திருக்கிறார். மற்றொரு நிகழ்வு, சூடான் மக்களுக்கு ஆதரவாகக் குரல்கொடுத்த ஹாலிவுட் நடிகர் ஜார்ஜ் குளூனியின் கைது தொடர்பானது. இரண்டு முக்கியமான சம்பவங்களின் பின்னணிக்கு அவர், கோவூர்க்கிழாரை மேற்கோளாகத் தந்திருப்பது கவனத்துக்குரியது.

அதே பாடலைப் பேராசிரியர் கோ. கேசவனும் தன் ‘மண்ணும் மனித உறவுகளும்’ நூலில் ‘புலவரும் புரவலரும்’ என்கிற தலைப்பில் வேறுவகையில் அணுகியிருக்கிறார். கேசவன், மார்க்சியக் கண்ணோட்டத்துடன் பார்த்த ஒரு புறநானூற்றுப் பாடலை, முத்துலிங்கம் இன்னொரு கோணத்தில் பார்த்திருப்பது என்னை ஆச்சர்யப்படுத்தியது. மக்களின் முகமாகவும் குரலாகவும் எழுத்தாளர்கள் செயல்படுவதையே முத்துலிங்கமும் விரும்புகிறார்.

எழுத்தாளர் பாவண்ணன் ஒருமுறை தாம் எழுதிய இருபது குழந்தைப் பாடல்களை அனுப்பிவைக்க, அதை முன்வைத்து முத்துலிங்கம் எழுதியுள்ள ‘மூன்று குருட்டு எலி’ கட்டுரையும் குறிப்பிடத்தக்கது. ஒன்றை முன்வைத்து எழுதும்போதே அதன் தொடர்ச்சியாக வேறுசில சிந்தனைகளும் தகவல்களும் அவர் விசைபலகையை நோக்கி வந்துவிடும்போல. அக்கட்டுரையில் ‘எலிகளை வெட்டுவதிலிருந்து, பட்சிகளைச் சுடுவதிலிருந்து, மனைவியை அடைத்து வைப்பதிலிருந்து, கிழவனைக் கழற்றி எறிவது வரை வன்முறை மெல்ல மெல்லப் பரவுகிறது’ என்றிருப்பார்.

அக்காவின் சங்கீதத் தீட்சையைப் பற்றி ‘உண்மை கலந்த நாட்குறிப்புகள்’ பதிவை எழுதும்போதே அதன் தொடக்கத்தைப் பாகிஸ்தானில் ஒரு பாடலுக்கு எதிராக நடந்துகொண்டிருந்த வழக்கிலிருந்துதான் ஆரம்பித்திருப்பார். ‘ஓ, பர்வீன் நீ உப்பு மிகுந்தவளாக இருக்கிறாய்’ என்கிற இப்ரார் உல்ஹக்கின் பாடல், அப்போது பாகிஸ்தானின் பட்டித்தொட்டியெல்லாம் பிரபலமாகியிருக்கிறது. எது பிரபலமானாலும் அதற்கு எதிராகவும், ஆதரவாகவும் குரல்கள் எழுமில்லையா? அப்படித்தான் அப்பாடலுக்கு எதிராகவும் ஒரு பெண் நீதிமன்றத்தில் வழக்குத் தொடுத்திருக்கிறாள். அதுகுறித்து அக்காவிடம் உரையாடும் முத்துலிங்கம்

'உப்புக்குப் பதில் 'இனிப்புக்கூடியவளே' என்றிருந்தால் பிரச்சினை இல்லைதானே? என அக்காவிடம் கேட்டிருக்கிறார். அதற்கு அவர் அக்கா, 'அவளுக்கு என்ன பிரச்சினையோ' என வருந்தியிருக்கிறார். அத்துடன் நில்லாமல் 'இனிப்பென்றால் பொய், உப்புதான் உண்மை. உண்மை சுடும்' என்றிருக்கிறார். சங்க இலக்கியத்தில் பல பாடல்களில் உப்பு வருகிறது. உப்பு பெறாத விஷயமென்று சொல்வோம். உண்மையில் உப்புதான் பழந்தமிழர் வாழ்க்கையில் பெரிய விஷயமாக இருந்திருக்கிறது.

உப்பை, அமிழ்தம் என்று அழைத்த குறிப்புகள் நிறைய உள்ளன. தண்டி உப்பு யாத்திரையில் இந்தியச் சுதந்திரம் முன்னகர்ந்த வரலாறும் உண்டு. காந்தியின் உப்புச் சத்தியாகிரகத்தைப்பற்றி எத்தனையோ நூல்கள் வந்துவிட்டன. முத்துலிங்கம், ஏதோ ஓர் இடத்தில் உப்பை விவரித்து, கபிலரையும் பாரியையும் எழுதப்போக, எனக்குப் பறம்புமலையின் வளங்களைத் தெரிந்துகொள்ளும் ஆர்வம் ஏற்பட்டது. விளைவாக, குதிரையையும் உப்புவண்டியையும் இருவேறு காலத்தின் காட்சியாக வடித்த கபிலரின் அதி அற்புதப் பாடலைப் படித்துக்கொண்டேன்.

ஒருகாலத்தில் தம் பறம்புமலையைச் சூறையாட மூவரசர்களும் படையெடுத்து வந்தபோது, 'குதிரைகளைக் கணக்கெடுத்துக்கொண்டிருந்த பாரி மகளிர் இன்று குப்பைமேட்டில் ஏறி நின்று, உப்பு வண்டிகளை எண்ணிக்கொண்டிருக்கின்றனர்' என அப்பாடலில் கபிலர் வருத்தப்பட்டிருப்பார். மலையில் வசிக்கும் மக்களுக்கு உப்பு தேவைப்படுவதில்லை. ஏனெனில், தேன், திணை, பழங்கள், வள்ளிக் கிழக்குகள் ஆகியவற்றையே அம்மக்கள் உண்ணுவர். ஆனால், இன்றோ அப்படியான மலையை நோக்கி உப்பு வண்டிகள் ஏறிக்கொண்டிருக்கின்றன.

அவ்விதம் உப்பு வண்டிகள், மலைக்கு வந்தால் பிறகு அவை திரும்பிக் கீழே இறங்கும்போது செல்வங்கள் அனைத்தும் கொள்ளையடித்துப் போகப்படுமே என்றும் கபிலர் யோசித்திருக்கிறார். இந்த அபாயத்தைத் தடுக்கமுடியாமல் அல்லது அறிந்துகொள்ளாமல் பாரியின் பெண்கள் இருக்கின்றனரே என்னும் துயரமும் அப்பாடலில்

தொக்கியிருக்கும். 'நோகா யானே தேய்கா மாலை' என்று கபிலர் அப்பாடலில் வேதனைமிகக் குமுறியிருப்பார். 'இதையெல்லாம் நான் பார்க்காதவாறு என் ஆயுள் போகட்டுமே' என்றும் கண்ணீர் வடித்திருப்பார். முத்துலிங்கத்தின் சகோதரி 'உப்பு உண்மை. உண்மை சுடும்' என்ற வார்த்தைகளுக்குள் அத்தனை இருக்கின்றன.

எங்கே சுற்றி எப்படி வந்தாலும் முத்துலிங்கத்தின் படைப்புகள், தமிழிலக்கியத்தின் புதிய மாதிரிகள் என்றே சொல்லத் தோன்றுகிறது. வேறொரு பத்தியில் இதே உணவுக்குப் பட்டியல் போடும் கபிலரை, பட்டினியில் கிடந்திருப்போரோ எனக் போகிறப்போக்கில் செல்லமாகத் தட்டியிருப்பார். 'கிழங்கு கிண்டியபோது கிடைத்த இரத்தினக் கல்'என்னும் கட்டுரையில் வெண்பூதி எழுதிய மிக அழகிய குறுந்தொகைப் பாடல் பற்றிய குறிப்புவரும்.

பன்னெடுங்காலச் சங்கப் பாடல்களை இன்று எழுதிவரும் அமெரிக்கக் கவிஞர்களான ஜிம் ஹாரிஸானுடனும், மார்க் ட்வெய்னுடனும் அவரால் பொருத்திப் பார்க்கமுடியும். 'கொன்று தின்னும் / சிறுவிலங்கின் / பழுதாய்ப்போன பற்கள் போல/ காய்ந்துபோன டோர்டோன் / குட்டிக்காளான்' என்ற ஜிம் ஹாரிஸாசனின் கவிதைக்கு, 'பற்களைப் போல் அமைந்த முத்துகள்' என்ற சங்கப்பாடல் உவமையைச் சமன் செய்திருப்பார். வைதேசி ஹெர்பர்ட் வழங்கிய புறநானூறு ஆங்கில மொழிபெயர்ப்பை வரிவிடாமல் வாசித்த தகவல், 'தோல் தா தோல் தா' என்ற பாடலுக்கான விளக்கத்திலிருந்து அறியலாம்.

போரிலே கொல்லப்பட்டவனின் தம்பி, கொன்றவனைத் தேடி அலைகிறான் என்பது பற்றிய கவிதை. அக்கவிதைக்கு ஈடாக எனக்கு வ.ஐ.ச. ஜெயபாலனின் 'யாழ்நகரில் என் பையன்' எனத் தொடங்கும் துயர்மிகுந்த கவிதை நினைவுக்கு வரும். முத்துலிங்கமும் அக்கவிதை குறித்து எங்கோ ஓரிடத்தில் குறிப்பிட்டிருக்கிறார். இடைக்கால பக்தி இலக்கியங்கள் குறித்து அவர் பதிந்துள்ள குறிப்புகள், தனி ஆய்வுக்கானவை. இப்படிச் சங்கிலித் தொடர்போல, சக்கரத்தின் அச்சுபோல ஒன்றுடன் ஒன்றை இணைத்துக் காட்டுவதே அவர் எழுத்துப் பணியாகத் தொடர்கிறது. பிற

நாட்டு எழுத்தாளர்களை நேர்காணல் எடுத்தாலும் அல்லது பிறர் அவரை நேர்காணல் செய்தாலும் இந்தத் தொடர்ச்சியைக் கோடிட்டுக் காட்டாமல் அவர் இருப்பதில்லை. கதைகளில் இந்த இணைப்பை அவர் முதலில் இருந்தே செய்துவருகிறார். 'பூமாதேவி' என்றொரு கதை. அக்கதையில் திடீரென்று 'திருக்குறிப்பு நாயனார்' தோன்றுவார்.

அவர் கதையை வாசிக்கும் இன்றைய தலைமுறைக்கு ஏகாலியைப் பற்றியோ பெரிய புராணத்தைப் பற்றியோ தெரிந்திருக்க வாய்ப்பில்லை. என்றாலும், துணிச்சலுடன் அவர் அச்செய்திகளைக் கதைகளின் ஊடாகச் சொல்லிச் செல்வார். அதுவரை தெரியாமல் இருந்தாலும், அக்கதைகளைப் படித்ததும் புராண, இதிகாசச் செய்திகள் அவனுக்குள் புகுந்துவிடும். கதையின் போக்கிலோ கதாபாத்திரங்களின் நேர்த்தியிலோ இடைஞ்சல் ஏற்பட்டுவிடாமல் பக்குவமாக ஒவ்வொன்றையும் நுழைத்துவிடுவதில் அவருக்கு அவரே நிகர்.

நுழைத்துவிடுவதில் என்று வெகு ஜாக்கிரதையாகவே சொல்லுகிறேன். திணித்துவிடுகிறார் என்றால் அதற்கு வேறு அர்த்தம். நான் முன்பே சொன்னதுபோலக் கண்டு, கேட்டு, உற்றுணர்ந்த விஷயங்களை வலிந்து சொல்லாமல், அப்படியொரு சந்தர்ப்பம் வரும்வரை அவர் காத்திருக்கிறார். வரும்போது அதை நாசூக்காகச் சொல்லி நல்லதை மட்டுமே பார்க்க வைக்கிறார். 'மனுதர்மம்' கதையில்கூட ஏகப்பட்ட துணைக்கதைகளை உள்ளீடாக வைத்திருக்கிறார். தோண்டத் தோண்ட ஜீவசாகரம்போல் அவர் சுரந்துதரும் கதைகளில் பழையவை, புதியவை என்கிற கணக்கெல்லாம் இல்லவே இல்லை.

சிபிச்சக்ரவர்த்தியும் எல்லாளனும் வரக்கூடிய அதே கதையில் இராமனும் போதிசத்துவரும் வருவார்கள். கதை எங்கேயோ போகிறதே என யோசித்தால் அது, எங்கெங்கோ போய்விட்டுக் கடைசியில் உரிய இடத்திற்கு வந்துவிடும். எழுந்து பறக்கத் தயாராயிருக்கும் விமானம், மறுபடி வேறு ஓர் ஓடுதளத்தில் ஓசையில்லாமல் இறங்குவதுபோல எது ஒன்றையும் மென்மையுடன் சொல்லிவிடுகிறார். கதையின் சூட்சமத்தை வெற்றிலைப் பெட்டியில் வைத்திருந்தால், அப்பெட்டியின்

நீள அகலங்களைச் சொல்லாமல் விடுவதில்லை. மர்மங்களை அவிழ்க்கும் நொடியிலும் அதிர்ச்சியோ ஆவேசமோ படுவதில்லை. எனக்குத் தோன்றியதைச் சொல்லிவிட்டேன் என்பதுபோலத்தான் ஒவ்வொரு கதையின் முடிவுகளும் அமைந்திருக்கின்றன. 'விசா இல்லாத ஊருக்கு அவன் போய்விட்டது தெரியாமல், கணேசன் திரும்பத் திரும்ப அவரை அழைத்துக்கொண்டிருந்தான்' என 'விசா' கதையை முடித்திருப்பார். எங்கே அவர் கதையை முடிக்கிறாரோ அங்கிருந்து நமக்குள் வேறு ஒரு கதை ஆரம்பிக்கும். 'மகாராஜாவின் இரயில்வண்டி' கதையை எடுத்துக்கொண்டால் 'ஒன்பது துளைகள் கொண்ட நீள்சதுரப் பிஸ்கட்டைச் சாப்பிடும்போது ஒரு கித்தாரின் மணம் வருவதை என்னால் தடுக்க முடியாமல் போகிறது' என்றிருப்பார். சாதாரண சம்பவங்களே ஆனாலும், அதைச் செவ்வியல் தன்மையுடன் சிருஷ்டித்துவிடும் பேராற்றல் அவருடையது.

கதைகளைப் பட்டியலிட்டுச் சொல்லத் தொடங்கினால் இக்கட்டுரை இப்போதைக்கு முடியாது. 'ஒவ்வொன்றுக்கும் தத்தம் இனத்தைச் சென்றடைவதிலேயே இன்பமுண்டாகிறது' என்ற ரூமியின் வாசகத்தைத்தான் முடிவிலும் சொல்ல விரும்புகிறேன். கடந்த முப்பதாண்டுகளில் அவர் அபாரமான பங்களிப்பைத் தமிழுக்குத் தந்திருக்கிறார்.

ஒரு கதை என்றாலும், கட்டுரை என்றாலும் அதை அவர் எழுதும்போதே ஒன்றிரண்டு உபச்செய்திகளும் அவருள்ளிலிருந்து வெளிப்படுகிறது. காரணம், அவர் சிந்தனைகளும் கருத்துகளும் பன்னெடுங்காலத் தமிழிலக்கியத்தின் தொடர்ச்சி. இரு துருவங்களையோ முகாம்களையோ சேர்ந்த எழுத்தாளர்கள் தற்செயலாக எங்கேனும் சந்தித்துக்கொண்டால் என்ன பேசுவார்கள்? பரஸ்பரத்துடன் கைக்குலுக்கியோ சிரித்தோ விடைபெறுவார்களா? அல்லது வலிந்து ஒருவரை ஒருவர் வியப்பதுபோலக் காட்டிக்கொள்வார்களா? எனப் பலப் சமயங்களில் யோசித்திருக்கிறேன்.

அப்படி ஒருகாட்சியைக் காணும் சந்தர்ப்பமும் எனக்கு வாய்த்தது. ஆனால், அது சகிக்கக்கூடியதாக இல்லை. ஒருவர்மேல் ஒருவர் கொண்டிருந்த கசப்புணர்வே மிஞ் சியது. இருவருமே தமிழுக்கு நிறைய செய்திருக்கிறார்கள்.

வாழ்வின் விழுமியங்களை, அறக்கோட்டுப்பாடுகளை வலியுறுத்துபவர்கள். சமூக அரசியலைக்கூடக் கூர்ந்து விமர்சிப்பவர்கள். அப்படியிருந்தும், ஒருவரை ஒருவர் பார்க்காததுபோல முகத்தைத் திருப்பிக்கொண்டுச் சென்றது, சுள்ளென்று சுட்டது. இந்தப் பார்வையிலிருந்தே முத்துலிங்கத்தின் அயலகப் படைப்புகளுடனான கலந்துரையாடலைக் கவனிக்கிறேன்.

அவர், உலகத்தில் இன்று முக்கியமான எழுத்தாளர்களாக அறியப்படும் பலருடனும் கலந்துரையாடியிருக்கிறார். அவர்கள் படைப்புகளில் தென்படும் நல்ல அம்சங்களைப் புரிய வைத்திருக்கிறார். வார, மாத, ஆண்டுக்கணக்கில் காத்திருந்து அவர்களுடைய நேர்காணல்களைத் தொகுத்துத் தந்திருக்கிறார். அவை காலத்திற்கான ஆவணங்கள் போன்றவை. ஓர் எழுத்தாளர் சமகாலச் சக எழுத்தாளரை எப்படி அணுகுகிறார், அவர்களை எப்படி எப்படியெல்லாம் உள்வாங்குகிறார் என்பதைப் பொருத்த விஷயமது. தனக்கு வாய்க்காத ஏதோ ஒன்று அல்லது தனக்குப் பிடிபடாத ஏதோ ஒன்றை இன்னொருவர் கண்டடைந்திருக்கிறார் என்பது பரந்த மனத்தின் வெளிப்பாடுகளே அன்றி வேறில்லை.

ஏனைய எழுத்தாளர்களுடன் உரையாடும் வேளைகளில் அவர் ஒரு தேர்ந்த பத்திரிகையாளனாகவும், துப்பறிவாளனாகவும் செயல்படுவதைக் கவனிக்கலாம். அப்படி அவர் எடுத்த நேர்காணல்கள் அனைத்துமே முக்கியமானவை. எழுத்தினால் புகழ்பெற்ற டேவிட் செடாரிஸ், மொகமட் நஸீகு அலி, ஷ்யாம் செல்வதுரை, வார்ரென் கரியோ, மேரின் ஆன் மோகன்ராஜ், ரோபையாஸ் வூல்ஃப், டேவிட் பெஸ்மாஸ்கிஸ், அலிஸ் மன்றோ உள்ளிட்ட பலரை அவர் நேர்கண்டிருக்கிறார்.

அந்த நேர்காணல்களில் ஒரு தமிழ் வாசகன் தெரிந்துகொள்ள நிறைய உண்டு. நுட்பமான கேள்விகள் மூலம் அவர் தன்னையும் தன் விரிந்த வாசிப்பையும் வெளிப்படுத்தியிருக்கிறார் எனவும் சொல்லலாம். தனக்கு முன்னே அமர்ந்திருக்கும் ஆளுமையின் நிறை குறைகளை அலசி, அவரிடமிருந்து பற்றிக்கொள்ள அல்லது கற்றுக்கொள்ள வேண்டிய குறிப்புகளைத் தந்திருக்கிறார். நவீன தமிழ் எழுத்தாளார்கள், பலர் தவறவிட்ட செயலாகவும் இதைக் கருதலாம்.

ஆங்கிலத்தில் மட்டுமல்லாது அனைத்து மொழிகளிலும் என்னென்ன நிகழ்ந்துவருகின்றன என்பதை ஆராய்ந்து, அதைக் கடைக்கோடி தமிழ் வாசகனுக்குக் கொண்டுவந்து சேர்த்த அக்கறை அவருடையது. சில எழுத்தாளர்களைச் சந்திக்க முடியாத சூழல் அமைந்தபோது, தொலைபேசியிலேயே உரையாடலை நிகழ்த்தியிருக்கிறார். தீவிரமான வாசிப்பும் தேடலும் இல்லாத ஒருவருக்கு இது சாத்தியமே இல்லை.

சங்க இலக்கியத்தின் கீழ்முனையிலிருந்து, உலகப் படைப்புகளின் மேல் முனைவரைப் பார்த்தும் படித்தும் அவர் ஏற்படுத்தும் பலமுயற்சிகள், பயனுள்ளவை. அவர் எடுத்த நேர்காணல்களில் அதிகமும் நான் இரசிப்பது அவருடைய குறும்புகளை. எதிரே இருப்பவரைச் சுண்டியிழுக்கும் சொற்கோவைகள் அவருடையவை. விமர்சனங்களைக்கூட வெறுப்பை உண்டாக்காத வண்ணம் முன்வைக்கும் பக்குவம். சொல்வதற்கெல்லாம் தலையாட்டிவிட்டு, அதை அப்படியே காகிதத்தில் கக்காத துணிச்சல் அவருடையது. சொல்லப்போனால், பல முன்னணி எழுத்தாளர்களின் பதில்களைவிட, முத்துலிங்கத்தின் கேள்விகள் காத்திரமானவை.

குறிப்பாக, காம இலக்கிய எழுத்தில் புகழ்பெற்ற மேரின் ஆன் மோகன்ராஜைத் தொலைபேசியில் அழைத்து அவர் கேட்டிருக்கும் கேள்விகள் எதிர்பாராதவை. அப்படியான இலக்கியத்தின் தேவை, முக்கியத்துவம் எத்தகையது என்பதைக்கூட நேர்காணலின் இறுதியில் கொடுத்திருக்கிறார். உலகத்தாலும் விற்பனையாலும் ஒருவர் கவனம் பெறுகிறார் என்பதால் மட்டுமே அவரை அவர் உரையாடலுக்கு அழைப்பதில்லை. 'எதற்காகக் காம இலக்கியம் முக்கியமெனக் கருதுகிறீர்கள்' என மேரின் ஆன் மோகன்ராஜைக் கேட்கையில் அவர், 'செக்ஸ் என்னும் அனுபவத்தைப் பாவம் என்று பயமுறுத்தி வைத்திருக்கிறார்கள்.

அது இன்பத்தைத் துய்க்கும் ஓர் அனுபவம். ஆனால், அதைத் தண்டனை ஆக்கிவிட்டார்கள். ஓர் ஆணும் பெண்ணும் சம்மதித்துக் கலவி செய்வதில் என்ன தப்பு இருக்கிறது' என்று பதிலளித்திருக்கிறார். எல்லாவற்றையும் பொறுமையுடன் கேட்டு எழுதிய முத்துலிங்கம் முடிவில், 'கடைசிவரை தன்னுடைய பேச்சில் திருமணம் என்றோ கணவன் என்றோ

மேரி ஆன் குறிப்பிடவில்லை என்றிருக்கிறார். உரையாடலின் இறுதியில் சம்பந்தப்பட்ட எழுத்தாளரைப் பற்றிய அபிப்ராயங்களைச் சொல்லாமலும் இருப்பதில்லை. அவரின் 'bodies in motion' என்கிற நாவலின் அத்தியாயங்களைத் தனித்து வாசிக்கையில் சிறுகதைகளாகவும் சேர்த்துப் பார்க்கையில், நாவலுக்கான பூரணத்தை அடைவதையும் பாராட்டியிருக்கிறார். எழுத்திலும் இசையிலும் ஒரே நேரத்தில் பயணிக்கும் மொகமட் நஸீகு அலிவுடனான நேர்காணல் என்னை அதிகமும் கவர்ந்தது. ஆப்பிரிக்காவின் கானாவைச் சேர்ந்த இளம் எழுத்தாளர். அவர் எழுதிய 'prophet of zongo street' என்னும் சிறுகதை நூலால் கவனத்திற்கு வந்தவர். வேறு ஒரு நேர்காணலில் அலி, 'வி. எஸ். நய்பாலை எல்லாக் காலத்துக்குமான எழுத்தாளர்' என்றிருக்கிறார். அதை முன்வைத்து முத்துலிங்கம் ஒரு கேள்வியைக் கேட்க, அவரும் உரிய பதிலை ஆர்ப்பாட்டமில்லாமல் தந்திருக்கிறார்.

அப்போது 'நய்பால் முப்பதிற்கும் மேலான புத்தங்கள் எழுதியிருக்கிறார். என்றாலும், அவர் 29வயதில் எழுதிய A house for mr. biswas தானே இன்றும் சிறந்ததாகச் சொல்லப்படுகிறது. எனில், அதற்குப்பின் அவர் வளரவில்லையா? அவரை எப்படி எல்லாக் காலத்திற்குமான எழுத்தாளர் எனச் சொல்ல முடியும்?' என்ற கேள்வியை அலி, 'எழுத்தாளர்களுக்கு அபூர்வமாக ஏற்படும் ஓர் உன்னதத் தருணத்தை எல்லாப் படைப்புகளிலும் பார்க்க முடியாது' என்றிருக்கிறார்.

தன்னைவிட வயதிலும் அனுபவத்திலும் குறைந்த ஒருவரிடம் பேசியதுபோலவே அது இருக்கிறது. ஆப்பிரிக்க இலக்கியத்தின் சந்து பொந்துகளில் நுழைந்தெல்லாம் கேள்விகளைத் தொடுத்திருப்பார். அந்த நேர்காணலிலும் அமைந்த முத்தாய்ப்பு வரிகள், ஒரு தந்தைக்கு உரிய அக்கறையுடனும் ஆசீர்வாதத்துடனும் அமைந்திருக்கும்.

ஆப்பிரிக்காவின் பெண் எழுத்தாளர் அமினாட்டா ஃபோர்னாவிடம் எடுத்துள்ள நேர்காணல் இன்றைய சிறுகதை, நாவலாசிரியர்களுக்கு உதவுக்கூடியது. ஒரு கதை எப்படிச் சொல்லவேண்டுமென அமினாட்டா அதில் பகிர்ந்திருக்கிறார். அத்தியாயங்களின் முதல்வரியை மின்னலைப்போல் அமைக்கக் கூடியவர் அமினாட்டா. அது ஏன், அது எப்படி,

அது எதற்கு என்றெல்லாம் வரிசையாக முத்துலிங்கம் கேட்டிருக்கிறார். 'பெண் பிரச்சினைகளைப் பெண் தான் எழுத வேண்டுமா?' என்ற கேள்விக்கு அமினாட்டா அளித்துள்ள பதில், இலக்கியத்தை வகைமையாகப் பிரித்துப் பார்ப்பவர்களுக்கானது. அந்த நேர்காணலில் அமினாட்டா, Arthur japin என்கிற வெள்ளைக்கார எழுத்தாளார் பற்றிக் குறிப்பிட்டிருப்பார். அத்துடன், அவர் எழுதிய 'The two hearts of kwasi boach' என்கிற நூல், கறுப்பின மக்களின் பிரச்சினையைப் பற்றியது எனவும் தெளிவுபடுத்தியிருப்பார்.

எழுத்தாளன் சமூகத்தையும் மக்களையும் அணுகும் தன்மையில்தான் ஒவ்வொன்றும் வித்தியாசப்படுகிறதே தவிர, அவர் இன்ன மதம், நிறம், சாதி, இனம் என்பதில் எதுவுமே இல்லை. முத்துலிங்கமும் எழுத்தை அப்படித்தான் பார்க்கிறார் எனக் கருதுகிறேன். அமெரிக்க எழுத்தாளர் டேவிட் செடாரிஸிடம் 'உங்களுடைய பல கதைகள் ஒருபால் சம்பந்தப்பட்டிருப்பது நீங்கள் வேண்டும் என்றே செய்த ஒன்றா?' என்றிருக்கிறார்.

ஒருபால் விருப்பக்காரரான அவர் அதற்கு ஒளிவுமறைவில்லாமல் தந்திருக்கும் விடை ஆச்சர்யமில்லை. அவரை நேர்காண்பதற்கு முன்பாக அவருடைய எல்லா எழுத்துகளையும் வாசிக்காமல் அப்படி ஒரு கேள்வியைக் கேட்க முடியுமா? என்பதுதான். ஏதோ கேட்டுவைப்போமே என்கிற தொனியில் முத்துலிங்கம் ஒரு நேர்காணலைக்கூடச் செய்யவில்லை.

விளையாட்டுவீரர், விஞ்ஞானி, விஞ்ஞானி ஆக முடியாமல் எழுத வந்தவர், மொழியறிஞர், திரைநடிகர், முன்னேறத் துடிக்கும் தொழிலதிபர் என யாரை நேர்கண்டாலும், அவர்களைப் பற்றி அதுவரை வெளிவந்த தகவல்களை முழுமையாகப் படித்துவிட்டே சந்திக்கிறார். அப்படி ஓர் அழகான சந்திப்பை ஜார்ஜ் எல் ஹார்ட்டுடன் நிகழ்த்திருயிருக்கிறார். ஜார்ஜ் எல் ஹார்ட், கலிஃபோர்னியா பல்கலைக்கழகத் தமிழ்ப் பேராசிரியர். அதைவிட, அவர் ஏ.கே. இராமானுஜத்தின் மாணவர். இலத்தீன், கிரேக்கம், இரஸ்யன், ஜெர்மன், பிரெஞ்சு, ஆங்கிலம் எனப் பன்மொழிகளில் புலமை மிக்கவர். தமிழையும் மலையாளத்தையும் நேரடியாகப்

பேசவும் எழுதவும் முடிந்தவர். ஒரே நேரத்தில் நான்கு துறைகளுக்குப் பல்கலைக்கழகத்தில் தலைவராக இருப்பவர்.

அப்படிப்பட்ட ஒருவரை சந்திப்பதே பெரிய விஷயம் என்றிருக்க, அவரிடம் தமிழைப் பற்றியும் தமிழிலக்கியம் பற்றியும் விரிவாக முத்துலிங்கம் பேசியிருக்கிறார். 'புறநானூற்றில் பதினைந்து பெண் கவிஞர்கள் வருகிறார்கள். எனில், அந்தக் காலத்தில் பெண் கல்வி கற்பதற்குத் தடையேதும் இருந்திருக்காதுதானே?' என முத்துலிங்கம் கேட்க, 'எங்கள் மூதாதையரிலும் பார்க்க இன்றைய தமிழர்கள்தாம் பெண் விடுதலைக்கு எதிர்ப்பானவர்கள்' என்றிருக்கிறார். அத்துடன் 'தாந்தினி என்னை அறியவில்லை / நான் நீலாம்பல் இதழ்போலக்/ கருவண்ணமாக இருக்கிறேன் / தவறாக அல்லவோ கூறுகிறான்/ சரஸ்வதி வெள்ளையென்று' என்ற சமஸ்கிருதப் பெண்கவி கன்னட ராணி விஜ்ஜாகாவைப் பற்றிக் குறிப்பிட்டிருக்கிறார்.

ஆழ்ந்தகன்ற புலமையாளரிடம் என்னென்ன கேட்க வேண்டுமோ அத்தனை கேள்விகளையும் ஒன்றுவிடாமல் கேட்டிருக்கிறார். நேர்காணலில் ஓரிடத்தில் 'சிருஷ்டி இலக்கியத்திற்கும் மொழிவளர்ச்சிக்கும் இலக்கணம் தேவையில்லை' என்று ஜார்ஜ் எல் ஹார்ட் சொல்லியிருக்கிறார். தமிழிலக்கியச் சூழலில் பல ஆண்டுகளாக நிகழ்ந்துவரும் விவாதமே அதுவென்றாலும் சங்க இலக்கியத்திலும் நவீன இலக்கியத்திலும் நுட்பமான அறிவுடைய அவர் அப்படிச் சொல்லியிருப்பதைக் கடந்து போகமுடியவில்லை. அந்த நேர்காணலில் ஜார்ஜ் எல் ஹார்ட்டிற்கு சமஸ்கிருதம் கற்பித்த சேஷாத்திரிநாதன் பற்றியும் சில செய்திகள் உண்டு. வைதீகத்திலிருந்தும், சனாதனக் கூட்டிலிருந்தும் கல்வியைக் காப்பாற்ற எண்பவர்கள் அனைவரும் படிக்க வேண்டிய நேர்காணல் அது.

முத்துலிங்கத்தை வேறு எவரைவிடவும் நான் தனித்துப் பார்ப்பதற்கு அவர் படைப்புகளின் ஊடாகச் செய்துவரும் இப்படியான பணிகளுமே காரணமாக அமைகின்றன. 'பிரபலமான ஒருவரைக் கண்டு மௌனமாக இருப்பதிலும் பார்க்க, மோசமானது அவரிடம் மோசமானக் கேள்விகளைக் கேட்பது' என்று முத்துலிங்கம் எங்கோ ஓரிடத்தில்

சொல்லியிருக்கிறார். அதனால் அவர் மீதோ அவர் படைப்புகள்மீதோ எனக்குக் கேள்விகளே எழுவதில்லை. உண்மையில், அவர் படைப்புகளைப் படித்தவுடன் 'நாற்றுநடும் பெண்கள் / எங்கும் சேறு / அவர்கள் பாடல்களைத் தவிர' என்கிற ரைஸானின் ஹைக்கூ மனநிலைக்குப் போய்விடுகிறேன். களங்கமோ கறையோ படாத எழுத்தைக் காற்றையும் காதலையும்போல அள்ளிக் குளிப்பதுதான் ஒரேவழி.

கறுப்புநிறக் கோட்டணிந்தபடி முதலில் நான் பார்த்த முத்துலிங்கத்தைத் தற்போது ஒட்டுமொத்தத் தமிழுலகமும் பொன்னாடைப் போர்த்தி மகிழ்விப்பதை மனக்கண்ணில் பார்க்கிறேன். அவரே ஒரு நேர்காணலில் 'சிந்தனைக்குப் பின்னே ஓர் அடி தள்ளித்தான் எழுத்து இருக்கிறது. அது சமமாகவே முடியாது' என்றிருக்கிறார். அவரைப் பற்றிய என் சிந்தனைகளும் அப்படித்தான். மீண்டும் ஒருமுறை சென்னையின் தெருவோர டீக்கடையில் நின்றபடி அவருடன் தேநீர் அருந்தும் ஆசை பிறக்கிறது. ஒருபொருளின் ஒரு பகுதி அதன் முழுமையில் போய்க் கலப்பதைத் தவிர, வேறேதும் இன்பமிருக்கிறதா என்ன?

கனாத் திறமுரைத்த கானங்கள்

எட்டமுடியாத கற்பனையென்றும், எப்போதோ ஆழ் மனத்தில் படிந்த நிறைவேறாத ஆசையென்றும் கனவிற்கு விளக்கம் தருகிறார்கள். ஆனால், உண்மையில் கனவென்றால் நம்மில் ஒருவருக்குக்கூட அதன் அடிப்படை என்னவென தெரிந்துகொள்ள வழியில்லை. எண்ணியது ஈடேறாமல் போவதும் ஒரு வெற்றியையோ செயலையோ ஈடேற்றுவதற்கான எண்ணங்களை உண்டுபண்ணுவதும் கனவென்றே நம்புவோம்.

உறங்கிக்கொண்டிருக்கும் குழந்தை இதழ்விரித்து இலேசாகச் சிரித்தால் உடனே, அக்குழந்தை கனவில் கடவுளைப் பார்ப்பதாகவும், அவருடன் பேசுவதாகவும் மக்களிடையே ஒரு கற்பிதம் உண்டு. அது, கற்பிதம்தான். குழந்தையோ கடவுளோ அதன் உண்மைத்தன்மையை விரிக்காதவரை. என்றாலும், அக்கற்பிதம் புரியாத இரண்டு விஷயங்களை ஒன்றிணைத்துப் பார்க்கவைக்கிறது. இந்த இடத்தில் ஆத்மாநாமின் கனவு பற்றிய கவிதை ஒன்று நினைவிற்கு வருகிறது. கனவு பற்றிய மிகச் சிக்கலான மனநிலையை வெளிப்படுத்தும் அக்கவிதையில் `தினந்தோறும் ஒரு கனவு / அக்கனவுக்குள் ஒரு கனவு / உங்களைத் தேடுவது சிரமமென்று நான் ஒரு கனவு காணத் தொடங்கினேன் என்று குழம்பியிருப்பார். குழப்பியுமிருப்பார்.

அதைவிட, அக்கவிதையின் முத்தாய்ப்பாக எனப்படுவது, 'என்னுடைய கனவுகளை உடனே அங்கீகரித்துவிடுங்கள் / வாழ்ந்துவிட்டுப் போனேன் என்ற நிம்மதியாவது இருக்கும்' என்ற வரிகள்தாம். காணப்படும் கனவுகள், பிறரால் அங்கீகரிக்கப்பட்டுவிடாதா என்கிற கனவுகளைச் சுமந்துத்தான் ஒவ்வொருவரும் வாழ்ந்து வருகிறோம். அங்கீகரிப்பட்டால் ஆனந்தமும், அவமதிக்கப்பட்டால் சோகமும் விரவுவதுதான் வாழ்க்கையோ என்னவோ?

1993இல் வெளிவந்த 'வள்ளி திரைப்படத்தில் 'என்ன என்ன கனவு கண்டாயோ சாமி / வாழ்க்கை ஒரு கனவுதானய்யா என்றொரு பாடலை வாலி எழுதியிருக்கிறார். இளையராஜாவின் குரலில் வந்துள்ள அப்பாடலைக் கேட்குந்தோறும், கனவுகளுக்கும் நினைவுகளுக்கும் இடையேயான ஊசலாட்டத்தை ஓரளவு உணர்ந்துகொள்வேன். உண்மையில், எனக்கு எப்போதெல்லாம் சோர்வும் சுணக்கமும் ஏற்படுகின்றனவே அப்போதெல்லாம் கேட்கக்கூடிய பாடல்களில் அதுவும் ஒன்று.

காதலின் சோகத்தை வெளிப்படுத்துபவையே அப்பாடல் வரிகள். என்றாலும், அவற்றை எல்லாச் சூழலுக்கும் பொருத்திக்கொள்ள முடியும். 'ஓடைக்குளிர் ஓடையென மான்கள் நம்பி ஓடும் / வேளை அது கோடை எழும் கானல் என்று மாறும் என்னும் வரிகள், ஏமாற்றத்தின் வலி இயல்பாகக் கடத்துபவை. கண்ட கனவு காலாவதியாகும்போது அதை நெஞ்சிலே தாங்கியிருந்தவன் நிலை என்ன என்பதை இதைவிட அழகாக ஒரு திரைப்பாடலில் சொல்லிவிட முடியுமா எனத் தோன்றும். சொன்னவற்றுக்கு அடிக்கோடாக 'கண்ணொடு காணுகின்ற கோலம்யாவும் / கண்ணீரில் போட்டு வைத்த கோடாகும்' என்றும் எழுதியிருப்பார்.

அவரே அக்னிசாட்சி திரைப்படத்தில் 'கனாக் காணும் கண்கள் மெல்ல / உறங்காதோ பாடல் சொல்ல' என்று கேட்டிருக்கிறார். எம்.எஸ்.வி.யின் இசையில், எஸ்.பி.பி.யின் குரலில் வெளிவந்த மிக மிருதுவான பாடல் அது. வரிகள், இசை, குரல் என ஒன்றையொன்று விஞ்சி நிற்கும். துவண்டு விழுந்த உள்ளத்தைத் தூக்கி மடியிலே கிடத்தி, அன்பாகவும் ஆறுதலாகவும் ஓர் ஆண் தாயாக மாறி வருடிவிடுவதுபோல

அத்தனை அமைதியை அப்பாடல் நல்கும். அப்பாடலின் ஒருவரி நினைவின் அலைகள் நெருப்பில் குளிக்கும் பாவம் என்ன? என்று வந்திருக்கும். அது ஒரு சிக்கலான கேள்வி. ஆனால், அக்கேள்வியைக் கேட்ட வாலியே 'கிழக்கு வெளுக்காமல் இருக்காது வானம் / விடியும்நாள் பார்த்து இருப்பேனே நானும்' என்று நேர்மறையான பதிலை முடித்திருப்பார். நம்பிக்கையை விதைக்கும் அம்மாதிரியான பாடல்கள், இக்காலத்தைய கனவாக ஆகிவிட்டதற்கு நாமென்ன பாவம் செய்தோமோ?

இருக்கின்ற சோகத்திலிருந்து வெளியேற எப்படியாவது உறங்கிவிடு என்பது ஒருவகை. உறக்கத்திலாவது சந்தோசத்தைக் கொஞ்சத்திலும் கொஞ்சமாகவேணும் பார்த்துவிடு என்பது இன்னொருவகை. இரண்டையும் ஒரே பாட்டில் வாலி கொடுத்திருக்கிறார். எனக்கு அப்பாடலின் பல்லவியே எல்லாவற்றையும் சொல்லிவிடுவதாகத் தோன்றும். வள்ளுவர் சொல்லுவாரே 'கனவு நிலை உரைத்தல்' என்று அப்படியானதுதான் இதுவும்.

கண்கள் திறந்திருக்கும்போது வரவே வராத கனவுகள், கண்களை மூடிய பிறகே ஏன் வருகின்றன என்பதற்கு விசேஷ காரணங்கள் இல்லாமல் இல்லை. ஏனெனில், கண்களுக்கும் கனவுகளுக்கும் சம்பந்தமே இல்லை. கனவுகள் என்பவை கண்களால் காணப்படுபவையே அல்ல. அவை, இதயத்தால் உணரப்படுபவை. மனத்துக்கண் மாசு இலன் என்று வள்ளுவர் எழுதுவார். மனத்திற்கு ஏது கண் என்று யோசிப்பதற்குள் அறத்துக்கான அர்த்தத்தை அதில் வைத்து சொல்லிவிடுவார்.

அவர் ஏன் மனத்தைக் கண்ணுடன் இணைத்திருக்கிறார் என ஆழ்ந்துபோனால் ஒருபதில் கிடைக்கிறது. விழுகின்ற தூசியைத் தானே வெளியேற்றும் இயல்புடையவை கண்கள் மட்டுமே. கால்களுக்கோ கைகைகளுக்கோ அத்தகைய இயல்பு இல்லை. அதாவது, தனக்கு நேர்ந்த சங்கடத்தைத் தானே நிவர்த்தி செய்துகொள்ளும் ஆற்றலைக் கண்கள் பெற்றுள்ளன. எனவேதான் அவர் மனத்தைக் கண்களுடன் இணைத்திருக்கிறார். வெளியே தெரியவில்லை என்றாலும், கண்போல மனத்திற்கும் தன்னுள்ளே படியும் அழுக்குகளை, அறத்திற்கு மாறான செயல்களை ஒதுக்கித்தள்ளும் சக்தியுண்டு.

கண்ணைக் கொண்டுபோய் முடிந்தாரே அங்கேதான் அவர் தமிழ்ச் சமூகத்தின் வழிகாட்டியாக மாறுகிறார். கனவுநிலை உரைத்தல் குறப்பாட்களில் என்னை அதிகமும் ஈர்த்தது 'கயலுண்கண் யான் இரப்பத் துஞ்சின்' என்பதே. பத்துக்குறள்களுமே நினைவிலிருத்தத் தக்கவையவை. காதலியின் கூற்றாக வரக்கூடிய அக்குறள்கள், ஒரு பெண்ணின் காதல் நினைவுகளைக் கனவுகளுடன் இணைத்துப் பேசுபவை. கவிதையை மொழியின் கனவாகவோ புத்தசாலித்தனமாகவோ கருதினால் அவை இரண்டையும் இந்தக் குறள்களில் தரிசிக்கலாம். எத்தனைவிதமான நளினங்கள்? எத்தனைவிதமான நாடகங்கள்? எனினும், கயலுண்கண் யான் இரப்பத் துஞ்சின் குறளை ஒருபடிமேலே எனலாம்.

கயல்மீன்களைப் போல் மைதீட்டப்பட்ட என் கண்கள், நான் வேண்டுவதற்கு இணங்கத் துயில் கொள்ளுமானால் அப்போது என் கனவில் வரும் காதலனுக்கு நான் உயிருடன் பிழைத்திருக்கிறேன் என்னும் உண்மையைச் சொல்லிவிடுவேன் என்கிறது அக்குறள். நேரில் பார்க்க வேண்டிய அவசியம்கூட இல்லையாம். கனவிலேயே தன்னுடைய உயிரையும் காதலையும் காட்டிவிடுவாளாம்.

கனவின் துணையிருந்தால் உயிரோடு இருக்கலாம்போல. 'காதலர் தூதொடு வந்த கனவினுக்கு' என்னும் குறளையும் இத்துடன் இணைத்துக்கொள்ளலாம். திரைப்பாடல்களில் கனவும், அதன் காட்சிகளும் என்று சொன்னதுமே சட்டென்று நினைவிற்குப் 'பொன்மகள் வந்தாள்' பாடலும், 'மதன மாளிகை மந்திர மாலைகளாம் பாடலும் வராமல் இருக்காது.

ஆலங்குடி சோமுவின் அழகிய கற்பனைகள் நிறைந்த அப்பாடல்,1970இல் வெளிவந்த 'சொர்க்கம்' திரைப்படத்தில் இடம்பெற்றிருக்கிறது. அந்த அபாரமான பாடலில் 'இன்பத்தின் மணத்தில் குளிப்பேன்' என்றொரு வரி உண்டு. இன்பத்தில் குளிப்பேன் என்றிருக்கலாம். அப்படிச் சொல்லாமல் இன்பத்தின் மணத்தில் குளிப்பேன் என்றிருக்கிறார். இன்பத்தின் மணத்தை எப்படி உருவகப்படுத்துவது? ஒரு நல்ல பாடல் வரியெனில் அது, காட்சிப்படுத்த முடியாத தன்மையுடன் அமைய வேண்டுமென நான் நினைப்பேன். அப்படித்தான் அந்த வரியை ஆலங்குடி சோமு எழுதியிருக்கிறார்.

செல்வத்தின் அணைப்பில் கிடப்பதையும் வெல்வெட்டின் விரிப்பில் நடப்பதையும் காட்சிப்படுத்திவிடலாம். ஆனால், இன்பத்தின் மணத்தில் குளிப்பதை எத்தனை பெரிய நடன இயக்குநராலும் காட்சியே படுத்தமுடியாது.

ஸ்டைலான நடையிலேயே சிவாஜி, அப்பாடலைக் கவனிக்க வைத்திருக்கிறார். 'மனதிலே நிம்மதி / மலர்வதோ புன்னகை' என்பதற்கு அவர் மேற்கொண்டிருக்கும் பாவனை, கொஞ்சம் கூடுதல் என்றாலும், அந்த இடத்தில் ஆத்மாநாமின் கனவையும் கவிதையையும் நினைத்துக்கொள்வேன். வாழ்ந்துவிட்டுப் போனேன் என்கிற நிம்மதியைக் கோருகிற புன்னகை. அதைவிட, ஆளாக்கினால் அன்பிலே என்கிற பதம் அப்பாடலின் உச்சம். பொன்மகளே ஆனாலும் அவள் அன்புடன் இருக்கவேண்டுமென்பது ஆகப்பெரும் கனவுதானே? பணம் வந்தால் அன்பு போய்விடும் என்பதற்கு மாற்றாகப் பணமும் அன்புடன் வருவதாக யோசித்திருக்கிறார்.

அதேபோல 'ராஜபார்ட் ரங்கதுரை' படத்தில் வெளிவந்த 'மதன மாளிகையில் மந்திரமாலைகளாம்' பாடல், வரிக்குவரி அசாத்திய கனவையும் காதலையும் பிரதிபலிப்பவை. நெருக்கமான சந்தத்திற்கு நெருக்கடியில்லாத வார்த்தைகளை வகைபிரித்து, அசைபிரித்து எழுதியிருக்கும் விதத்திற்காகவே அப்பாடலை பலமுறைக் கேட்கலாம். 'மோகம் முன்னாக / ராகம் பின்னாக / முழங்கும் சங்கீதக் குயில்கள் / மேகம் மின்னாமல் / இடியும் இல்லாமல் / மழையில் நனைகின்ற கிளிகள் என்கிற வரிகள், செவ்வியல் தன்மைக்கு ஒத்தவை.

மோகம் முன்னாவதும் இராகம் பின்னாவதும் ஏனெனத் தெரிந்தவர்க்கே நான் சொல்வதிலுள்ள சிருங்காரம் பிடிபடும். யாப்பிலக்கணமும் மரபுக்கவிதைகளில் ஓரளவு பரிச்சயமும் இல்லாதவர்கள், இப்பாடலை இரசனையுடன் உள்வாங்க முடியுமா எனத் தெரியவில்லை. சந்தத்திற்கு வார்த்தைகளை வெறுமனே இட்டு நிரப்பித்தான் பாடல்கள் எழுதப்படுகின்றன என்பவர்கள், இப்பாடலின் ஓசை ஒழுங்கையும் கற்பனைகளின் விஸ்தீரணத்தையும் கவனிக்கலாம். வரிக்குவரி எழுத வேண்டியதில்லை. அப்பாடலின் தலை, இடை, கடை அனைத்துமே அழகுகளால் நிரம்பியவை. சொல்ல வேண்டிய இன்னொருபாடல் 'வீரபாண்டிய

கட்டபொம்மன்’ திரைப்படத்தில் இடம்பெற்றிருக்கிறது. ‘போகாதே போகாதே என் கணவா’ என்னும் பல்லவியைத் தாங்கிய அப்பாடல் நாட்டார் பாடலின் சாயலை உடையது. நா.வானமாமலை தொகுத்த ‘கட்டபொம்மு கதைப்பாடல்’ நூலிலும் அப்படி ஒரு பாடல் உண்டு. அதை உள்வாங்கிய கு.மா.பாலசுப்ரமணியம் தன் பங்கிற்குத் துர்கனவுகளை அப்பாடலில் பட்டியலிட்டிருக்கிறார். ‘காணக் கூடாத கனவுகளைக் கண்டுவிட்டேன். எனவே நீ உன் பயணத்தை இரத்துசெய்துவிடு’ என்பதுதான் சூழல்.

அதற்கு அவர், ‘கூந்தல் அவிழ்ந்து விழவும் கண்டேன் / ஐயோ கொண்டையில் பூவும் கருகக் கண்டேன் என்று சொல்ல ஆரம்பித்தவர் ஆந்தை அலறக்கண்டேன் / பட்டத்து யானையும் சரியக் கண்டேன் என்றிருப்பார். அவற்றைவிட, ‘குளிக்க மஞ்சள் அரைத்தேன் அத்தான் / அது பொம்மங் கரிபோல் போச்சு அத்தான்’ என்றதைக் கேட்டு பயந்துவிட்டேன். சிலப்பதிகாரத்தில் கண்ணகி தான் கண்ட கனவைப் பற்றித் தன்னுடைய தோழி தேவந்தியிடம் சொல்வதுபோல ஓர் இடம் உண்டு.

ஏதோ கெட்டது நடக்கப்போகிறதுபோல் தோன்றிற்று என்பாள். இடுதேள் இட்டதுபோல் என வரக்கூடிய அவ்வரிகள் முழுவதும் எனக்கு நினைவில்லை. ஆனால், சாராம்சம் அதுதான். பின்னே நடக்கப்போவதை முன்கூட்டியே கண்ணகி கனவில் கண்டதாக இளங்கோவடிகள் கூறியிருப்பார். கனாத்திறம் உரைத்த காதை என்றே அதற்குத் தலைப்பும் தந்திருப்பார். பாத்திரங்களும் காலமும் வேறுபட்டாலும் கனவும் அதன் திறனும் ஒன்றுதான். கு.மா.பா.வின் ‘போகாதே போகாதே’ பாடலில் தீக்கனாக்களின் திரட்சியைக் காணலாம்.

கனவுகளைப் பற்றி எழுதிக்கொண்டே போகலாம். குறிப்பாகப் பாரதியும் ஆண்டாளும் கண்ட கனவுகளைவிடவா? ஓர் இந்தியனின் கனவுகளை வரையறுத்துச் சொல்ல பாரதியின் ‘சிந்துநதியின் மிசை நிலவினிலே’ என்கிற ஒரு பாடல் போதாதா? ஆண்டாள், தன்னுடைய கனவுகளில் காணாததே இல்லை. உறங்கும்போது குழந்தை சிரித்தால் கடவுளைப் பார்த்ததாகச் சொல்வது கற்பிதம் என்றோமே அதை ஆண்டாள் விஷயத்தில் தலைகீழே புரிந்துகொள்ளலாம்.

ஏனெனில், அவள் கடவுளான கண்ணனையே கனவிலும் நினைவிலும் காண விரும்பியவள். எங்கும் எதிலும் அவள் அவனை மட்டுமே பார்க்கிறாள். அவனுக்காக அவள் கனவுகள் பூக்கின்றன. அவன் பூப்பதனாலே அக்கனவுகளைத் திரும்பத் திரும்ப அவள் வேண்டுகிறாள். முத்துடைத்தாமம் நிரைதாழ்ந்த பந்தர்க்கீழ் என்பாள். அது, வெறும் கனவுமட்டுமா என்ன? ஆண்டாளின் பாசுரங்களைக் கிரகித்து நான் எழுதிய 'கனாக் கண்டேனடி தோழி' பாடல், 'பார்த்திபன் கனவு' திரைப்படத்தில் இடம்பெற்றிருக்கிறது.

கனவுகள், இதயத்தின் சாவியைப் போன்றவை. அந்தச் சாவியால் வெளியே உள்ள கதவுகளை மட்டுமல்ல, நம்முடைய உள்ளத்தின் மூடிய, இருளடைந்த கதவுகளையும் திறந்துவிடலாம். அது, நமக்கே நம்மைத் திறந்து காட்டுபவை. திரைப்படத்தில் மிகையாக ஓர் உணர்வையோ உற்சாகத்தையோ காட்ட வேண்டுமென்றால் அதைக் கனவுக் காட்சியாக அமைத்துக்கொள்வார்கள். அதுதான் சௌகர்யம். அதன்மூலமே எட்ட முடியாத கற்பனைகளையும், எப்போதோ ஆழ் மனத்தில் படிந்த நிறைவேறாத ஆசைகளையும் காண்பிக்கமுடியும்.

வாழ்வைப் பொய்யாகவும் கனவாகவும் பார்த்த சித்தர்கள், அக்கனவுகளைத் தாங்கியிருக்கும் உடம்பைக் காயமென்றார்கள். அதையே 'கனவுகாணும் வாழ்க்கை யாவும் கலைந்துபோகும் கோலங்கள்' என்று திரைப்பாடல் சொல்கிறது. நீங்கள் கேட்டவை திரைப்படத்தில் இடம்பெற்ற அப்பாடலை எழுதிய வைரமுத்து உடம்பு என்பது உண்மையில் என்ன / கனவுகள் வாய்க்கும் பைதானே? என்று கேட்டிருப்பார். காற்றடைத்த அந்தப் பைநிறைய கனவுகளால் நிரப்புவதுதான் கலைகளின் வேலை. இறுதியாக எனக்குத் தோன்றுவது, கனவுகளை அனுபவிக்க வேண்டும். ஆராயக்கூடாது. ஆராயும் எண்ணமுடையவர்களுக்கு வருவது கனவுகளல்ல, அவை வெறும் கணக்குகளே என்பது வேறுவிஷயம்.